കൺവീനിയെൻസ് സ്റ്റോർ വുമൻ എന്ന പുസ്തകത്തിനുള്ള പ്രശംസ

ബിലീവർ ബുക്ക് അവാർഡിന് വിപുലമായി ലിസ്റ്റ് ചെയ്ത മികച്ച
വിവർത്തനപുസ്തക അവാർഡിനുള്ള *ലോസ് ഏഞ്ചൽസ്
ടൈംസിന്റെ* ബെസ്റ്റ് സെല്ലർ ചുരുക്കപ്പട്ടികയിൽ ചേർത്ത പുസ്തകം.
*ന്യൂയോർക്കർ, മിനിയാപൊളിസ് സ്റ്റാർ ട്രിബ്യൂൺ, ബസ്ഫീഡ്,
ഗ്ലോബ് ആൻഡ് മെയിൽ, ബസ്റ്റിൽ, WBUR, ഹഡ്സൺ,
ലൈബ്രറി ജേർണൽ, ഷെൽഫ് അവെയർനെസ്സ്* എന്നിവയാൽ
മികച്ച പുസ്തകമായി തിരഞ്ഞെടുക്കപ്പെട്ടു.
ഇൻഡീസ് പരിപാടിയിൽ പരിചയപ്പെടുത്തിയ കൃതി.
സ്വതന്ത്ര ബുക്ക്സ്റ്റോറുകൾ തിരഞ്ഞെടുത്ത്
ശുപാർശ ചെയ്യപ്പെട്ടത്.
ആമസോണിന്റെ മാസതിരഞ്ഞെടുപ്പിലെ മികച്ച പുസ്തകം
(സാഹിത്യവും ഫിക്ഷനും എന്ന വിഭാഗത്തിൽ)

"36 വയസ്സുള്ള ഒരു വിചിത്ര സ്വഭാവമുള്ള സ്ത്രീയായ കെയ്കോ, തന്റെ ജീവിതത്തിന്റെ പകുതിയും ടോക്കിയോയിലെ ഒരു കൺവീനിയെൻസ് സ്റ്റോറിൽ ഒരു മുന്നേറ്റവും ലഭിക്കാനിടയില്ലാത്ത കാഷ്യറായി ജോലി ചെയ്തു. അവൾ ഒറ്റയ്ക്കാണ് താമസിക്കുന്നത്, ഒരിക്കലും ഒരു പ്രണയബന്ധത്തിലായിട്ടില്ല, എന്തിന് ഒരു ശാരീരിക ബന്ധം പോലും അവൾക്കുണ്ടായിട്ടില്ല. എന്നിരുന്നാലും അവൾ ഇതിലെല്ലാം പൂർണ്ണമായും സന്തുഷ്ടയാണ്... ലളിതമായ ഗദ്യഭാഷയിൽ എഴുതിയ ഈ ചെറിയ വാല്യം ജപ്പാനിലെ ജനസംഖ്യാ പരിഭ്രാന്തിയെ പല തരത്തിൽ പ്രതിനിധീകരിക്കുന്ന ഒരു കഥാപാത്രത്തെ കേന്ദ്രീകരിക്കുന്നു."

—*ന്യൂ യോർക്ക് ടൈംസ്* (പ്രൊഫൈൽ)

"നോവലിന്റെ സഞ്ചിതവും സവിശേഷവുമായ കവിതയാണ് മനസ്സിൽ തങ്ങിനിൽക്കുന്നത്, അതിന് വിചിത്രവും തിളക്കമുള്ളതുമായ ഒരുതരം സൗന്ദര്യമുണ്ട്."

—*ഗാർഡിയൻ*

“*അമേലിയ, ഷോപ്പ്ഗേൾ* എന്നീ കഥാപാത്രങ്ങളെ ഓർമ്മിപ്പിക്കുന്ന വിധത്തിൽ, മിടുക്കും നർമ്മവും മധുരവും നിറഞ്ഞ ഒന്ന്... മുറാത്തയുടെ തിളക്കമുള്ള എഴുത്തും, വിചിത്രവും മനോഹരവുമായ വിശദാംശങ്ങൾ കണ്ടെത്താനുള്ള കഴിവും അവൾക്ക് പൂർണ്ണമായി സ്വന്തമാണ്.”

—*വോഗ്*, “ഈ വേനൽക്കാലത്ത് നിങ്ങളെ
ആവേശഭരിതരാക്കാനും, രസിപ്പിക്കാനും,
നിലനിർത്താനും 13 പുസ്തകങ്ങൾ”

“*കൺവീനിയെൻസ് സ്റ്റോർ വുമൻ* എന്ന പുസ്തകത്തിൽ അന്യവൽക്കരണത്തിന്റെ വികൃത രൂപങ്ങൾ വ്യക്തമായി പ്രത്യക്ഷപ്പെടുന്നു... സ്വത്വബോധത്തിന്റെ വില ഉൾക്കൊള്ളുന്ന സ്ത്രീകളുടെ നിശബ്ദ വീരത്വം മുറാത്ത ആഘോഷിക്കുന്നു.”

—NPR-ന്റെ *ഫ്രഷ് എയർ*

“അതിശയകരമാം വിധം വിചിത്രം... അസാമാന്യമായ ഒരു സാമൂഹിക വ്യാഖ്യാനവും അതിശയോക്തിയുടെ ഒരു വ്യായാമവും ക്രമപ്പെടുത്താനുള്ള ഒരു പ്രാർത്ഥനയുമാണിത്, കൂടാതെ ഏറ്റവും കുറഞ്ഞത്, കൺവീനിയെൻസ് സ്റ്റോറിലേക്ക് കാലെടുത്തു വയ്ക്കുന്നത് എല്ലാവരും അവഗണിക്കപ്പെടുന്ന സങ്കീർണ്ണമായ രൂപകൽപ്പനയുടെ ആഘോഷമാണ്.”

—*മിനിയാപൊളിസ് സ്റ്റാർ ട്രിബ്യൂൺ*

“സമൂഹത്തിന് ചേരാത്ത ഒരാളുടെ നിഷ്കളങ്കമായ നിരീക്ഷണങ്ങളിലൂടെ മനുഷ്യന്റെ സ്വഭാവത്തെക്കുറിച്ച് പുതിയൊരു കാഴ്ചപ്പാട് നൽകുന്ന ശാന്തമായ ഒരു മാസ്റ്റർപീസ്... ഇത്രയധികം സ്വത്വമില്ലായ്മയോട് സത്യസന്ധത പുലർത്തുന്ന, അത്രയും വിജയകരമായി ‘മറ്റൊരാളാകുന്ന’ ഒരു കഥാപാത്രം അപൂർവ്വമാണ്.”

—*സീയാറ്റിൽ ടൈംസ്*

“ഒരു സ്ത്രീയുടെ അടിച്ചമർത്തലും ഒരു പുരുഷന്റെ ദുരിതവും കൂട്ടിമുട്ടുമ്പോൾ എന്ത് സംഭവിക്കുമെന്ന് മുറാത്ത ഹൃദയസ്പർശിയായി ചിത്രീകരിക്കുന്നു—അതിലൊരാൾക്ക് വഴങ്ങിക്കൊടുക്കേണ്ടി വരുന്നു.”

—*ഹഫിംഗ്ടൺ പോസ്റ്റ്*

"ഒരു കൺവീനിയെൻസ് സ്റ്റോറിൽ ജോലി ചെയ്യുന്ന, ജീവിതം ആ സ്റ്റോറിന് ചുറ്റും കറങ്ങുന്ന, അസാധാരണക്കാരിയായ ഒരു സ്ത്രീയെക്കുറിച്ചുള്ള, ഒതുങ്ങിയതും അതിമനോഹരവുമായ നോവലായ *'കൺവീനിയെൻസ് സ്റ്റോർ വുമൻ'* വായിക്കുന്നത്, ഒരു മൃദുവായ ശാന്തതയിലേക്ക് മയങ്ങി വീഴുന്നത് പോലെയാണ്."

—ബസ്സ്ഫീഡ്

"ഈ മാന്ത്രികമായ ചെറിയ പുസ്തകം, ലളിതവും വ്യക്തവുമായ വാക്യങ്ങളിലൂടെ ഒരു അക്കോഡിയൻ സംഗീതോപകരണം പോലെ വികസിക്കുന്നു. ഓരോ വാക്യവും വായു സഞ്ചാരമുള്ള ഒരു കൂളറിൽ വെച്ചതുപോലെ, ഒന്നിനുപിറകെ ഒന്നായി നിങ്ങളുടെ മുന്നിൽ വയ്ക്കുന്നു. അങ്ങനെ സയാക്ക മുറാത്ത *സെവൻ-ഇലവൻ മാഡം ബോവറി* എഴുതിയിരിക്കുന്നു.

—ലിറ്റററി ഹബ്

"സയാക്ക മുറാത്തയുടെ നോവലായ *കൺവീനിയെൻസ് സ്റ്റോർ വുമൻ*, ടോക്കിയോയിലെ ഒരു വിചിത്രയായ വിൽപ്പനക്കാരിയുടെ ദൈനംദിന ദിനചര്യകളെയും ചിന്തകളെയും രസകരമായി ചിത്രീകരിക്കുന്നു."

—എല്ലെ

അതിഗംഭീരം... *കൺവീനിയെൻസ് സ്റ്റോർ വുമൻ* വായിക്കുന്നത് ഒരു അന്യഗ്രഹത്തിലേക്ക് ഇറങ്ങിയതുപോലെ തോന്നുന്നു, അത് നമ്മുടെ സ്വന്തം ഗ്രഹമാണെന്ന് പിന്നീട് മനസ്സിലാകും... നമ്മൾ പുസ്തകശാലകളിലെ *കൺവീനിയെൻസ് സ്റ്റോർ വുമൻ* വാങ്ങിത്തീർക്കട്ടെ, സയാക്ക മുറാത്തയുടെ പേര് വീടിന്റെ മേൽക്കൂരയിൽ നിന്ന് ഉറക്കെ വിളിച്ചുപറയട്ടെ.

—ഇലക്ട്രിക് ലിറ്ററേച്ചർ

"[ഒരു] വിചിത്രവും എന്നാൽ ആകർഷകവുമായ നോവൽ."

—ഗ്ലോബ് ആൻഡ് മെയിൽ

"ആസ്വാദ്യകരം... ഒരു വേനൽക്കാല ഹിറ്റ്."

—ഐറിഷ് ടൈംസ്

"*കൺവീനിയെൻസ് സ്റ്റോർ വുമൻ* ഒരു അമൂല്യമായ പുസ്തകമാണ്. വിചിത്രവും, വികാരരഹിതവും, ഹൃദയസ്പർശിയായതും, വളരെ ആഴത്തിലുള്ളതുമായ ഈ പുസ്തകം, ലോകവുമായി പൊരുത്തപ്പെടാൻ കഴിയാതെ പോയ ഏതൊരാൾക്കും ഒരു സമ്മാനമാണ് —സത്യം പറഞ്ഞാൽ, നമ്മളിൽ മിക്കവാറും പേരും അങ്ങനെ ആയിരിക്കുമെന്ന് ഞാൻ സംശയിക്കുന്നു."

—റൂത്ത് ഓസേകി, *എ ടെയ്ൽ ഫോർ ദ ടൈം ബീയിംഗ്* എന്ന പുസ്തകത്തിന്റെ രചയിതാവ്

"ഇതെന്തൊരു വിചിത്രവും, അതിശയകരവും, അതിയായ സംതൃപ്തി നൽകുന്നതുമായ പുസ്തകമാണ്. സയാക്ക മുറാത്ത തികച്ചും സവിശേഷവും വിപ്ലവകരവുമായ ഒരു ശബ്ദമാണ്. *കൺവീനിയെൻസ് സ്റ്റോർ വുമൻ* ഞാൻ അതിയായ സന്തോഷത്തോടെ വായിച്ചു തീർത്തു."

—ജാമി അറ്റൻബെർഗ്, *ന്യൂ യോർക്ക് ടൈംസ്* ബെസ്റ്റ് സെല്ലിംഗ് എഴുത്തുകാരി, *ദ മിഡിൽസ്റ്റീൻസ്, ഓൾ ഗ്രോൺ അപ്പ്* എന്നീ പുസ്തകങ്ങളുടെ രചയിതാവ്

"സമകാലിക ജീവിതം, ഏകാന്തത, മുതലാളിത്തം, സ്വത്വം, സമാനത എന്നിവയെക്കുറിച്ചുള്ള ഇരുണ്ടതും ഹാസ്യാത്മകവും ആഴത്തിൽ അസ്വസ്ഥതയുളവാക്കുന്നതുമായ ഒരു പരിശോധന. ജപ്പാനിലോ മറ്റെവിടെയെങ്കിലുമോ ആകട്ടെ, നാമെല്ലാവരും ഈ കൺവീനിയെൻസ് സ്റ്റോറിൽ പോയിട്ടുണ്ട്."

—വിയറ്റ് താങ് എൻഗുയെൻ, പുലിറ്റ്സർ സമ്മാനം നേടിയ *ദ സിമ്പതൈസർ* എന്ന പുസ്തകത്തിന്റെ രചയിതാവ്

"ഇത് സാധാരണമായതും അല്ലാത്തതുമായ കാര്യങ്ങളെക്കുറിച്ചുള്ള ഒരു കഥയാണ്, അത്രയും ലളിതമായ ഒരു വേദിയിൽ അവതരിപ്പിക്കപ്പെടുന്ന ഒരു നാടകം, ഒരു അന്യഗ്രഹത്തെപ്പോലെ അത് വ്യക്തവും അതിശയിപ്പിക്കുന്നതുമായി മാറുന്നു. *കൺവീനിയെൻസ് സ്റ്റോർ വുമൻ* എനിക്കിഷ്ടപ്പെട്ടു : അതിന്റെ സംക്ഷിപ്തത, വിശദാംശങ്ങൾ, ജീവിതത്തെക്കുറിച്ചുള്ള കാഴ്ചപ്പാടുകൾ."

—റോബിൻ സ്ലോൺ, *മിസ്റ്റർ പെനംബ്രയുടെ 24-ഹവർ ബുക്ക്സ്റ്റോർ* എന്ന പുസ്തകത്തിന്റെ രചയിതാവ്

"ഞാൻ ജപ്പാനിലേക്കുള്ള യാത്രയ്ക്കിടയിലാണ് ഈ നോവൽ എടുത്തത്, പിന്നീട് അത് താഴെ വയ്ക്കാൻ കഴിഞ്ഞില്ല. അവിവാഹിതയായ ഒരു സ്ത്രീയെക്കുറിച്ച് സമൂഹത്തിന്റെ പ്രതീക്ഷകളെക്കുറിച്ചുള്ള, വിചിത്രവും, ഇരുണ്ടതും, പലപ്പോഴും ചിരിപ്പിക്കുന്നതുമായ ഒരു കാഴ്ചപ്പാട്. ഇതിന്റെ ഒരു അധിക നേട്ടമെന്നത്, ടോക്കിയോയിലെ കൺവീനിയൻസ് സ്റ്റോറുകളിലേക്കുള്ള എന്റെ യാത്രയെ ഇത് പൂർണ്ണമായും മാറ്റിമറിച്ചു എന്നതാണ്."

—എലിഫ് ബറ്റുമൻ, *ദി ഇഡിയറ്റ്* എന്ന
പുസ്തകത്തിന്റെ രചയിതാവ്

"*കൺവീനിയൻസ് സ്റ്റോർ വുമൻ* ഒരു മികച്ച പുസ്തകമാണ്, തികച്ചും ആകർഷകമായ ഒന്ന്. സയാക്ക മുറാത്ത ഒരു അത്ഭുതകരമായ എഴുത്തുകാരിയാണ്."

—റാബിഹ് അലാമദീൻ, *ആൻ അൺനെസ്സെസ്സറി വുമൻ*
എന്ന പുസ്തകത്തിന്റെ രചയിതാവ്

"നിർദ്ദേശങ്ങൾ : പുസ്തകം തുറക്കുക. ഉള്ളടക്കം ആസ്വദിക്കുക. ആകർഷകമായും, അസ്വസ്ഥമാക്കുന്നതായും, വിചിത്രമായ രീതിയിൽ പ്രണയത്തിലായതായും നിങ്ങൾക്ക് തോന്നും. ഉപേക്ഷിക്കരുത്."

—ജേഡ് ചാങ്, *ദ വാങ്സ് വേഴ്സസ് ദ വേൾഡ്* എന്ന
പുസ്തകത്തിന്റെ രചയിതാവ്

"ഈ പുസ്തകം വായിക്കാൻ എളുപ്പമുള്ളത് മാത്രമല്ല, രസകരവും, ചിന്തോദ്ദീപകവും, ചിലപ്പോൾ അതിരുകടന്നതും, അതിരുകടന്ന തമാശകൾ നിറഞ്ഞതുമാണ്. ഈ വർഷത്തെ ഏറ്റവും മികച്ച പുസ്തകങ്ങളിൽ ഒന്നാകുമെന്നതിൽ സംശയമില്ല."

—വെയ്കെ വാങ്, *കെമിസ്ട്രി* എന്ന
പുസ്തകത്തിന്റെ രചയിതാവ്

"ഈ നോവൽ എന്നെ ചിരിപ്പിച്ചു. ഇത്രമാത്രം ചിരി എനിക്ക് ആദ്യമായിട്ടായിരുന്നു : ഇത് അസംബന്ധവും, തമാശ നിറഞ്ഞതും, മനോഹരവും... ധീരവും, കൃത്യവുമായിരുന്നു. അത് എന്നെ കീഴടക്കി."

—ഹിറോമി കവാകാമി, *ദ നകാനോ ത്രിഫ്റ്റ് ഷോപ്പ്*
എന്ന പുസ്തകത്തിന്റെ രചയിതാവ്

"സയാക്ക മുറാത്തയുടെ മികച്ച പുസ്തകമായ *കൺവീനിയെൻസ് സ്റ്റോർ വുമൻ* വ്യക്തിഗത ബ്രാൻഡിംഗിന്റെ ലോകത്തെക്കുറിച്ചുള്ള ഒരു ധ്യാനമായി വായിക്കാം. ഒരേസമയം ഒന്നിലധികം വ്യാഖ്യാനങ്ങൾ അനായാസം ഉൾക്കൊള്ളാൻ കഴിയുന്നത് ഒരു മികച്ച സാഹിത്യത്തിന്റെ ലക്ഷണമാണ്. മുറാത്തയുടെ ഈ പുസ്തകവും അതിന് ഒരു അപവാദമല്ല: ഈ കാര്യങ്ങളെല്ലാം ഉൾക്കൊള്ളുമ്പോൾ തന്നെ ആധുനിക വ്യക്തിഗത ബ്രാൻഡിംഗിന്റെ ഒരു കലാപരമായ വിരൂപതയും അത് ചിത്രീകരിക്കുന്നു."

—ദി മില്യൺസ്

"അത്യന്തം താഴ്ന്ന ചുറ്റുപാടുകളിലും തികച്ചും അപ്രതീക്ഷിതമായ ഒരു പോരാളിയെ ഉപയോഗിച്ച്, *കൺവീനിയെൻസ് സ്റ്റോർ വുമൻ* നിലവിലെ വ്യവസ്ഥിതിയെ അട്ടിമറിക്കുന്നു. തന്ത്രപരവും ആകർഷകവുമായ ഇത്, മെൽവില്ലെയുടെ 'ബാർട്ടിൽബി ദ സ്ക്രിവനർ' ('ഒന്നും ചെയ്യാൻ താല്പര്യമില്ലാത്ത' ഗുമസ്തൻ), മാലിന്യക്കൂമ്പാരങ്ങളിലും മണൽ കൂനകളിലും താമസിക്കുന്ന ബെക്കറ്റിന്റെ മനുഷ്യർ, അതുപോലെ നിരീക്ഷിക്കപ്പെടുമ്പോഴും അദൃശ്യരായിരിക്കാൻ ശ്രമിക്കുന്ന കാഫ്കയുടെ നിർഭാഗ്യവാന്മാരായ ഓഫീസ് ജീവനക്കാർ എന്നിവരുടെ നിരയിലേക്ക് കടന്നുവരുന്നു."

—വുമെൻസ് റിവ്യൂ ഓഫ് ബുക്സ്

"ഒരു മാന്ത്രിക ജീവിയെപ്പോലെ ചടുലമായ നോവൽ; ഉള്ളടക്കത്തിൽ ലളിതവും, അതേസമയം വായനക്കാരെ അടുത്ത പേജിലേക്ക് ആകർഷിക്കുന്ന തമാശ നിറഞ്ഞതുമായ ഒരു ബാഹ്യരൂപം ഇതിനുണ്ട്... ഒരു അവിവാഹിതയായ സ്ത്രീയുടെ സാമൂഹിക കെട്ടുപാടുകളെ നിർഭയമായി ചിത്രീകരിക്കുന്ന ഒരു അപ്രതീക്ഷിത ഫെമിനിസ്റ്റ് കഥ മുറാത്ത എഴുതിയിരിക്കുന്നു."

—സൈസിവ

"36 വയസ്സുള്ള ഒരു സ്ത്രീക്ക് 'സ്മൈൽ മാർട്ട്' എന്ന കടയിൽ ജീവിതകാലം മുഴുവൻ ജോലി ചെയ്ത് സന്തോഷം കണ്ടെത്താൻ കഴിയുമോ? ഈ സൂക്ഷ്മമായ നോവലിൽ രഹസ്യമായി അവതരിപ്പിക്കുന്ന ഒരു വിപ്ലവകരമായ നിർദ്ദേശമാണിത്."

—ന്യൂസ്ഡേ

"വിചിത്രവും, ഓർമ്മയിൽ തങ്ങിനിൽക്കുന്നതും... ജാപ്പനീസ് സംസ്കാരത്തിൽ മാത്രം കാണാൻ കഴിയുന്ന, അനുരൂപതയുടെ ഗുണങ്ങളെയും സന്തോഷങ്ങളെയും കുറിച്ചുള്ള വൃത്തിയും ഭംഗിയുമുള്ള ഒരു കെട്ടുകഥ."

—*ടൈംസ്* (യു.കെ.)

"ഒരേ സമയം ചെറുതും അമ്പരപ്പിക്കുന്നതും, ബുദ്ധിപരവും തന്ത്രപരവും ആയ ഒന്ന്. ഇന്നത്തെ ലോകത്ത് എങ്ങനെ ഒരു 'പ്രവർത്തനക്ഷമനായ മുതിർന്നയാളായി' ജീവിക്കാം എന്നതിനെക്കുറിച്ചുള്ള, ഹൃദയസ്പർശിയായതും, തമാശ നിറഞ്ഞതും, അസ്വസ്ഥമാക്കുന്നതുമായ ഒരു കഥ."

—*പബ്ലിഷേഴ്സ് വീക്ക്‌ലി* (ചിഹ്നപ്പെടുത്തിയ അവലോകനം)

"വ്യക്തിത്വം, വീക്ഷണം, 'സാധാരണ' സമൂഹത്തിന്റെ ശ്വാസം മുട്ടിക്കുന്ന കാപട്യം എന്നിവയെക്കുറിച്ചുള്ള ത്രീക്ഷ്ണവും രസകരവുമായ നിരീക്ഷണങ്ങളാൽ സമ്പന്നമായ, ഗിന്നി ടാപ്‌ലി ടാകെമോറിയുടെ വ്യക്തമായ വിവർത്തനത്തിലുള്ള, അതിശയിപ്പിക്കുന്ന ഒരു ഇംഗ്ലീഷ് ഭാഷാ അരങ്ങേറ്റം."

—*ബുക്ക്‌ലിസ്റ്റ്* (ചിഹ്നപ്പെടുത്തിയ അവലോകനം)

"ആധുനിക തൊഴിൽ സംസ്കാരത്തെയും സാമൂഹിക അനുരൂപതയെയും കുറിച്ച് ഒരു സ്ത്രീയുടെ 18 വർഷത്തെ കൺവീനിയെൻസ് സ്റ്റോർ ജീവനക്കാരി എന്ന നിലയിലുള്ള ജീവിതത്തിലൂടെ പറയുന്ന ഒരു കൗശലപൂർണ്ണമായ കഥ... സവിശേഷവും അപ്രതീക്ഷിതമായി പലതും വെളിപ്പെടുത്തുന്നതുമായ ഒരു ഇംഗ്ലീഷ് ഭാഷാ അരങ്ങേറ്റം."

—*കിർക്കസ് റിവ്യൂസ്*

"സമൂഹത്തിന്റെ പ്രതീക്ഷകൾക്ക് അനുസരിച്ച് ജീവിക്കുന്നതിന്റെ അർത്ഥത്തെക്കുറിച്ചുള്ള ചിന്തോദ്ദീപകമായ ഒരു വ്യാഖ്യാനം. മുറാത്തയുടെ നോവൽ ജാപ്പനീസ് സംസ്കാരത്തിലെ ജീവിതത്തിൽ ശ്രദ്ധ കേന്ദ്രീകരിക്കുമ്പോൾ പോലും, അവളുടെ കഥ പറച്ചിൽ എല്ലാ ആളുകളുമായും അനുഭവങ്ങളുമായും ബന്ധപ്പെട്ടിരിക്കുന്നു."

—*ലൈബ്രറി ജേർണൽ*

കൺവീനിയെൻസ് സ്റ്റോർ വുമൻ

കൺവീനിയെൻസ് സ്റ്റോർ വുമൻ

സയാക്ക മുറാത്ത

പരിഭാഷ : അഞ്ജു സജിത്ത്

MANJUL

മഞ്ജുൾ പബ്ലിഷിങ് ഹൗസ്

First published in India by

MANJUL

Manjul Publishing House

Corporate and Editorial Office

•2nd Floor, Usha Preet Complex, 42 Malviya Nagar, Bhopal 462 003 - India

Sales and Marketing Office

•C-16, Sector 3, Noida, Uttar Pradesh 201301, India
Website: www.manjulindia.com

Distribution Centres

Ahmedabad, Bengaluru, Kochi, Kolkata, Chennai,
Hyderabad, Mumbai, New Delhi, Pune

Malayalam translation of *Convenience Store Woman* by Sayaka Murata

Original published as *Konbini ningen*. Japanese edition published by Bungeishunju Ltd., Tokyo.

English edition published by Grove Atlantic, Inc

This edition first published in 2026

ISBN 978-93-7317-927-8

Cover image © Andreas / Adobe Stock

Translation by Anju Sajith

Printed and bound in India by Acme Print O Pac Pvt. Ltd.

കൺവീനിയെൻസ് സ്റ്റോർ എന്നത് ശബ്ദങ്ങളുടെ ഒരു ലോകമാണ്. വാതിലിന്റെ മണിനാദം മുതൽ സ്റ്റോറിലെ കേബിൾ നെറ്റ്‌വർക്കിലൂടെ പുതിയ ഉൽപ്പന്നങ്ങൾ പരസ്യം ചെയ്യുന്ന ടിവി സെലിബ്രിറ്റികളുടെ ശബ്ദം, കടയിലെ ജീവനക്കാരുടെ വിളി, ബാർകോഡ് സ്കാനറിന്റെ ബീപ്പ് ശബ്ദം, സാധനങ്ങൾ എടുത്ത് ബാസ്കറ്റിൽ വയ്ക്കുന്ന ഉപഭോക്താക്കളുടെ ബഹളം, കടയിൽ ചുറ്റിനടക്കുന്ന ട്രോളികൾ എന്നിവ വരെ— ഇതെല്ലാം കൺവീനിയെൻസ് സ്റ്റോറിന്റെ ശബ്ദത്തിൽ ലയിച്ച് എന്റെ കാതുകളെ നിരന്തരം തഴുകിക്കൊണ്ടേയിരിക്കുന്നു.

ഒരു ഉപഭോക്താവ് റഫ്രിജറേറ്ററിൽ നിന്ന് ഒരു പുതിയ പ്ലാസ്റ്റിക് കുപ്പി പുറത്തെടുക്കുമ്പോൾപോലും, അതിന്റെ നേരിയ മുഴക്കം ഞാൻ കേൾക്കുന്നു, ഉടനെ ഞാൻ മുകളിലേക്ക് നോക്കുന്നു. പലപ്പോഴും കൗണ്ടറിലെ ചെക്കൗട്ടിന് മുൻപ് ഉപഭോക്താക്കൾ അവസാനമായി തിരഞ്ഞെടുക്കുന്നത് ഒരു ശീതളപാനീയമായിരിക്കും. എന്റെ ശരീരം ആ ശബ്ദത്തോട് യാന്ത്രികമായി പ്രതികരിക്കും. മധുരപലഹാരങ്ങൾ നോക്കുന്നതിനിടെ, ഒരു സ്ത്രീ മിനറൽ വാട്ടർ ബോട്ടിൽ പിടിച്ചുകൊണ്ട് താഴേക്ക് കണ്ണോടിക്കുന്നത് ഞാൻ കണ്ടു.

പുതുതായി എത്തിച്ച റൈസ് ബോളുകൾ പ്രദർശനത്തിന് ക്രമീകരിക്കുമ്പോൾ, കടയുടെ ശബ്ദങ്ങൾ എന്റെ ശരീരത്തിലേക്ക് വിവരങ്ങളായി ഒഴുകിയെത്തും. ഈ സമയത്ത് ഏറ്റവും കൂടുതൽ വിറ്റഴിക്കപ്പെടുന്നത് റൈസ് ബോളുകളും, സാൻഡ്‌വിച്ചുകളും, സലാഡുകളും തന്നെയാണ്. കടയുടെ മറുവശത്ത്, മറ്റൊരു പാർട്ട് ടൈം ജോലിക്കാരിയായ സുഗവാര, കൈയിൽ പിടിക്കുന്ന സ്കാനർ ഉപയോഗിച്ച് ഇനങ്ങൾ പരിശോധിക്കുന്നുണ്ട്. കോൾഡ് ഡിസ്‌പ്ലേയുടെ ഷെൽഫുകളിൽ, യന്ത്രനിർമ്മിതമായെങ്കിലും തനിമയുള്ള ഭക്ഷണം ഞാൻ വൃത്തിയായി നിരത്തുന്നത് തുടർന്നുകൊണ്ടേയിരുന്നു : നടുവിൽ, പുതിയ രുചിയുടെ രണ്ട് വരികൾ, ക്രീം ചീസിനൊപ്പം മസാല കോഡ്റോ, കടയിലെ ഏറ്റവും

കൂടുതൽ വിറ്റഴിക്കപ്പെടുന്ന രുചിയായ ട്യൂണാ മയോണൈസിന്റെ രണ്ട് നിരകൾ; അതിനടുത്തായി, സോയ സോസ് ഫ്ലേവറിൽ അത്ര പ്രചാരമില്ലാത്ത ഡ്രൈ ബോണിറ്റോ കഷണങ്ങൾ ഞാൻ നിരത്തുന്നു. വേഗതയാണ് പ്രധാനം; എന്നിലെ കർശനമായ നിയമങ്ങൾ എന്റെ ശരീരത്തിലേക്ക് നേരിട്ട് നിർദ്ദേശങ്ങൾ നൽകുന്നതിനാൽ, എനിക്ക് തല ഉപയോഗിക്കേണ്ടി വന്നിരുന്നില്ല.

നാണയങ്ങളുടെ നേരിയ ശബ്ദം കേട്ട് ഞാൻ ക്യാഷ് രജിസ്റ്ററിലേക്ക് തിരിഞ്ഞു നോക്കി. സിഗരറ്റോ ദിനപ്പത്രമോ വാങ്ങാൻ വരുന്ന ഉപഭോക്താക്കളുടെ കൈയിലോ പോക്കറ്റിലോ ഉള്ള നാണയങ്ങൾ പലപ്പോഴും ശബ്ദമുണ്ടാക്കാറുള്ളതിനാൽ, ഞാൻ അതീവ ജാഗ്രതയോടെ ശ്രദ്ധിക്കുന്ന ശബ്ദമാണത്. അതെ ഞാൻ കരുതിയതുപോലെ, ഒരു കൈയിൽ കാപ്പിയുടെ ഒരു ക്യാനും മറുകൈ പോക്കറ്റിലുമായി ഒരാൾ കാപ്പി വാങ്ങുന്ന സ്ഥലത്തേക്ക് നടന്നടുക്കുന്നു. ഞാൻ കടയുടെ ഒരു ഭാഗത്തുകൂടി വേഗത്തിൽ നടന്ന് കൗണ്ടറിന് പിന്നിലേക്കെത്തി; അപ്പോൾ അയാൾക്ക് എന്നെ കാത്തിരിക്കേണ്ടതില്ലല്ലോ!

"ഇറഷൈമാസേ! ഗുഡ് മോർണിംഗ്, സർ."

ഞാൻ അദ്ദേഹത്തെ വണങ്ങിക്കൊണ്ട് എനിക്ക് നേരെ നീട്ടിയ കാപ്പിയുടെ ക്യാൻ എടുത്തു.

"ഓ, ഒരു പായ്ക്കറ്റ് മാൽബോറോ മെന്തോൾ ലൈറ്റ്സുംകൂടി."

"ഇതാ എടുത്തു, സർ." ഞാൻ ഒരു പായ്ക്കറ്റ് സിഗരറ്റ് എടുത്ത് ബാർ കോഡ് സ്കാൻ ചെയ്തു. "ദയവായി ടച്ച് സ്ക്രീനിൽ നിങ്ങളുടെ പ്രായം രേഖപ്പെടുത്താമോ?"

അയാൾ അത് ചെയ്യുമ്പോൾ അയാൾ ഹോട്ട് ഫുഡ് കാബിനറ്റിലേക്ക് നോക്കുന്നത് ഞാൻ ശ്രദ്ധിച്ചു. മറ്റെന്തെങ്കിലും വേണോ എന്ന് എനിക്ക് അയാളോട് ചോദിക്കാമായിരുന്നു, പക്ഷേ ഒരു ഉപഭോക്താവ് എന്തെങ്കിലും വാങ്ങണമോ വേണ്ടയോ എന്ന് സംശയിക്കുന്നതായി കാണുമ്പോൾ, ഞാൻ ഒരു പടി പിന്നോട്ട് മാറി അവർ തീരുമാനം എടുക്കുന്നതിനുവേണ്ടി കാത്തിരിക്കാൻ ശ്രമിക്കാറുണ്ട്.

"ഒരു കോൺ ഡോഗ് കൂടി."

"ഇപ്പോൾ എടുക്കാം സർ. നന്ദി."

ഞാൻ സ്പിരിറ്റ് സാനിറ്റൈസർ ഉപയോഗിച്ച് കൈകൾ

അണുവിമുക്തമാക്കി, ഹോട്ട് ഫുഡ് കാബിനറ്റ് തുറന്ന് ഒരു കോൺ ഡോഗ് എടുത്തു.

“ചൂടുള്ള ഭക്ഷണവും ശീതളപാനീയവും വെവ്വേറെ ബാഗുകളിൽ വയ്ക്കണോ?”

“ഓ, അതിന്റെ ആവശ്യമില്ല. ഒരുമിച്ച് വച്ചോളൂ.”

കാപ്പി, സിഗരറ്റ്, കോൺ ഡോഗ് എന്നിവ ഞാൻ ഒരു ചെറിയ ബാഗിൽ വച്ചു. അതുവരെ ആ മനുഷ്യൻ പോക്കറ്റിലെ നാണയങ്ങൾ കിലുക്കിക്കൊണ്ടിരുന്നു. പക്ഷേ, പെട്ടെന്ന് എന്തോ തീരുമാനിച്ചപോലെ, അയാൾ കൈ നെഞ്ചിലെ പോക്കറ്റിലേക്ക് നീട്ടി. അയാൾ ഇലക്ട്രോണിക് പണമിടപാട് ഉപയോഗിക്കുമെന്ന് ഞാൻ ഉടൻ അനുമാനിച്ചു.

“ഞാൻ സൂയിക്ക വഴി പണമടയ്ക്കാം”

“തീർച്ചയായും, സർ. ദയവായി നിങ്ങളുടെ കാർഡ് ഇവിടെ വയ്ക്കൂ.”

ഉപഭോക്താവിന്റെ ഏറ്റവും ചെറിയ ചലനങ്ങൾ ഞാൻ യാന്ത്രികമായി വായിക്കുകയും നോക്കുകയും ചെയ്യുന്ന എന്റെ ശരീരം പ്രതിഫലനപരമായ പ്രതികരണത്താൽ പ്രവർത്തിക്കുന്നു. എന്റെ ചെവികളും കണ്ണുകളും അവയെ മനസ്സിലാക്കാനുള്ള പ്രധാന സെൻസറുകളാണ്.

ഉപഭോക്താവിന്റെ ഓരോ നീക്കവും ആഗ്രഹവും മനസ്സിലാക്കാൻ കഴിയുന്ന വിധത്തിലുള്ള സെൻസറുകൾ പോലെ, ഞാൻ വളരെ സൂക്ഷ്മമായി നിരീക്ഷിക്കുന്നു. ഉപഭോക്താവിന് യാതൊരുവിധ അസ്വസ്ഥതയും ഉണ്ടാകാതിരിക്കാൻ പരമാവധി ശ്രദ്ധ പുലർത്തി, ലഭിക്കുന്ന ഓരോ സൂചനയ്ക്കും അനുസൃതമായി എന്റെ കൈകൾ വേഗത്തിൽ പ്രവർത്തിച്ചു.

“സർ ഇതാ നിങ്ങളുടെ രസീത്, നിങ്ങളുടെ പതിവായുള്ള വരവിന് നന്ദി!”

“നന്ദി,” അദ്ദേഹം അങ്ങനെ പറഞ്ഞുകൊണ്ട് രസീതുമെടുത്ത് നടന്നു നീങ്ങി.

“നിങ്ങളെ ഇത്രയും കാത്തിരിപ്പിച്ചതിൽ എനിക്ക് ഖേദമുണ്ട്,” ഞാൻ ക്യൂവിലുള്ള അടുത്ത സ്ത്രീയെ വണങ്ങി പറഞ്ഞു.

“ഇറഷൈമാസേ. ഗുഡ് മോർണിംഗ്!”

ഒരു കൺവീനിയെൻസ് സ്റ്റോറിലെ പ്രകാശമുള്ള പെട്ടിയിൽ

ഒരു സാധാരണ പ്രഭാതം പോലെയാണ് എനിക്ക് തോന്നാറുള്ളത്. ജനാലകൾക്ക് പുറത്ത്, വിരലടയാളങ്ങളില്ലാതെ മിനുക്കിയ ഗ്ലാസിലൂടെ ഓടിവരുന്ന ആളുകളുടെ രൂപങ്ങളെനിക്ക് കാണാം. ഇത് മറ്റൊരു ദിവസത്തിന്റെ തുടക്കമാണ്. ലോകം ഉണരുകയും, സമൂഹത്തിന്റെ യന്ത്രപല്ലുകൾ ചലിക്കാൻ തുടങ്ങുകയും ചെയ്യുന്ന സമയമാണിത്. ഞാനും ആ പല്ലുകളിൽ ഒന്നാണ്, വട്ടംചുറ്റി കറങ്ങിക്കൊണ്ടേയിരിക്കുന്നു. ഒരു ദിവസത്തിന്റെ 'പ്രഭാതം' എന്ന് വിളിക്കപ്പെടുന്ന ഈ സമയത്ത്, പ്രവർത്തനക്ഷമമായ ലോകത്തിന്റെ ഭാഗമായി ഞാനും മാറുകയാണ്.

ഞാൻ കൂടുതൽ റൈസ് ബോളുകൾ പുറത്തുവയ്ക്കാൻ ധൃതിപ്പെട്ടുകൊണ്ടിരിക്കുമ്പോഴാണ് ഞങ്ങളുടെ സൂപ്പർവൈസർ ശ്രീമതി ഇസുമി എന്നെ വിളിക്കുന്നത് :

"മിസ് ഫുരുകുറ, ആ പണപ്പെട്ടികയിൽ അയ്യായിരം യെന്നിന്റെ എത്ര നോട്ടുകൾ ബാക്കിയുണ്ട്?"

"ഉം, രണ്ടെണ്ണം മാത്രം."

"ഓഹോ, പതിനായിരം യെൻ നോട്ടുകൾ ഉപയോഗിച്ച് പണമടയ്ക്കുന്ന ധാരാളം ഉപഭോക്താക്കൾ ഉണ്ടാകും. ഇനി സേഫിൽ പോലും അധികം നോട്ടുകൾ ബാക്കിയില്ല. ഈ തിരക്കും ഡെലിവറിയും ഒന്ന് ഒതുങ്ങിക്കഴിഞ്ഞാൽ ഞാൻ ഇന്ന് രാവിലെ തന്നെ ബാങ്കിലേക്ക് പോകുന്നതാണ് നല്ലത്."

"അതെ, നന്ദി!"

എന്റെ പ്രായത്തിലുള്ള ഒരു താൽക്കാലിക ജോലിക്കാരിയാണ് ശ്രീമതി ഇസുമി. എന്നാൽ അടുത്തകാലത്ത് രാത്രി ഷിഫ്റ്റിൽ ജീവനക്കാരുടെ കുറവുണ്ടായതിനാൽ, സ്റ്റോർ മാനേജർ രാത്രികാല ജോലികൾ ഏറ്റെടുത്ത് പകൽ ജോലികൾ അവളെ ചുമതലപ്പെടുത്തുകയാണ്, അവളെ ഹെഡ് ഓഫീസിൽ നിന്ന് അയച്ച ഒരു സാധാരണ സ്റ്റാഫ് അംഗമെന്ന നിലയിലാണ് കണക്കാക്കുന്നത്.

"എങ്കിൽ, ഞാൻ പത്ത് മണിക്ക് പണം മാറ്റാൻ പോകും. ഞാൻ അതിനെക്കുറിച്ച് ആലോചിച്ചപ്പോഴാണ് ഒന്നോർത്തത്, ഇന്ന് സുഷി പാക്കറ്റുകൾക്ക് ഒരു പ്രത്യേക ഓർഡർ ഉണ്ട്. അതിനാൽ അത് വാങ്ങാൻ വരുമ്പോൾ ദയവായി ശ്രദ്ധിക്കുക."

"ഞാൻ ശ്രദ്ധിക്കാം."

ഞാൻ ക്ലോക്കിലേക്ക് നോക്കി. സമയം ഏകദേശം ഒമ്പതര യോടടുത്തു. രാവിലത്തെ തിരക്ക് ഏതാണ്ട് അവസാനിച്ചിരുന്നു. എനിക്ക് ഡെലിവറിയുമായി ബന്ധപ്പെട്ട കാര്യങ്ങൾ പൂർത്തിയാക്കി ഉച്ചഭക്ഷണ സമയത്തെ തിരക്കിനുള്ള തയ്യാറെടുപ്പ് തുടങ്ങേണ്ട സമയം ആയിരുന്നു. ഞാൻ ഒന്ന് നടുനിവർത്തി, റൈസ് ബോളുകൾ ഒരുക്കാൻ കടയുടെ അകത്തേക്ക് നടന്നു.

* * *

ഒരു കൺവീനിയെൻസ് സ്റ്റോർ ജോലിക്കാരിയായി ഞാൻ പുനർജ്ജനിക്കുന്നതിന് മുമ്പുള്ള സമയം എന്റെ ഓർമ്മയിൽ അൽപ്പം അവ്യക്തമാണ്. ഞാൻ ഒരു സാധാരണ കുടുംബ ത്തിലാണ് ജനിച്ചത്, നഗരപരിസരവാസ മേഖലയിലെ ഒരു വീട്ടിൽ സ്നേഹത്തോടെ വളർന്നു. പക്ഷേ എല്ലാവരും കരുതിയത് ഞാനൊരു വിചിത്രയായ കുട്ടിയാണെന്നാണ്. ഒരു സംഭവം പറയാം.

നഴ്സറി സ്കൂളിൽ പഠിച്ചിരുന്ന കാലത്ത്, പാർക്കിൽ ഞാൻ ഒരു ചെറുതും നീല നിറമുള്ളതുമായ പക്ഷിയെ കണ്ടു. അത് ചത്തുപോയി രുന്നു. കഴുത്ത് വളഞ്ഞ്, കണ്ണുകൾ അടച്ച നിലയിൽ കിടന്നിരുന്നു. അത് ആരുടെയെങ്കിലും വളർത്തുപക്ഷിയായിരിക്കാം. കുട്ടികൾ അതിന് ചുറ്റും കൂടി നിന്നു കരയുകയായിരുന്നു. ഒരു പെൺകുട്ടി അതിനെ നോക്കി ചോദിച്ചു : 'ഇതിനെ എന്ത് ചെയ്യാം?' അവൾ ചോദ്യം തീർക്കുംമുമ്പേ ഞാൻ ആ പക്ഷിയെ എടുത്ത്, പാർക്കിലെ ബെഞ്ചിൽ മറ്റ് അമ്മമാരുമായി സംസാരിച്ചുകൊണ്ടിരുന്ന എന്റെ അമ്മയുടെ അടുത്തേക്ക് ഓടി.

"എന്ത് പറ്റി, കെയ്ക്കോ? ഓ! ഒരു ചെറിയ പക്ഷിയാണല്ലോ, ഇത് എവിടെ നിന്നാണ് വന്നത്? അതിശയമായിരിക്കുന്നല്ലോ" അമ്മ എന്റെ തലമുടിയിൽ തലോടിക്കൊണ്ട് പതുക്കെ പറഞ്ഞു.

"ഇതിനെ നമുക്ക് കുഴിച്ചിടണോ?"

"നമുക്ക് ഇതിനെ കഴിക്കാം!" ഞാൻ പറഞ്ഞു.

"എന്ത്?"

"അച്ഛന് യാകിറ്റോരി (ഗ്രിൽഡ് ചിക്കൻ) ഇഷ്ടമാണല്ലോ? നമുക്ക് ഇത് ഗ്രില്ല് ചെയ്ത് അത്താഴത്തിന് കഴിക്കാം!"

അമ്മ ഞെട്ടലോടെ എന്നെ നോക്കി. അമ്മ ശരിയായി

കേട്ടിട്ടുണ്ടാവില്ലെന്ന് കരുതി ഞാൻ പറഞ്ഞത് ആവർത്തിച്ചു. ഇത്തവണ എന്റെ വാക്കുകൾ കൂടുതൽ വ്യക്തമായിരുന്നു. അമ്മയുടെ അടുത്ത് ഇരിക്കുന്ന മറ്റൊരു കുട്ടിയുടെ അമ്മ എന്റെ നേരെ തിരിഞ്ഞു. അവരുടെ കണ്ണുകളും മൂക്കും വായും വൃത്താകൃതിയിൽ തുറന്നിരുന്നു. അവരെ കണ്ടതും ഞാൻ പൊട്ടിച്ചിരിച്ചു. പക്ഷേ, അമ്മ അപ്പോഴും എന്റെ കൈയിലുള്ള പക്ഷിയെ തുറിച്ചു നോക്കുന്നത് ഞാൻ കണ്ടു. ഇത്തരം ഒരു ചെറിയ പക്ഷികളിൽ ഒന്നിനെക്കൊണ്ട് ഡാഡിക്ക് മതിയാകില്ലെന്ന് എനിക്ക് അപ്പോഴാണ് തോന്നിയത്.

"കുറച്ച് കിളികളെ കൂടി കിട്ടുമോന്ന് ഞാനൊന്ന് നോക്കട്ടെ?" ചുറ്റും പരതി നടക്കുന്ന മറ്റു രണ്ടോ മൂന്നോ പക്ഷികളെ നോക്കി ഞാൻ പറഞ്ഞു.

"കെയ്ക്കോ!" അമ്മ ഉച്ചത്തിൽ വിളിച്ചു. ഒടുവിൽ സമചിത്തതയോടെ അവർ പറഞ്ഞു.

"നമുക്ക് മിസ്റ്റർ ബഡ്ജിക്ക് ഒരു കുഴിമാടം ഉണ്ടാക്കി അവനെ അടക്കം ചെയ്യാം. നോക്കൂ, എല്ലാവരും കരയുന്നു. അവന്റെ സുഹൃത്തുക്കൾ അവൻ മരിച്ചതിൽ ദുഃഖിച്ചിരിക്കണം. പാവം കുഞ്ഞു പക്ഷി!"

"പക്ഷേ, അത് *ചത്തുപോയല്ലോ?* ഇനി നമുക്ക് അതിനെ കഴിക്കാം!"

എന്റെ അമ്മയ്ക്ക് ഒന്നും പറയാനില്ലായിരുന്നു, പക്ഷേ എന്റെ മാതാപിതാക്കളും ചെറിയ സഹോദരിയും തീൻമേശയിൽ സന്തോഷത്തോടെ ഇരിക്കുന്ന കാഴ്ച എന്നിൽ സന്തോഷം ഉണ്ടാക്കി. യാകിറ്റോരി എത്ര രുചികരമാണെന്ന് അച്ഛൻ എപ്പോഴും പറയാറുണ്ടായിരുന്നു. അത് ഗ്രിൽ ചെയ്ത പക്ഷി അല്ലെങ്കിൽ പിന്നെ എന്തായിരുന്നു? അത് പാർക്കിൽ ധാരാളം ഉണ്ടായിരുന്നു, അതിനാൽ ഞങ്ങൾ ചെയ്യേണ്ടത് കുറച്ച് പക്ഷികളെ പിടിച്ച് വീട്ടിലേക്ക് കൊണ്ടുപോകുക എന്നതാണ്. പക്ഷിയെ തിന്നുന്ന തിനുപകരം എന്തിന് കുഴിച്ചിടണം എന്നതായിരുന്നു എനിക്ക് മനസ്സിലാകാഞ്ഞത്.

"നോക്കൂ മിസ്റ്റർ ബഡ്ജി കാണാൻ എത്ര സുന്ദരമാണ്!" അമ്മ ആത്മാർത്ഥമായി പറഞ്ഞു.

"നമുക്ക് അവനായി അവിടെ ഒരു കുഴി ഉണ്ടാക്കാം, എല്ലാവർക്കും അതിൽ പൂക്കൾ ഇടാം."

അതുതന്നെയാണ് പിന്നീട് ഞങ്ങൾ ചെയ്തത്. എല്ലാവരും ആ പാവം ചത്ത പക്ഷിയെ ഓർത്ത് കരയുകയായിരുന്നു. 'എന്തൊരു മനോഹരമായ പൂക്കൾ! മിസ്റ്റർ ബഡ്ജി തീർച്ചയായും സന്തോഷിക്കുകയായിരിക്കും' എന്ന് പറഞ്ഞ് കൊണ്ട് പൂക്കളെ ഞെരിക്കുകയും തണ്ടുകൾ ഒടിക്കുകയും ചെയ്തു. എനിക്ക് അവരെല്ലാവരും വളരെ വിചിത്രമായി തോന്നി. അവരൊക്കെ മറ്റെന്തോ മാനസിക നിലയുള്ളവരാണെന്ന് എനിക്ക് തോന്നി.

'വെളിയിൽ നിൽക്കുക' എന്നെഴുതിയ വേലിയുടെ മറുവശത്ത് കുഴിച്ച കുഴിയിൽ ഞങ്ങൾ പക്ഷിയെ അടക്കം ചെയ്തു. അതിന് മുകളിൽ പുഷ്പങ്ങൾ വച്ചു. ആരോ അടയാളപ്പെടുത്തലായി ഉപയോഗിക്കാൻ ചവറ്റുകൊട്ടയിൽ നിന്ന് ഒരു കോൽഐസിന്റെ കമ്പ് കൊണ്ടുവന്നുവച്ചു.

"പാവം കുഞ്ഞു പക്ഷി. ഇത് വളരെ സങ്കടകരമാണ്, അല്ലേ കെയ്ക്കോ?" എന്നെ ബോധ്യപ്പെടുത്താൻ ശ്രമിക്കുന്നതുപോലെ അമ്മ പതുക്കെ പറഞ്ഞു. പക്ഷേ എനിക്ക് അതെന്തോ ഒരു സങ്കടമായി തോന്നിയില്ല.

ഇതിന് സമാനമായ മറ്റു പല സംഭവങ്ങളും പിന്നീട് ഉണ്ടായി. പ്രൈമറി സ്കൂൾ തുടങ്ങിയ ഉടൻ തന്നെ, ഇടവേള സമയത്ത് ചില ആൺകുട്ടികൾ വഴക്കുണ്ടാക്കിയപ്പോൾ വലിയ ബഹളവും ഉണ്ടായി.

മറ്റ് കുട്ടികൾ "അധ്യാപകനെ വിളിക്കൂ!" എന്ന് ഉറക്കെ വിളിച്ചു. "ആരെങ്കിലും അവരെ തടയൂ!" അങ്ങനെ ഞാൻ ടൂൾ ഷെഡിലേക്ക് പോയി, ഒരു പാര എടുത്ത്, അനിയന്ത്രിതരായ ആൺകുട്ടികളുടെ അടുത്തേക്ക് ഓടി. അവരിൽ ഒരാളെ തലയിൽ അടിച്ചു. തലയോട്ടിയിൽ പാര തട്ടി ആ കുട്ടി വീണപ്പോൾ എല്ലാവരും നിലവിളിക്കാൻ തുടങ്ങി. അവൻ ചലനമറ്റപ്പോൾ എന്റെ ശ്രദ്ധ മറ്റൊരു കുട്ടിയുടെ നേർക്ക് തിരിഞ്ഞു. ഞാൻ പാര വീണ്ടും ഉയർത്തി.

"കീക്കോ-ചാൻ, നിർത്തൂ! ദയവായി നിർത്തൂ!" പെൺകുട്ടികൾ കരഞ്ഞുകൊണ്ട് നിലവിളിച്ചു.

അവിടേക്ക് ഓടി വന്ന, അദ്ധ്യാപകർ അസ്വസ്ഥമായി പ്രതികരിച്ചു. അവർ എന്നോട് അതിന്റെ വിശദീകരണം ആവശ്യപ്പെട്ടു.

"എല്ലാവരും അവരെ തടയണമെന്ന് പറഞ്ഞു. അതിനാലാണ് ഞാൻ അത് ചെയ്തത്."

അധ്യാപകർ ആശയക്കുഴപ്പത്തിൽ പറഞ്ഞു : “അക്രമം തെറ്റാണ്.”

“എല്ലാവരും യമസാക്കി-കുനും ഓക്കി-കുനും തമ്മിലുള്ള പോരാട്ടം നിർത്താൻ ആവശ്യപ്പെട്ടല്ലോ! അതിനുള്ള ഏറ്റവും വേഗമേറിയ മാർഗ്ഗം ഇതായിരിക്കുമെന്നു ഞാൻ കരുതി,” ഞാൻ ക്ഷമയോടെ വിശദീകരിച്ചു. അവർ എന്തിനാണ് ഇത്ര ദേഷ്യപ്പെട്ടത്? അതെനിക്ക് മനസ്സിലായില്ല.

അധ്യാപകയോഗം ചേർന്നു, എന്റെ അമ്മയെ സ്കൂളിലേക്ക് വിളിച്ചു. അമ്മ ടീച്ചർമാരെ വണങ്ങി, ക്ഷമാപണം നടത്തി. അമ്മയുടെ മുഖം അതീവ ഗൗരവം നിറഞ്ഞതായിരുന്നു. അപ്പോൾ എനിക്ക് മനസ്സിലായി ചെയ്യാൻ പാടില്ലാത്തതാണ് ഞാൻ ചെയ്തതെന്ന്. പക്ഷേ, അത് എന്തുകൊണ്ടാണെന്ന് മാത്രം എനിക്ക് ഇപ്പോഴും മനസ്സിലായിട്ടില്ല.

അതേപോലെ മറ്റൊരു സംഭവം, ഒരിക്കൽ ഞങ്ങളുടെ യുവ ക്ലാസ് ടീച്ചർ ഉന്മാദാവസ്ഥയിലായി ഹാജർ രജിസ്റ്റർ മേശയിൽ അടിച്ചു നിലവിളിക്കാൻ തുടങ്ങി, ഇതുകണ്ട ക്ലാസിലെ എല്ലാവരും കരയാൻ തുടങ്ങി. “ക്ഷമിക്കണം, മിസ്!”, “ദയവായി നിർത്തു, മിസ്!” എന്നിങ്ങനെ എല്ലാവരും അപേക്ഷിച്ചിട്ടും അവർ ശാന്തയായില്ല. അവരെ സമാധാനിപ്പിക്കാൻ വേണ്ടി ഞാൻ ഓടിച്ചെന്ന് അവരുടെ പാവാടയും ഷോർട്സും താഴേക്ക് വലിച്ചു. അവർ ഞെട്ടിപ്പോയി, അവർ പൊട്ടിക്കരഞ്ഞു, പക്ഷേ കുറഞ്ഞപക്ഷം അവർ ശാന്തയായി.

അടുത്ത ക്ലാസ്സിലെ ടീച്ചർ ഓടി വന്ന്, “എന്താണ് സംഭവിച്ചത്?” എന്ന് എന്നോട് ചോദിച്ചു, ഒരു പ്രായപൂർത്തിയായ സ്ത്രീ അതീവ ഉത്കണ്ഠയിലായിരുന്നപ്പോൾ, ആരോ അവളുടെ വസ്ത്രങ്ങൾ നീക്കം ചെയ്തതിനു ശേഷം അവൾ ശാന്തയായതായി ഒരിക്കൽ ടിവിയിൽ കണ്ടിരുന്നു എന്ന് ഞാൻ വിശദീകരിച്ചു. പക്ഷേ അതിന്റെ ഫലമായി അവർ വീണ്ടും ഒരു അധ്യാപകയോഗം ചേർന്ന് എന്റെ അമ്മയെ വീണ്ടും സ്കൂളിലേക്ക് വിളിപ്പിക്കുകയും ചെയ്തു.

“എന്തുകൊണ്ടാണ് നിനക്ക് ഇതൊന്നും മനസ്സിലാക്കാൻ കഴിയാത്തതെന്ന് ഞാൻ അത്ഭുതപ്പെടുന്നു, കെയ്ക്കോ...” വീട്ടിലേക്കുള്ള വഴിയിൽ നടക്കുമ്പോൾ അമ്മ നിസ്സഹായയായി പിറുപിറുത്തു. അമ്മ എന്നെ ആലിംഗനം ചെയ്തു. അപ്പോൾ ഞാൻ

വീണ്ടും എന്തോ തെറ്റ് ചെയ്തതായി തോന്നി. പക്ഷേ അപ്പോഴും യഥാർത്ഥത്തിൽ എന്റെ ജീവിതത്തിലെ പ്രശ്നമെന്താണെന്ന് എനിക്ക് മനസ്സിലാക്കാൻ കഴിഞ്ഞില്ല.

എന്നെ എന്ത് ചെയ്യണമെന്ന് എന്റെ മാതാപിതാക്കൾക്ക് ആശയക്കുഴപ്പമുണ്ടായി, എന്നിരുന്നാലും, അവർ എപ്പോഴുമുണ്ടായിരുന്ന അതേ വാത്സല്യത്തോടെ എന്നോട് പെരുമാറി. ഞാൻ ഒരിക്കലും അവരെ സങ്കടപ്പെടുത്താനോ, ഞാൻ ചെയ്ത കാര്യങ്ങൾക്ക് ക്ഷമാപണം നടത്താനോ ഉദ്ദേശിച്ചില്ല. അതിനാൽ വീട്ടിന് പുറത്തുള്ള ലോകത്തിൽ ഞാൻ കഴിയുന്നത്ര വായ അടച്ചിരിക്കാൻ തീരുമാനിച്ചു. ഇനി ഞാൻ എന്റെ ഇഷ്ടാനുസരണം ഒന്നും ചെയ്യില്ല; പകരം, എല്ലാവരും ചെയ്യുന്നത് അനുകരിക്കുകയോ, അല്ലെങ്കിൽ നിർദ്ദേശങ്ങൾ പാലിക്കുകയോ ചെയ്യും.

ഇതിനുശേഷം, ഞാൻ ആവശ്യത്തിലധികം ഒരു വാക്കുപോലും പറയുകയോ സ്വന്തമായി മുൻകൈയ്യെടുത്ത് പ്രവർത്തിക്കുകയോ ചെയ്യാതിരുന്നപ്പോൾ മുതിർന്നവർക്ക് ആശ്വാസം തോന്നി. പക്ഷേ പ്രായമായപ്പോൾ, ഞാൻ വളരെ നിശബ്ദയായി. പിന്നീട് അതൊരു പ്രശ്നമായി മാറി. എന്നെ സംബന്ധിച്ചിടത്തോളം, വായ അടച്ചിരിക്കുക എന്നത് ജീവിതത്തിൽ സ്വീകരിച്ച ഏറ്റവും വിവേകപൂർണ്ണമായ സമീപനമാണ്. "കൂടുതൽ സുഹൃത്തുക്കളെ ഉണ്ടാക്കണം", "പുറത്ത് ഇറങ്ങി കളിക്കണം" എന്നിങ്ങനെയുള്ള കാര്യങ്ങൾ എന്റെ അധ്യാപകർ സ്കൂൾ റിപ്പോർട്ടിൽ എഴുതിയപ്പോഴും, കൂടുതൽ ഒന്നും പറയാൻ ഞാൻ നിന്നില്ല.

എന്നെക്കാൾ രണ്ട് വയസ്സിന് ഇളയ എന്റെ അനുജത്തി ഒരു സാധാരണ കുട്ടിയായിരുന്നു. എന്നാലും അവൾ എന്നെ ഒഴിവാക്കാൻ ശ്രമിച്ചില്ല; മറിച്ച് അവൾ എന്നെ ആരാധിക്കുകയായിരുന്നു. എന്നെപ്പോലെയല്ല എല്ലാവരും അവളെ കണ്ടത്. ചെറിയ കാര്യങ്ങൾക്കുപോലും അമ്മ അവളെ എപ്പോഴും കുറ്റപ്പെടുത്തുമായിരുന്നു. അങ്ങനെ ഉണ്ടാകുമ്പോഴെല്ലാം ഞാൻ അമ്മയുടെ അടുത്ത് ചെന്ന് എന്തിനാണ് ഇത്ര ദേഷ്യപ്പെടുന്നതെന്ന് ചോദിക്കുമായിരുന്നു. അത് പൊതുവെ ഒരു പ്രഭാഷണത്തിലാണ് അവസാനിക്കാറുള്ളത്, ഞാൻ അവളെ സംരക്ഷിക്കുകയാണെന്നതുപോലെ എന്റെ സഹോദരി എപ്പോഴും ഇതിന് എന്നോട് നന്ദി പറയാറുണ്ട്. മധുരപലഹാരങ്ങളോടും കളിപ്പാട്ട

ങ്ങളോടും എനിക്ക് അത്ര താൽപ്പര്യമില്ലായിരുന്നു. അതുകൊണ്ട് അതൊക്കെപലപ്പോഴുംഅവൾക്കാണ്നൽകാറുള്ളത്.അതിനാൽ അവൾ എപ്പോഴും എന്നെ ചുറ്റിപ്പറ്റി നടന്നുകൊണ്ടേയിരുന്നു.

എന്റെ കുടുംബം എപ്പോഴും എന്നെ സ്നേഹിക്കുകയും ചേർത്തു നിർത്തുകയും ചെയ്തിരുന്നു. അതുകൊണ്ടാണ് അവർ എനിക്ക് എന്തെങ്കിലും പ്രശ്നമുണ്ടാകാമെന്ന് ആശങ്കപ്പെടുകയും അതിന് പരിഹാരം കാണാൻ ശ്രമിക്കുകയും ചെയ്തത്. എങ്ങനെ എന്നെ സഹായിക്കാമെന്ന എന്റെ മാതാപിതാക്കളുടെ സംസാരം ഞാൻ കേട്ടതായി ഇപ്പോഴും ഓർക്കുന്നു.

ഒരിക്കൽ, ഒരു തെറാപ്പിസ്റ്റിനെ കാണാൻ അച്ഛൻ എന്നെ കുറച്ച് ദൂരത്തുള്ള മറ്റൊരു നഗരത്തിലേക്ക് കൊണ്ടുപോയി. വീട്ടിൽ എന്തോ പ്രശ്നമുണ്ടെന്ന് തെറാപ്പിസ്റ്റ് ഉടൻ തന്നെ കരുതി, പക്ഷേ വാസ്തവത്തിൽ അങ്ങനെയൊന്നുമില്ല. എന്റെ അച്ഛൻ സൗമ്യനും സ്ഥിരതയുള്ള ഒരു ബാങ്ക് ഉദ്യോഗസ്ഥനായിരുന്നു. അമ്മ അൽപ്പം ഭീരുവാണെങ്കിലും ദയയുള്ളവളായിരുന്നു. എന്റെ ചെറിയസഹോദരിഎന്നെശരിക്കുംഇഷ്ടപ്പെട്ടിരുന്നു."തൽക്കാലം അവളെ വാത്സല്യത്തോടെ നോക്കൂ, കാര്യങ്ങൾ എങ്ങനെ പോകുന്നുവെന്ന് നോക്കാം" എന്ന നിഷ്കളങ്കമായ ഉപസംഹാര മായിരുന്നു തെറാപ്പിസ്റ്റ് നടത്തിയത്. അതിനാൽ എന്റെ മാതാ പിതാക്കൾ എന്നെ സ്നേഹനിർഭരമായ കരുതലോടെ വളർത്തി.

സ്കൂളിൽ എനിക്ക് സുഹൃത്തുക്കളെ കിട്ടിയില്ല, പക്ഷേ ആരും എന്നെ പ്രത്യേകിച്ച് കളിയാക്കുകയോ ഭീഷണിപ്പെടുത്തുകയോ ചെയ്തില്ല, അനാവശ്യമായ ഒരു വാക്കുപോലും പറയാതെ ഞാൻ പ്രാഥമിക സ്കൂളും ഹൈസ്കൂളും വിദ്യാലയവും പൂർത്തിയാക്കി.

ഹൈസ്കൂൾ കഴിഞ്ഞ് ബിരുദം നേടി സർവ്വകലാശാലയിൽ പോയതിനു ശേഷവും ഞാൻ മാറിയില്ല. ഞാൻ അടിസ്ഥാന പരമായി എന്റെ ഒഴിവുസമയം ഒറ്റയ്ക്കായിരുന്നു ചെലവഴിച്ചത്; ആരോടും വ്യക്തിപരമായി സംസാരിച്ചിരുന്നില്ല. പ്രൈമറി സ്കൂളിൽ ഞാൻ വരുത്തിയ പ്രശ്നങ്ങൾ ഒരിക്കലും ആവർത്തിച്ചില്ല, പക്ഷേ യഥാർത്ഥ ലോകത്ത് ഞാൻ അതിജീവിക്കില്ലെന്ന് എന്റെ മാതാപിതാക്കൾ ആശങ്കാകുലരായിരുന്നു. അങ്ങനെ, എല്ലാം ശരിയാകുമെന്ന് വിശ്വസിച്ച്, ഞാൻ യൗവ്വനത്തിലേക്ക് കടന്നു.

* * *

ഹൈറോമാച്ചി സ്റ്റേഷന് പുറത്തുള്ള സ്മൈൽ മാർട്ട് തുറന്നു, അത് 1998 മെയ് 1-ന്, ഞാൻ യൂണിവേഴ്സിറ്റി പഠനം ആരംഭിച്ചതിന് തൊട്ടുപിന്നാലെയായിരുന്നു.

ഇതുവരെ തുറക്കാത്ത ആ കടയിൽ ഞാൻ ആദ്യമായി എത്തിയ നിമിഷം എനിക്ക് ഇപ്പോഴും വ്യക്തമായി ഓർമ്മയുണ്ട്. "നോഹ്" എന്ന നാടകം കാണാനായിരുന്നു ഞാൻ അവിടെ പോയത്. അതെന്റെ കോഴ്സ്‌വർക്കിന്റെ ഭാഗമായുള്ള സന്ദർശനമായിരുന്നു, അവിടെ നിന്ന് മടങ്ങുമ്പോൾ സുഹൃത്തുക്കളൊന്നും കൂടെയില്ലാതിരുന്നതിനാൽ ഞാൻ ഒറ്റയ്ക്ക് വീട്ടിലേക്ക് പോകുമ്പോൾ പലപ്പോഴും എനിക്ക് വഴി തെറ്റാറുണ്ട്, ഞാൻ തീർത്തും അപരിചിതമായ ഓഫീസ് മേഖലയിൽ എത്തിപ്പെട്ടു, പൂർണ്ണമായും വഴിതെറ്റിയ പോലെ തോന്നി.

പെട്ടെന്ന് വിജനമായ ഒരു മരുഭൂമിയിൽ ഞാൻ ഒറ്റപ്പെട്ടുപോയതായിട്ടാണ് എനിക്ക് തോന്നിയത്. മനോഹരമായ വെളുത്ത കെട്ടിടങ്ങളുടെ ലോകത്തും പേപ്പർ മോഡലുകളുടെ കൃത്രിമ ദൃശ്യങ്ങളിലും ഞാൻ ഒറ്റപ്പെട്ടു തന്നെയിരുന്നു. ഞായറാഴ്ചകളിൽ ഉച്ചകഴിഞ്ഞാൽ ഞാൻ അല്ലാതെ തെരുവിൽ മറ്റാരും ഉണ്ടാകാറില്ലായിരുന്നു. അതൊരു പ്രേതനഗരം പോലെയായിരുന്നു.

മറ്റൊരുതലത്തിലേക്ക് ചുവടുവെച്ചതുപോലെയുള്ള അനുഭൂതിയിൽ ഞാൻ വഴികളിലൂടെ അതിവേഗം മെട്രോ സ്റ്റേഷൻ തേടി നടന്നു. അവസാനം ഞാൻ ഒരു ബോർഡ് കണ്ടപ്പോൾ ആശ്വാസം തോന്നി, അക്വേറിയം പോലെയുള്ള ശുദ്ധമായ ഒരു വെളുത്ത കെട്ടിടത്തിന്റെ താഴത്തെ നില കണ്ടപ്പോൾ ഞാൻ അതിലേക്ക് ഓടിക്കയറി.

'ഹിരോമാച്ചി സ്റ്റേഷൻ സ്മൈൽ മാർട്ട്—ഉടൻ തുറക്കും! ജീവനക്കാരെ ആവശ്യമുണ്ട്' എന്ന അറിയിപ്പ് ഒഴികെ, ഗ്ലാസ് വിൻഡോയിൽ മറ്റൊരു അടയാളമോ ഒന്നുംതന്നെ ഉണ്ടായിരുന്നില്ല. ഞാൻ ഭയത്തോടെ ഗ്ലാസ്സിലൂടെ കണ്ണോടിച്ചു. അവിടെ ആരും ഉണ്ടായിരുന്നില്ല, ഭിത്തികളിൽ പ്ലാസ്റ്റിക് കവറുകളും ശൂന്യമായ വെള്ള ഷെൽഫുകളുടെ നിരകളും കൊണ്ട് ആ കട അപ്പോഴും നിർമ്മാണഘട്ടത്തിലാണ്. ഈ ഒഴിഞ്ഞ സ്ഥലം ഉടൻ ഒരു കൺവീനിയൻസ് സ്റ്റോർ ആകുമെന്ന് എനിക്ക് വിശ്വസിക്കാൻ പോലും ബുദ്ധിമുട്ടായിരുന്നു.

എനിക്ക് വീട്ടിൽ നിന്ന് ലഭിച്ചിരുന്ന അലവൻസ് മതിയായിരുന്നു ജീവിതം നയിക്കാൻ, എന്നിട്ടും എനിക്ക് പാർട്ട് ടൈം ജോലിയിൽ താൽപ്പര്യമുണ്ടായിരുന്നു. ഞാൻ നോട്ടീസിലുണ്ടായിരുന്ന ഫോൺ നമ്പർ കുറിച്ചുവെച്ചു, വീട്ടിലേക്ക് പോയി അടുത്ത ദിവസം അതിൽ വിളിച്ചു. ചെറിയൊരു അഭിമുഖത്തിനുശേഷം, എനിക്ക് അവിടെ തന്നെ ജോലി ലഭിച്ചു.

അടുത്ത ആഴ്ച പരിശീലനം ആരംഭിക്കുമെന്ന് അവർ എന്നോട് പറഞ്ഞു, നിശ്ചയിച്ച സമയത്ത് ഞാൻ കടയിലേക്ക് പോയപ്പോൾ, കുറച്ച് സ്റ്റേഷനറി സാധനങ്ങളും തുവാലകളും മറ്റ് സാധനസാമഗ്രികളും വൃത്തിയായി പ്രദർശിപ്പിച്ചിരിക്കുന്ന ഭാഗികമായി മാത്രം സാധനങ്ങൾ നിറച്ച ഒരു കൺവീനിയൻസ് സ്റ്റോർ ആയിരുന്നു ഞാൻ അവിടെ കണ്ടത്.

അകത്ത് മറ്റ് ചില പുതിയ ജോലിക്കാരും ഉണ്ടായിരുന്നു : എന്നെപ്പോലെ ഒരു വിദ്യാർത്ഥിനിയെന്ന് തോന്നുന്ന ഒരു പെൺകുട്ടി, ഒരു സാധാരണ ജോലിക്കാരനെപ്പോലെ തോന്നിക്കുന്ന ഒരു യുവാവ്, അൽപ്പം പ്രായമുള്ള ഒരു സ്ത്രീ, ഒരു പക്ഷേ ഒരു വീട്ടമ്മയാകാം. എല്ലാ പ്രായത്തിലും വ്യത്യസ്തമായി കാണപ്പെടുന്ന പതിനഞ്ച് ആളുകൾ ആ കടയെ ഒന്നാകെ വിചിത്രമാക്കി തീർത്തു.

ഒടുവിൽ പ്രധാന ഓഫീസിൽ നിന്നുള്ള പരിശീലകൻ എത്തി എല്ലാവർക്കും യൂണിഫോം നൽകി. ഭിത്തിയിൽ ഒട്ടിച്ചിരിക്കുന്ന ചെക്ക്‌ലിസ്റ്റ് അനുസരിച്ച് ഞാൻ എന്റേത് ധരിച്ചു. നീണ്ട മുടിയുള്ള ഞങ്ങളിൽ ചിലർ മുടി പിന്നിലേക്ക് കെട്ടി, നിർദ്ദേശിച്ചതുപോലെ വാച്ചുകളും മറ്റ് ആഭരണങ്ങളും അഴിച്ചുമാറ്റി കഴിഞ്ഞപ്പോൾ, ആ വൈവിധ്യമാർന്ന ആളുകൾ ഇപ്പോൾ കൺവീനിയൻസ് സ്റ്റോർ ജീവനക്കാരെപ്പോലെയായിരുന്നു.

ആദ്യം ഞങ്ങൾ സ്റ്റോറിൽ ഉപയോഗിക്കേണ്ട വിവിധ വാക്യങ്ങൾ പരിശീലിച്ചു. അതിനായി തോളോട് തോൾ ചേർന്ന് വരിവരിയായി നിന്നു, ഞങ്ങളുടെ പുറം നിവർത്തി പിടിച്ചു കൊണ്ട്, പരിശീലന പോസ്റ്ററിലെ പുഞ്ചിരിക്കുന്ന മുഖവുമായി പൊരുത്തപ്പെടുന്നതിന് ഞങ്ങൾ വായയുടെ കോണുകൾ ഉയർത്തി പിടിച്ചു, അതിനുശേഷം ഓരോരുത്തരും തങ്ങളുടെ ഊഴമനുസരിച്ച് സ്റ്റോറിന്റെ സ്ഥിരമായ സ്വാഗതവാക്യം ഉച്ചരിച്ചു : "ഇറഷൈമാസേ!"

പുരുഷ പരിശീലകൻ ഞങ്ങളെ ഓരോരുത്തരെയും ശ്രദ്ധയോടെ വിശദമായി വിലയിരുത്തി, ആരുടെയെങ്കിലും ശബ്ദം തീരെ കുറവായിരുന്നാൽ, അല്ലെങ്കിൽ മുഖഭാവം വളരെ കട്ടപ്പമായിരുന്നാൽ, വീണ്ടും പരിശീലിക്കാൻ നിർദ്ദേശിച്ചു. “മിസ് ഒകമോട്ടോ, ലജ്ജിക്കേണ്ട കാര്യമില്ല. പുഞ്ചിരിക്കൂ! മിസ്റ്റർ ഐസാക്കി, അൽപ്പം ശബ്ദം ഉയർത്തി സംസാരിക്കൂ! വീണ്ടും ശ്രമിക്കൂ. മിസ് ഫുരുകറ, അത് മികച്ചതാണല്ലോ. ഉത്സാഹത്തോടെയും ആത്മവിശ്വാസത്തോടെയും അങ്ങനെ തന്നെ തുടരൂ!”

പരിശീലകന്റെ ഉദാഹരണങ്ങളും, പിന്നിലെ മുറിയിൽ അദ്ദേഹം ഞങ്ങൾക്ക് കാണിച്ച മോഡൽ വീഡിയോയും അനുകരിക്കുന്നതിൽ ഞാൻ മിടുക്കിയായിരുന്നു. ഒരു സാധാരണ മുഖഭാവവും സംസാരരീതിയും എങ്ങനെ കൈവരിക്കാമെന്ന് ആരെങ്കിലും എന്നെ പഠിപ്പിച്ചത് അന്ന് അതാദ്യമായിരുന്നു.

കട തുറക്കുന്നതിന് മുൻപുള്ള രണ്ട് ആഴ്ചകളോളം, ഉപഭോക്താക്കളുമായി ഇടപഴകുന്നതിനായി ഞങ്ങൾ ജോഡികളായി ഉപഭോക്താക്കളെ നേരിടുന്ന രംഗങ്ങൾ അഭിനയിച്ച് പരിശീലിക്കുകയും ചെയ്തു. ഉപഭോക്താവിന്റെ കണ്ണിൽ നോക്കുക, പുഞ്ചിരിക്കുകയും വന്ദനം ചെയ്യുകയും ചെയ്യുന്നത് മുതൽ, ഹോട്ട്-ഫുഡ് കാബിനറ്റിൽ നിന്നുള്ള ഇനങ്ങൾ കൈകാര്യം ചെയ്യുന്നതിന് മുൻപ് അണുനാശിനി ഉപയോഗിച്ച് കൈകൾ വൃത്തിയാക്കുക, ചൂടുള്ളതും തണുത്തതുമായ ഇനങ്ങൾ വെവ്വേറെ ബാഗുകളിലും സാനിറ്ററി ഉൽപ്പന്നങ്ങൾ പേപ്പർ ബാഗുകളിലും ഇടുക എന്നിവ ഞങ്ങൾ പരിശീലിച്ചു. ഇതിനൊക്കെയുള്ള പണം യഥാർത്ഥമായതിനാൽ ഞങ്ങൾ അത് കൈകാര്യം ചെയ്യാൻ ശീലിച്ചു, പക്ഷേ രസീതുകളിൽ വലിയ അക്ഷരത്തിൽ “പരിശീലനം” എന്ന് എഴുതിയിരുന്നു, കൂടാതെ ഞങ്ങളുടെ “ഉപഭോക്താക്കൾ” ഞങ്ങളോടൊപ്പം യൂണിഫോം ധരിച്ച സഹപ്രവർത്തകരായിരുന്നു, അതിനാൽ അത് കടയിൽ കളിക്കുന്നത് പോലെയായിരുന്നു.

എല്ലാത്തരം ആളുകളും – സർവ്വകലാശാലയിലെ വിദ്യാർത്ഥികളും ആൺകുട്ടികളും മുതൽ ബാൻഡിൽ പാടുന്നവർ, ജോലി മാറി മാറി ചെയ്യുന്നവർ, വീട്ടമ്മമാർ, രാത്രി സ്കൂളിൽ ഹൈസ്കൂൾ ഡിപ്ലോമയ്ക്ക് പഠിക്കുന്ന കുട്ടികൾ വരെ – ഒരേ യൂണിഫോം ധരിച്ച് ഒരു കൺവീനിയെൻസ് സ്റ്റോർ തൊഴിലാളിയെന്നറിയപ്പെടുന്ന ഏകരൂപത്തിലേക്ക് മാറുന്നത് കാണാൻ രസകരമായിരുന്നു.

അന്നത്തെ പരിശീലനം കഴിഞ്ഞപ്പോൾ എല്ലാവരും യൂണിഫോം അഴിച്ചുമാറ്റി തങ്ങളുടെ യഥാർത്ഥ അവസ്ഥയിലേക്ക് മടങ്ങി. അത് മറ്റൊരു ജീവിയാകാൻ വേഷം മാറുന്നതുപോലെയായിരുന്നു.

രണ്ടാഴ്ചത്തെ പരിശീലനത്തിന് ശേഷം, ഒടുവിൽ കട ഉദ്ഘാടന ദിവസം വന്നുചേർന്നു. രാവിലെ ഞാൻ കടയിൽ എത്തിയപ്പോൾ ശൂന്യമായിരുന്ന വെള്ള ഷെൽഫുകൾ പൂർണ്ണമായി സംഭരിച്ചിരിക്കുന്നതും അതിനകത്ത് തിങ്ങിനിറച്ച ഇനങ്ങൾ എന്തുകൊണ്ടോ യഥാർത്ഥമല്ലാത്തതുപോലെയും തോന്നി.

ഒടുവിൽ, സമയമായി. വാതിലുകൾ തുറന്നപ്പോൾ, ഞാൻ മനസ്സിൽ കരുതി, “ഇതാണ് യഥാർത്ഥ കാര്യം.” പരിശീലന സമയത്ത് കാണിക്കുന്ന കൃത്രിമ ഉപഭോക്താക്കളല്ല, യഥാർത്ഥ ഉപഭോക്താക്കളാണ്. അതും എല്ലാത്തരം ആളുകളും ഉണ്ടായിരുന്നു. ഇത് ഒരു ഓഫീസ് മേഖലയായതിനാൽ, ബിസിനെസ്സ് സ്യൂട്ടുകളിലോ യൂണിഫോമുകളിലോ ആയിരിക്കും ഞങ്ങളുടെ എല്ലാ ഉപഭോക്താക്കളും എന്നൊരു ചിത്രമാണ് എനിക്കുണ്ടായിരുന്നത്, പക്ഷേ പുറത്ത് കാത്തുനിന്നിരുന്നവർ ഒരു കൂട്ടം പ്രദേശവാസികളാണെന്ന് തോന്നുന്നു. വടിയുമായി നടക്കുന്ന ഒരു പ്രായമായ ഉയരം കുറഞ്ഞ സ്ത്രീ ആദ്യം കടന്നുവന്നതിന് പിന്നാലെ റൈസ് ബോളുകൾക്കും ലഞ്ച് ബോക്സുകൾക്കുമുള്ള ഡിസ്കൗണ്ട് വൗച്ചറുകൾ മുറുകെ പിടിച്ചുകൊണ്ടുള്ള ഉപഭോക്താക്കളുടെ നീണ്ടൊരു പ്രവാഹം കടയിലേക്ക് ഒഴുകിയെത്തുന്നത് ഞാൻ അത്ഭുതത്തോടെ നോക്കി നിന്നു.

“ഹേയ്, മിസ് ഫുരുകറ, നമ്മുടെ ഉപഭോക്താക്കളെ അഭിവാദ്യം ചെയ്യാൻ മറക്കരുത്!” മാനേജർ എന്നെ പ്രോത്സാഹിപ്പിച്ചു.

“ഇറാഷൈമസേ!” ഞാൻ എന്നെത്തന്നെ ഒന്നുകൂടി മുറുക്കിപ്പിടിച്ചു “ഇന്ന് ഞങ്ങൾ കടയുടെ ഉദ്ഘാടനത്തെ ആഘോഷമാക്കാൻ ഒരു വിൽപ്പന നടത്തുകയാണ്. ദയവായി നിങ്ങൾക്ക് വേണ്ടത് തിരഞ്ഞെടുക്കൂ!”

ഞങ്ങളെ ഉപയോഗിക്കാൻ പഠിപ്പിച്ച നിശ്ചിത ശൈലികൾ പോലും സ്റ്റോറിൽ ഇപ്പോൾ ഉപഭോക്താക്കൾ ഉള്ളതിനാൽ തികച്ചും വ്യത്യസ്തമായി തോന്നുന്നു.

ഉപഭോക്താക്കൾ ഇത്രയും ഉച്ചത്തിൽ സംസാരിക്കുമെന്ന് എനിക്കറിയില്ലായിരുന്നു! കടയ്ക്ക് ചുറ്റും നടക്കുമ്പോൾ അവരുടെ കാൽപ്പാടുകൾ പ്രതിധ്വനിക്കുകയും ശബ്ദങ്ങൾ മുഴങ്ങുകയും ചെയ്തു,

പലഹാരപ്പൊതികൾ അവരുടെ ട്രോളികളിലേക്ക് വലിച്ചെറിയുമ്പോൾ ഉള്ള ശബ്ദവും, ശീതളപാനീയങ്ങൾ എടുക്കുമ്പോൾ റഫ്രിജറേറ്ററിന്റെ വാതിൽ തുറക്കുകയും അടയ്ക്കുകയും ചെയ്യുമ്പോളുള്ളത്, അങ്ങനെ ആ ഉയർന്ന ശബ്ദങ്ങളിൽ പരവശയായ ഞാൻ "ഇറാഷൈമസേ!" എന്ന് വീണ്ടും വീണ്ടും ഉച്ചത്തിൽ പറഞ്ഞുകൊണ്ടേയിരുന്നു.

കൃത്രിമമായി അടുക്കി വയ്ക്കപ്പെട്ട ഭക്ഷണത്തിന്റെയും പലഹാരങ്ങളുടെയും അടുക്കുകൾ ഉപഭോക്താക്കളുടെ കൈകാര്യം ചെയ്യലിന്റെ ഫലമായി ആകെ അലങ്കോലപ്പെട്ടു. സ്റ്റോറിന് ഒരു കൃത്രിമ ഭാവം രൂപപ്പെട്ടു, പക്ഷേ ഇപ്പോൾ അവരുടെ സ്പർശനത്തിൻ കീഴിൽ അത് കൃത്യത നേടി.

ക്യാഷ് രജിസ്റ്ററിനടുത്തേക്ക് ആദ്യമെത്തിയത് വാതിലിലൂടെ ആദ്യം വന്ന അതേ ചെറിയ വൃദ്ധയായിരുന്നു. അവർ ഒരു പേസ്ട്രീ ക്രീമും ഒരു സാൻഡ്‌വിച്ചും നിരവധി റൈസ് ബോളുകളും അടങ്ങിയ തന്റെ ബാസ്കറ്റ് കൗണ്ടറിൽ വെച്ചപ്പോൾ കടയുടെ നിർദ്ദേശ മാനുവലിലെ നിർദ്ദേശങ്ങൾ മനസ്സിൽ ഓർത്തുകൊണ്ടു പണം കൈകാര്യം ചെയ്യാൻ തയ്യാറായി ഞാൻ നിന്നു.

ആ വൃദ്ധ അടുത്തെത്തിയപ്പോൾ കൗണ്ടറിൽ പ്രവർത്തിച്ചിരുന്ന ജീവനക്കാരെല്ലാം അവിടേക്ക് ശ്രദ്ധിച്ചു. ആ വൃദ്ധയുടെ കണ്ണുകൾ എന്നിലേക്ക് നീണ്ടു, പരിശീലനത്തിൽ പഠിച്ച രീതിയിൽ ഞാൻ ആ വൃദ്ധയെ വണങ്ങി.

"ഇറാഷൈമസേ!" പരിശീലന വീഡിയോയിലെ സ്ത്രീയുടെ അതേ ശബ്ദതാളത്തിൽ ഞാൻ പറഞ്ഞു, ഞങ്ങളെ പഠിപ്പിച്ചതുപോലെതന്നെ, ബാസ്കറ്റ് എന്റെ നേരെ വലിച്ച് ഞാൻ ബാർകോഡുകൾ ഒന്നൊന്നായി സ്കാൻ ചെയ്യാൻ തുടങ്ങി. ഒരു പ്ലാസ്റ്റിക് ബാഗിൽ ഉൽപ്പന്നങ്ങൾ വേഗത്തിൽ വെച്ചുകൊണ്ട് മാനേജർ എന്റെ അരികിൽ നിന്നു.

"എപ്പോഴാണ് നിങ്ങൾ കട തുറക്കുന്നത്?" അവർ ചോദിച്ചു.

"ഉം, ഇന്ന് ഞങ്ങൾ പത്ത് മണിക്ക് തുറന്നു. ഇനി മുതൽ ഞങ്ങൾ എല്ലാ സമയത്തും തുറന്നിരിക്കും!"

പരിശീലനത്തിൽ ഞങ്ങൾ പരിശീലിച്ചിട്ടില്ലാത്ത ചോദ്യങ്ങൾക്ക് ഉത്തരം നൽകുന്നതിൽ ഞാൻ അപ്രാപ്തയാണെന്ന് ശ്രദ്ധിച്ച മാനേജർ ഉടൻ ഇടപെട്ട് പറഞ്ഞു : "ഇനി മുതൽ ഞങ്ങൾ

ഇരുപത്തിനാല് മണിക്കൂറും, ആഴ്ചയിൽ ഏഴ് ദിവസവും, വർഷം മുഴുവനും തുറന്നിരിക്കും. നിങ്ങളുടെ സൗകര്യത്തിന് ഇവിടെ വന്ന് ഷോപ്പിംഗ് ചെയ്യുക."

"അതേയോ, നിങ്ങൾ രാത്രിയിലും തുറന്നിരിക്കുമോ? പിന്നെ അതിരാവിലെയും?"

"അതെ," ഞാൻ തലയാട്ടിക്കൊണ്ട് അവരോട് പറഞ്ഞു.

"എത്ര സൗകര്യമാണിത്! ഈ ഇടുപ്പ് വേദനകൊണ്ട് നടക്കാൻ എനിക്ക് വളരെ ബുദ്ധിമുട്ടാണ്, കണ്ടോ. സൂപ്പർമാർക്കറ്റാണെങ്കിൽ വളരെ ദൂരെയും. അത് എനിക്ക് വളരെ ബുദ്ധിമുട്ടായിരുന്നു," അവൾ എന്നോട് ഒരു പുഞ്ചിരിയോടെ പറഞ്ഞു.

"അതെ, ഇനി മുതൽ ഞങ്ങൾ ഇരുപത്തിനാല് മണിക്കൂറും തുറന്നിരിക്കും. ദയവായി നിങ്ങളുടെ സൗകര്യത്തിനനുസരിച്ച് ഇവിടേക്ക് വന്നുകൊള്ളൂ," മാനേജർ ഉപയോഗിച്ച വാചകങ്ങൾ ആവർത്തിച്ചുകൊണ്ട് ഞാൻ പറഞ്ഞു.

"അത് വളരെ നന്നായി. ഇവിടെ ജോലി ചെയ്യുന്നവർക്ക് അത് ബുദ്ധിമുട്ടായിരിക്കും, എന്നിട്ടുപോലും?"

"നന്ദി!" മാനേജർ അഭിവാദ്യം ചെയ്ത രീതിയെ അനുകരിക്കും വണ്ണം ഞാനും പറഞ്ഞു.

ആ സ്ത്രീ ചിരിച്ചുകൊണ്ട് മറുപടി പറഞ്ഞു, "നന്ദി, ഞാൻ വീണ്ടും വരാം" തുടർന്ന് അവർ കൗണ്ടറിൽ നിന്ന് നടന്നു നീങ്ങി.

"നന്നായിരിക്കുന്നു, മിസ് ഫുരുകുറ," മാനേജർ എന്നോട് പറഞ്ഞു. നിങ്ങൾ പെരുമാറിയ രീതി വളരെ ഭംഗിയായിരുന്നു! ആദ്യമായിട്ടാണെങ്കിലും നിങ്ങൾ ശാന്തതയോടെ കാര്യങ്ങൾ കൈകാര്യം ചെയ്തു. ഇങ്ങനെ തന്നെ തുടരുക. ദേ നോക്കൂ, അടുത്ത കസ്റ്റമർ വന്നു!"

ഞാൻ ചുറ്റും നോക്കിയപ്പോൾ ഒരു മനുഷ്യൻ തന്റെ ബാസ്കറ്റിൽ വിലക്കിഴിവുള്ള ധാരാളം റൈസ് ബോളുകളുമായി വരുന്നത് കണ്ടു. "ഇറാഷൈമസേ!" ഞാൻ കൃത്യം പഴയ അതേ സ്വരത്തിൽ അഭിവാദ്യം ചെയ്തു, എന്നിട്ട് അയാളിൽ നിന്ന് ബാസ്കറ്റ് വാങ്ങി.

ആ നിമിഷം, ആദ്യമായി, ഞാൻ സമൂഹത്തിന്റെ യാന്ത്രികതയുടെ ഒരു ഭാഗമായെന്ന് എനിക്ക് തോന്നി. ഞാൻ പുനർജ്ജനിച്ചപോലെ ഒരു ചിന്ത എന്റെ മനസ്സിൽ നിറഞ്ഞു, ആ

ദിവസം ഞാൻ അങ്ങനെ സമൂഹത്തിന്റെ യാന്ത്രികതയുടെ ഒരു യന്ത്രപ്പല്ലായി മാറി!

* * *

ഹൈറോമാച്ചി സ്റ്റേഷൻ സ്മൈൽ മാർട്ട് എല്ലാ ദിവസവും തുറന്ന നിലയിലാണ്, അവിടുത്തെ വെളിച്ചങ്ങൾ ഒരു ഇടവേളയും കൂടാതെ ജ്വലിച്ചുകൊണ്ടേയിരുന്നു. ചിലപ്പോഴൊക്കെ എത്ര മണിക്കൂറുകൾ കവിഞ്ഞു പോയെന്ന് ഞാൻ കാൽക്കുലേറ്റർ ഉപയോഗിച്ച് കണക്കാക്കാറുണ്ട്. കഴിഞ്ഞ ദിവസം, 157,800 മണിക്കൂർ തുടർച്ചയായി തുറന്നിരുന്ന സ്റ്റോർ പത്തൊൻപതാം തവണയും മെയ് 1-ന് തുറന്നിരുന്നു. എനിക്ക് ഇപ്പോൾ മുപ്പത്തിയാറു വയസ്സായി, ഇപ്പോൾ അവിടെയുള്ള ജോലിക്കാരി എമിക്ക് പതിനെട്ട് വയസ്സ്. എന്നോടൊപ്പം പരിശീലനം നടത്തിയ മറ്റ് തൊഴിലാളികൾ ആരും തന്നെ ഇപ്പോൾ ഇവിടെയില്ല, ഇപ്പോൾ എട്ടാമത്തെ മാനേജരാണ് സ്ഥാനം ഏറ്റിരിക്കുന്നത്. അക്കാലത്ത് കടയിൽ വിൽപ്പനയ്ക്കെത്തിയ ഒരു ഉൽപ്പന്നം പോലും ഇന്ന് അവശേഷിക്കുന്നില്ല. പക്ഷേ ഞാൻ ഇപ്പോഴും ഇവിടെയുണ്ട്.

ഞാൻ ആദ്യമായി ഇവിടെ ജോലി തുടങ്ങിയപ്പോൾ, ഒരു സ്റ്റോർ ജോലിക്കാരി ആകാൻ എങ്ങനെ പ്രവർത്തിക്കണമെന്ന് എന്നെ പഠിപ്പിച്ച ഒരു വിശദമായ മാനുവൽ ഉണ്ടായിരുന്നു, എന്നാൽ ആ മാനുവലിന്റെ അതിരുകൾക്കപ്പുറം, ഒരു സാധാരണ വ്യക്തിയായി എങ്ങനെ ജീവിക്കണം എന്നതിനെക്കുറിച്ച് എനിക്ക് ഇതുവരെ അറിവില്ല.

ഇപ്പോഴും ഞാൻ അതേ നിർജ്ജീവമായ ജോലിയിൽ തുടരുന്നത് എന്റെ മാതാപിതാക്കൾ സന്തോഷത്തോടെയാണ് നോക്കികാണുന്നത്. എന്റെ ഇരുപതുകളിൽ ചിലപ്പോഴൊക്കെ എനിക്ക് അവരോട് ഇക്കാര്യത്തിൽ സഹതാപം തോന്നിയിട്ടുണ്ട്, പുതിയ കരിയർ തസ്തികകളിലേക്ക് അപേക്ഷിക്കാൻ ശ്രമിച്ചിട്ടുണ്ട്, പക്ഷേ ഒരേ ജോലി മാത്രമേ ചെയ്തിട്ടുള്ളൂ എന്നതിനാൽ ഞാൻ അപൂർവ്വമായി മാത്രമേ തെരഞ്ഞെടുപ്പ് ഘട്ടം പോലും വിജയിച്ചിട്ടുള്ളൂ. ഒരു അഭിമുഖത്തിൽ പോലും ഞാൻ അവിടെ ഇത്രയും വർഷങ്ങൾ ജോലി ചെയ്തതിന്റെ കാരണം എനിക്ക് വ്യക്തമായി വിശദീകരിക്കാൻ കഴിഞ്ഞില്ല.

ചിലപ്പോഴൊക്കെ ഞാൻ സ്വപ്നത്തിൽ പോലും കടയിൽ ബിൽ കൗണ്ടർ നിയന്ത്രിക്കുന്നത് കാണാറുണ്ട്. അതിൽ നിന്ന് ഞെട്ടലോടെ ഉണർന്ന് ഇങ്ങനെ ചിന്തിക്കും : *ഓ! ഈ ചിപ്സ് പാക്കറ്റുകൾക്ക് വില സൂചിക ഇല്ലല്ലോ*, അല്ലെങ്കിൽ, *നമ്മൾ ഇന്ന് ധാരാളം ചൂടുള്ള ചായ വിറ്റു, അതുകൊണ്ട് ഡിസ്പ്ലേ കാബിനറ്റ് വീണ്ടും നിറയ്ക്കുന്നതാണ് നല്ലത്.* "ഇറഷൈമാസേ!" എന്ന് എന്റെ സ്വന്തം ശബ്ദം വിളിച്ചുപറയുന്നത് കേട്ടാണ് അർദ്ധരാത്രിയിൽ ഞാൻ ഉണരാറുള്ളത്.

ഉറങ്ങാൻ കഴിയാതെ വരുമ്പോൾ, രാത്രിയുടെ ഇരുട്ടിലും ജീവൻ തുടിക്കുന്ന സുതാര്യമായ ആ ഗ്ലാസ് ബോക്സിനെക്കുറിച്ച് ഞാൻ ചിന്തിക്കും. ആ പ്രാകൃത അക്വേറിയം ഇപ്പോഴും ഘടികാരം പോലെ പ്രവർത്തിക്കുന്നുണ്ട്. ഞാൻ ആ രംഗം ദൃശ്യവൽക്കരിക്കുമ്പോൾ, കടയിലെ ശബ്ദങ്ങൾ എന്റെ കർണ്ണപടലങ്ങളിൽ പ്രതിധ്വനിക്കുകയും എന്നെ ഉറക്കത്തിലേക്ക് തള്ളിവിടുകയും ചെയ്യുന്നു.

രാവിലെ ഉണരുമ്പോൾ, ഞാൻ വീണ്ടും ഒരു കൺവീനിയെൻസ് സ്റ്റോർ ജോലിക്കാരിയായി, സമൂഹത്തിലെ ഒരു പ്രതിനിധിയായി തീരുന്നു. ഒരു സാധാരണ വ്യക്തിയാകാൻ എനിക്ക് കഴിയുന്ന ഒരേയൊരു മാർഗ്ഗമാണിത്.

* * *

എല്ലാ ദിവസവും രാവിലെ എട്ട് മണിയോടു കൂടി ഞാൻ ഹൈറോമാച്ചി സ്റ്റേഷൻ സ്മൈൽ മാർട്ടിൽ എത്താറുണ്ട്. എന്റെ ഷിഫ്റ്റ് ഒൻപതിനാണ് തുടങ്ങുന്നത്, പക്ഷേ ജോലി തുടങ്ങുംമുൻപ് പ്രഭാതഭക്ഷണം കഴിക്കാൻ ഞാൻ അതിനേക്കാൾ നേരത്തെ എത്തും. ഞാൻ രണ്ട് ലിറ്ററിന്റെ മിനറൽ വാട്ടർ കുപ്പിയും, കാലാവധി തീരാൻ അധികം ദിവസങ്ങൾ ഇല്ലാത്തത് നോക്കി ഒരു സാൻഡ്‌വിച്ച് അല്ലെങ്കിൽ ബൺ തിരഞ്ഞെടുത്ത്, അതിന് പണം നൽകി, പുറകിലെ മുറിയിലേക്ക് ഭക്ഷണം കഴിക്കാനായി പോകും.

പുറകിലെ മുറിയിൽ, സ്റ്റോറിലെ സുരക്ഷാ ക്യാമറയുടെ ദൃശ്യങ്ങൾ ഒരു വലിയ സ്ക്രീനിലേക്ക് പ്രക്ഷേപണം ചെയ്യുന്നുണ്ട്. ഇന്ന് രാവിലെ, രാത്രി ഷിഫ്റ്റിൽ പുതുതായി വന്ന വിയറ്റ്നാമിയൻ

യുവാവ് ഡാറ്റ്-കുൻ ഇടതടവില്ലാതെ ക്യാഷ് കൗണ്ടറിൽ ജോലി ചെയ്യുകയായിരുന്നു, മാനേജർ അവനെ ശ്രദ്ധിച്ചുകൊണ്ട് ചുറ്റും നടക്കുന്നുണ്ടായിരുന്നു. യൂണിഫോം മാറാനും ഏത് നിമിഷവും അവനെ സഹായിക്കാൻ ഓടിയെത്താനും തയ്യാറായി ഞാൻ എന്റെ സാൻഡ്‌വിച്ച് വേഗം കഴിച്ചു.

പ്രഭാതഭക്ഷണത്തിന് ഞാൻ കൺവീനിയെൻസ് സ്റ്റോറിൽ നിന്നെടുത്ത ബ്രെഡാണ് കഴിക്കുന്നത്, അതുപോലെ ഉച്ചഭക്ഷണത്തിന് ഞാൻ കൺവീനിയെൻസ് സ്റ്റോറിൽ നിന്നുതന്നെ എടുക്കുന്ന റൈസ് ബോളുകൾക്കൊപ്പം ചൂട്-ഭക്ഷണ കാബിനറ്റിൽ നിന്ന് എടുക്കാവുന്ന എന്തെങ്കിലും ചേർത്ത് കഴിക്കും, ജോലി കഴിഞ്ഞ്ഞാൻപലപ്പോഴുംഅത്രയുംതളർന്നിരിക്കും,അതുകൊണ്ട് ഞാൻ സ്റ്റോറിൽ നിന്ന് എന്തെങ്കിലും വാങ്ങി അത്താഴത്തിന് വേണ്ടി വീട്ടിലേക്ക് കൊണ്ടുപോകും. ജോലി സമയത്ത് ഞാൻ പകുതി കുപ്പി വെള്ളം കുടിക്കും, പിന്നെ അത് എന്റെ ഇക്കോ ബാഗിൽ വെച്ച് വീട്ടിൽ കൊണ്ടുപോയി രാത്രിയിൽ കുടിക്കും. ഈ സ്റ്റോറിൽ നിന്നുള്ള ഭക്ഷണംകൊണ്ടാണ് എന്റെ ശരീരം പൂർണ്ണമായും നിർമ്മിച്ചിരിക്കുന്നത് എന്ന് ചിന്തിക്കുമ്പോൾ, മാഗസിൻ റാക്കുകൾ അല്ലെങ്കിൽ കോഫി മെഷീനുകൾ പോലെ ഞാനും സ്റ്റോറിന്റെ ഭാഗമാണെന്ന് എനിക്ക് തോന്നാറുണ്ട്.

പ്രഭാതഭക്ഷണത്തിന് ശേഷം, ഞാൻ കാലാവസ്ഥാ പ്രവചനം പരിശോധിക്കുകയും സ്റ്റോറിന്റെ ഡാറ്റയിലൂടെ കടന്നുപോകുകയും ചെയ്യും. കാലാവസ്ഥാ പ്രവചനം ഒരു കൺവീനിയെൻസ് സ്റ്റോറിനെ സംബന്ധിച്ച് വിവരങ്ങളുടെ അത്യന്താപേക്ഷിതമായ ഉറവിടമാണ്. കഴിഞ്ഞ ദിവസത്തെ താപനിലയിലെ വ്യത്യാസം ഒരു പ്രധാന ഘടകമാണ്. ഇന്ന് കൂടിയ താപനില 21 ഡിഗ്രി സെൽഷ്യസും കുറഞ്ഞ താപനില 14 ഡിഗ്രി സെൽഷ്യസും ആണ്. ആകാശം മേഘാവൃതമായിരിക്കും, വൈകുന്നേരത്തോടെ മഴയ്ക്ക് സാധ്യതയുള്ളതിനാൽ, തണുപ്പ് അനുഭവപ്പെടും.

ചൂടുള്ള ദിവസങ്ങളിൽ സാൻഡ്‌വിച്ചുകൾ വളരെ വേഗത്തിൽ വിറ്റഴിക്കപ്പെടും, അതേസമയം തണുപ്പുള്ള ദിവസങ്ങളിൽ റൈസ് ബോളുകൾ, മീറ്റ് ഡംപ്ലിംഗ് എന്ന ഇറച്ചി കൊണ്ടുള്ള പലഹാരം, ബണ്ണുകൾ എന്നിവയാണ് കൂടുതൽ ജനപ്രിയം. കൗണ്ടറിലുള്ള ഭക്ഷണ കാബിനറ്റുകളിൽ നിന്നുള്ള ഭക്ഷണത്തിന്റെ വിൽപ്പനയും

താപനില അനുസരിച്ച് വ്യത്യാസപ്പെട്ടിരുന്നു. തണുപ്പ് സമയങ്ങളിൽ ഞങ്ങളുടെ ശാഖയിൽ, ക്രോക്കറ്റ് നന്നായി വിറ്റഴിക്കപ്പെടുന്നു. ഇന്ന് അവയ്ക്ക് ഒരു സെയിൽസ് പ്രൊമോഷൻ നടക്കുന്നു, അതിനാൽ നമുക്ക് അവ ധാരാളം തയ്യാറാക്കണം, എന്ന് ഞാൻ മനസ്സിൽ കുറിച്ചു.

മറ്റ്പകൽഷിഫ്റ്റ്ജീവനക്കാർഎപ്പോഴുംഎത്തിത്തുടങ്ങുന്നത് ഏകദേശം എട്ടര മണി കഴിഞ്ഞിട്ടാണ്. വാതിൽ തുറക്കുമ്പോൾ ഒരു പരുക്കൻ ശബ്ദം കേൾക്കും : "സുപ്രഭാതം" അത് മിസ്സിസ് ഇസുമി ആണ്, ഞങ്ങളുടെ വിശ്വസ്ത സൂപ്പർവൈസർ. അവൾ ഒരു വീട്ടമ്മയാണ്, മുപ്പത്തിയേഴ് വയസ്സുള്ള അവർക്ക് എന്നേക്കാൾ ഒരു വയസ്സ് മാത്രമേ കൂടുതലുള്ളൂ, കർക്കശക്കാരിയാണെങ്കിലും, അവൾ ഒരു കാര്യക്ഷമതയുള്ള ജോലിക്കാരിയാണ്. അവൾ വളരെ മനോഹരമായി വസ്ത്രം ധരിക്കും, എങ്കിലും അവൾ അവളുടെ ലോക്കെറിന്റെ അടുത്തെത്തിയാൽ ഉന്തിയ ചെരുപ്പുകൾ മാറ്റി സ്നീക്കറുകൾ ധരിക്കും.

"ഇന്ന് അതിരാവിലേ തന്നെ വന്നല്ലോ, മിസ് ഫുരുകുറ? ഓ, അത് ആ പുതിയ ബണ്ണാണോ? എങ്ങനെയുണ്ട് അത്?" എന്റെ കൈയിലുള്ള മാമ്പഴ-ചോക്ലേറ്റ് ബണ്ണിൽ ശ്രദ്ധിച്ചുകൊണ്ട് അവൾ ചോദിച്ചു.

"ഈ ക്രീമിന് വിചിത്രമായ ഒരു രുചിയുണ്ട്, അല്പം രൂക്ഷമായ ഗന്ധം വളരെ അരോചകവുമാണ്. വാസ്തവത്തിൽ, ഇത് അത്ര നല്ലതല്ല."

"ശരിക്കും? അയ്യോ, മാനേജർ അത് ഒരു നൂറെണ്ണം ഓർഡർ ചെയ്തുപോയല്ലോ. ശരി, ഏതായാലും ഇന്ന് വന്നവ വിൽക്കാൻ ശ്രമിക്കാം."

"അഹ്"

സ്റ്റോർ തൊഴിലാളികളിൽ ഭൂരിഭാഗവും യൂണിവേഴ്സിറ്റി വിദ്യാർത്ഥികളോ പല ജോലികൾ മാറി മാറി ചെയ്യുന്നവരോ ആണ്. എന്റെ പ്രായത്തിലുള്ള ഒരു സ്ത്രീക്കൊപ്പം ജോലി ചെയ്യുന്നത് എനിക്ക് അസാധാരണമായ ഒന്നാണ്.

മിസിസ് ഇസുമി അവളുടെ മുടി പിന്നിലേക്ക് കെട്ടി ഒരു വെള്ള ഷർട്ടും അവളുടെ നേവി-ബ്ലൂ ജേഴ്സി ബ്ലൗസിന് മുകളിൽ ഇളം നീല ടൈയും ധരിച്ചു. നിലവിലെ ഉടമ ചുമതലയേറ്റപ്പോൾ, മുമ്പൊരിക്കലും ഉണ്ടായിരുന്നില്ലെങ്കിലും, യൂണിഫോമിനടിയിൽ

ഷർട്ടും ടൈയും ധരിക്കാൻ ഞങ്ങളെ പ്രേരിപ്പിച്ചു. അവൾ കണ്ണാടിയിൽ സ്വന്തം രൂപം നോക്കിക്കൊണ്ടിരിക്കുമ്പോഴായി രുന്നു സുഗവാര ഓടിവന്നു പറഞ്ഞത് : "സുപ്രഭാതം!"

സുഗവാരയ്ക്ക് ഇരുപത്തിനാല് വയസ്സുണ്ട്. ഉച്ചത്തിൽ സംസാരിക്കുന്ന ഉല്ലാസവതിയായ യുവതിയാണ് അവൾ. ഒരു ബാൻഡിലെ ഗായികയായ അവൾക്ക് തന്റെ ചുരുണ്ട മുടിക്ക് ചുവപ്പ് നിറംകൊടുക്കണം എന്നാണ് ആഗ്രഹം. അവൾ അൽപ്പം തടിച്ചതാണെങ്കിലും ഒരു പ്രത്യേക ഭംഗിയുള്ളവളുമാണ്, പക്ഷേ അവൾ പലപ്പോഴും വൈകിയാണ് എത്തുന്നത്. ജോലിയ്ക്കിടയിൽ കമ്മൽ ധരിച്ചതിന് മാനേജർ പലപ്പോഴും അവളെ ശകാരിക്കു മായിരുന്നു.എന്നിരുന്നാലും,ഈ കാര്യത്തിൽ ശ്രീമതി ഇസുമിയുടെ തുറന്ന മനസ്സുള്ള ശാസനയും പരിശീലനവുമാണ് അവളെ കൂടുതൽ ഉത്തരവാദിത്തമുള്ളവളായി മാറ്റിയത്. ഇപ്പോൾ അവൾ തന്റെ ജോലി ഗൗരവമായി കാണുന്നു, കൂടാതെ അവൾ ഇപ്പോൾ ജീവന ക്കാരികളുടെ ഇടയിൽ ഉത്സാഹത്തോടെ പ്രവർത്തിക്കുന്ന ഒരു അംഗമായി മാറിയിട്ടുണ്ട്.

മാത്രമല്ല ഉയരമുള്ള മെലിഞ്ഞ യൂണിവേഴ്സിറ്റി വിദ്യാർത്ഥി നിയായ ഇവാക്കിയും, പല ജോലികൾ മാറി മാറി ചെയ്തിരുന്ന എന്നാൽ ഇപ്പോൾ നല്ലൊരു ജോലി കണ്ടെത്തി അതിലേക്ക് മാറാൻ തയ്യാറാകുന്ന യുകിഷിതയും ആയിരുന്നു പകൽ ഷിഫ്റ്റിൽ ഉണ്ടായിരുന്ന മറ്റ് രണ്ട് പേർ. ഇവാക്കി ഒരു ജോലി അന്വേഷിക്കുകയാണെന്നും കൂടുതൽ ദിവസങ്ങൾ അവധി യെടുക്കേണ്ടി വരുമെന്നും നേരത്തെ പറഞ്ഞതിനാൽ, കട സുഗമ മായി പ്രവർത്തിക്കണമെങ്കിൽ പകൽ ഷിഫ്റ്റിലേക്ക് താനും വരുകയോ അല്ലെങ്കിൽ പുതിയ ആരെയെങ്കിലും നിയമിക്കുകയോ ചെയ്യണമെന്നാണ് മാനേജർ വിചാരിക്കുന്നത്.

ഇപ്പോഴുള്ള ഞാൻ എന്ന വ്യക്തിത്വം എനിക്കു ചുറ്റുമുള്ള ആളുകളിൽ നിന്നാണ് ഏറെക്കുറെ പൂർണ്ണമായി രൂപപ്പെട്ടത്. ഇപ്പോഴത്തെ ഞാൻ 30 ശതമാനം മിസ്സിസ് ഇസുമിയിൽ നിന്നും, 30 ശതമാനം സുഗവാരയിൽ നിന്നും, 20 ശതമാനം മാനേജറിൽ നിന്നും രൂപപ്പെട്ടതാണ്, ശേഷിച്ച ഭാഗം മുൻകാല സഹപ്രവർത്തകരായ, ആറ് മാസം മുൻപ് പോയ സസാക്കി, ഒരു വർഷം മുൻപ് വരെ ഞങ്ങളുടെ സൂപ്പർവൈസർ ആയിരുന്ന ഒകാസാക്കി എന്നിവരിൽ നിന്നാണ് ഉൾക്കൊണ്ടത്.

എന്റെ സംസാരത്തിൽ എനിക്ക് ചുറ്റുമുള്ള എല്ലാവരുടെയും സ്വാധീനമുണ്ട്, ഇപ്പോഴുള്ളത് മിസ്സിസ് ഇസുമിയുടെയും സുഗവാര യുടെയും ശൈലി കലർന്നതാണ്. മിക്ക ആളുകൾക്കും ഇങ്ങനെ യൊക്കെ തന്നെയാണ് സംഭവിക്കുന്നതെന്ന് ഞാൻ കരുതുന്നു. അടുത്തിടെ സുഗവാരയുടെ സംഗീതസംഘത്തിലെ ചില അംഗ ങ്ങൾ സ്റ്റോറിലേക്ക് വന്നപ്പോൾ അവർ എല്ലാവരും അവളെ പോലെ വേഷവും സംസാരശൈലിയും സ്വീകരിച്ചിരുന്നതായി തോന്നി. മിസ്സിസ് ഇസുമി വന്നതിന് ശേഷം, “നന്നായി ചെയ്തു, ശരി, നാളെ കാണാം!” എന്ന് പറയുമ്പോൾ സസാക്കി അവളുടെ അതേ ശൈലി സ്വീകരിച്ചിരുന്നതായി തോന്നി. ഒരിക്കൽ മിസ്സിസ് ഇസുമിയുമായി ജോലിചെയ്തിരുന്ന ഒരു സ്ത്രീ സ്റ്റോറിൽ സഹായത്തിനായി വന്നപ്പോൾ, അവൾ മിസിസ് ഇസുമിയെ പോലെ വസ്ത്രം ധരിച്ചിരുന്നതുകൊണ്ട് ഞാൻ അവരാണോ എന്ന് തെറ്റിദ്ധരിച്ചു പോയി. അതുപോലെതന്നെ എന്റെ സംസാരശൈലി മറ്റുള്ളവരെയും സ്വാധീനിച്ചേക്കാം. ഇങ്ങനെ പരസ്പരം സ്വാധീനിക്കപ്പെടുന്നതാണ് മനുഷ്യൻ എന്ന നിലയിൽ നമ്മൾ സ്വത്വം നിലനിറുത്തുന്നത് എന്നാണ് എന്റെ വിശ്വാസം.

ജോലിക്ക് പുറത്തുള്ള മിസ്സിസ് ഇസുമി വളരെ മിടുക്കി യാണ്; എങ്കിലും എന്നും മുപ്പതുകാരിയായ സ്ത്രീകൾ ധരിക്കുന്നതു പോലെയാണ് അവളുടെ വേഷം. അതിനാൽ അവൾ ധരിക്കുന്ന ഷൂസിന്റെ ബ്രാൻഡിൽ നിന്നും, ലോക്കറിലുള്ള കോട്ടിന്റെ ലേബൽ എന്നിവ നോക്കിയാൽ എനിക്ക് ഏകദേശം ഒരു ഊഹം ലഭിക്കും. ഒരിക്കൽ അവൾ അവളുടെ മേക്കപ്പ് ബാഗ് പുറകിലെ മുറിയിൽ വച്ചിരിക്കുകയായിരുന്നു, ഞാൻ അതിലൂടെയൊന്ന് കണ്ണോടിച്ച് അവൾ ഉപയോഗിക്കുന്ന സൗന്ദര്യവർദ്ധക വസ്തുക്കളുടെ പേരൊക്കെ കുറിച്ചുവെച്ചു. എന്നിരുന്നാലും, ഞാൻ അവ കൃത്യമായി പകർത്തിയാൽ, ആളുകൾ ശ്രദ്ധിക്കും, അതിനാൽ അവരെ പ്പോലെ വസ്ത്രം ധരിക്കുകയും അവർ സംസാരിക്കുന്ന മറ്റ് ബ്രാൻഡു കളുടെ വസ്ത്രങ്ങളും ഷാളുകളും വാങ്ങുകയും ചെയ്യുന്ന ആളുകളുടെ ബ്ലോഗുകൾ ഞാൻ വായിക്കാറുണ്ട്. മുപ്പതുകളിലെ ഒരു സ്ത്രീ എങ്ങനെ വേഷം ധരിക്കണം എന്നതിന്റെ മാതൃകയായി മിസിസ് ഇസുമിയുടെ വസ്ത്രങ്ങളും, ആഭരണങ്ങളും, ഹെയർസ്റ്റൈലുകളും എനിക്ക് എപ്പോഴും തോന്നാറുണ്ട്.

ഞങ്ങൾ പുറകിലെ മുറിയിൽ സംസാരിച്ചുകൊണ്ടിരിക്കു മ്പോഴാണ് അവളുടെ നോട്ടം പെട്ടെന്ന് ഞാൻ ധരിച്ചിരുന്ന ബാലെറ്റ് ഫ്ലാറ്റ് ഷൂസുകളിൽ പതിഞ്ഞത്. "ആ ഷൂസ് ഒമോട്ടെ സാൻഡോയിലെ കടയിൽ നിന്നും വാങ്ങിയതല്ലേ? എനിക്കും ആ സ്ഥലം ഇഷ്ടമാണ്. അവിടെ നിന്ന് ഞാൻ ചില ബൂട്ടുകൾ വാങ്ങിയിട്ടുണ്ട്." പുറകിലെ മുറിയിൽ നിൽക്കുമ്പോൾ അവൾ ക്ഷീണിച്ച സ്വരത്തിൽ തളർച്ചയോടെയാണ് സംസാരിച്ചത്. ഒരിക്കൽ അവൾ ടോയ്‌ലറ്റിൽ പോയപ്പോൾ ജോലിക്കായി ധരിക്കുന്ന ഈ ഷൂസിന്റെ ബ്രാൻഡ് പേരു പരിശോധിച്ച ശേഷ മാണ് ഞാൻ ഈ ഫ്ലാറ്റ് ഷൂസുകൾ വാങ്ങിയത്.

"ഓ ശരിക്കും? ഒരു നിമിഷം, നീ കടയിൽ മുൻപ് ധരിച്ചി രുന്ന കടും നീല നിറത്തിലുള്ളവയാണോ ഉദ്ദേശിക്കുന്നത്? അവ ഭംഗിയുള്ളതായിരുന്നു!" അൽപ്പം മുതിർന്നവരുടെ സ്വരത്തിൽ സുഗവാരയുടെസംസാരശൈലിഅനുകരിച്ചുകൊണ്ട്ഞാൻമറുപടി പറഞ്ഞു. മിസ്സിസ് ഇസുമിയുടേതിന് നേർ വിപരീതമായ, വളരെ ആവേശകരമായ ഒരു പ്രത്യേകമായ ശൈലിയിലാണ് അവളുടെ സംസാരം, പക്ഷേ രണ്ട് ശൈലികളും ഇഴചേർത്ത് സംസാരിക്കു മ്പോൾ അതിശയകരമായ മറ്റൊരു ശൈലിതന്നെയാണ് രൂപപ്പെടുക.

"നമ്മുടെ അഭിരുചികൾ വളരെ സമാനമാണ്, അല്ലേ? എനിക്കും നിങ്ങളുടെ ബാഗ് വളരെ ഇഷ്ടമായി," മിസ്സിസ് ഇസുമി പുഞ്ചിരിയോടെ പറഞ്ഞു.

ഞാൻ അവരെ അനുകരിക്കുന്നതിനാൽ, എന്റെ അഭിരുചി കൾ അവരുമായി പൊരുത്തപ്പെടുന്നത് സ്വാഭാവികം തന്നെ യാണ്. അതിനാൽ പ്രായത്തിനനുസരിച്ചുള്ള ബാഗും, അകലം പാലിച്ചുള്ള പെരുമാറ്റവും, പരുഷമല്ലാത്തതും, തികഞ്ഞ സൗമ്യത യോടു കൂടിയ സംസാരശൈലി പുലർത്തുന്ന ഒരാളായി എല്ലാ ആളുകളും എന്നെ കാണുമെന്ന് എനിക്ക് ഉറപ്പുണ്ട്.

"മിസ്സിസ് ഇസുമി, ഇന്നലെ നീ ഇവിടെ ഉണ്ടായിരുന്നോ?" ലോക്കറുകൾക്കരികിൽ വസ്ത്രം മാറുന്നതിനിടെ സുഗവാര ഉറക്കെ വിളിച്ചു ചോദിച്ചു. "റാമെൻ നൂഡിൽസിന്റെ സ്റ്റോക്ക് ആകെ കുഴപ്പത്തിലാണ്!"

"അതെ, ഞാൻ ഇവിടെ ഉണ്ടായിരുന്നു. ഉച്ചകഴിഞ്ഞ് എല്ലാം ശരിയായിരുന്നു, പക്ഷേ രാത്രി ഷിഫ്റ്റിലുള്ള ആ കുട്ടി വീണ്ടും

വന്നില്ല, അതിനാൽ ആ പുതിയ ആളില്ലേ ഡാറ്റ്-കുൻ, അയാളായിരിക്കണം അത് ശരിയാക്കിയത്."

സുഗവാര തന്റെ യൂണിഫോമിന്റെ സിപ്പർ ഉയർത്തിക്കൊണ്ട് ഞങ്ങളുടെ അടുത്തേക്ക് വന്നപ്പോൾ പുച്ഛത്തോടെ പറഞ്ഞു, "എന്താ, അവൻ നമ്മളെ വീണ്ടും കുഴപ്പത്തിലാക്കിയോ? എനിക്ക് ഇതൊന്നും മനസ്സിലാകുന്നില്ല! ഇപ്പോൾത്തന്നെ നമുക്ക് എത്ര മാത്രം സ്റ്റാഫ് കുറവാണെന്ന് അവനറിയാം. കട ഇങ്ങനെ വ്യാപാരം ഇല്ലാതാകുന്നതിൽ അത്ഭുതമില്ല. അവിടെ പാനീയങ്ങളുടെ പെട്ടികളൊന്നുമില്ല, അതും രാവിലെ നല്ല തിരക്കുമാണ്!"

"എനിക്കറിയാം. അത് തീരെ മോശമായ കാര്യമല്ലേ? മാനേജർ പറയുന്നത് അയാൾ രാത്രി ഷിഫ്റ്റിൽ തന്നെ തുടരേണ്ടി വരുമെന്നാണ്. ഇപ്പോൾ അദ്ദേഹം പുതിയ ആളുകളെ മാത്രമേ അതിൽ ഉൾപ്പെടുത്തിയിട്ടുള്ളൂ."

"ജോലിക്കായുള്ള ഇന്റർവ്യൂകൾക്കായി ഇവാക്കി വളരെയധികം സമയമെടുക്കുന്നതിനാൽ, പകൽ ഷിഫ്റ്റിൽ അദ്ദേഹം ഇല്ലാതെ ഞങ്ങൾ ഇതിനകം തന്നെ മാനേജ് ചെയ്യുന്നുണ്ട്. നമ്മൾ എന്താണ് ചെയ്യുക? ആളുകൾ ജോലി ഉപേക്ഷിച്ചു പോകാൻ ആഗ്രഹിക്കുന്നുവെങ്കിൽ അതിൽ പ്രശ്നം ഇല്ല, പക്ഷേ, അവർ പോകുന്നതിന് മുൻപ് കൃത്യമായി അറിയിക്കുകയും, മര്യാദയോടെ തയ്യാറെടുക്കാൻ സമയം നൽകുകയും വേണം. അല്ലെങ്കിൽ അവർ ബാക്കിയുള്ളവർക്ക് ബുദ്ധിമുട്ട് ഉണ്ടാക്കുകയേ ഉള്ളൂ."

അവർ രണ്ടുപേരും ഇത്രയും വൈകാരികതയോടെ സംസാരിക്കുന്നത് കേട്ടപ്പോൾ എനിക്ക് ആകുലതയുടെ ഒരു ചെറുകുത്തൽ അനുഭവപ്പെട്ടു. എന്റെയുള്ളിൽ ഇക്കാര്യത്തിൽ ദേഷ്യത്തിന്റെ ഒരു അണുപോലും ഉണ്ടായിരുന്നില്ല. ഞാൻ സുഗവാരയെ ഒരു നോട്ടം നോക്കി, അവൾ സംസാരിക്കുമ്പോൾ അവളുടെ മുഖത്തെ പേശികൾ ചലിപ്പിക്കുന്ന രീതി ഞാൻ അനുകരിക്കാൻ ഒന്ന് ശ്രമിച്ചു, ഞാൻ പരിശീലനത്തിൽ ചെയ്ത അതേ രീതിയിൽ തത്ത അനുകരിക്കുംപോലെ പറഞ്ഞു "ശരിക്കും, അവൻ നമ്മളെ വീണ്ടും കുരുക്കിലാക്കിയോ? നമുക്ക് ഇവിടെ ഇത്രത്തോളം സ്റ്റാഫ് കുറവാണെന്ന്അറിഞ്ഞിട്ടും അവൻ ഇങ്ങനെ ചെയ്യുമെന്ന് എനിക്ക് വിശ്വസിക്കാൻ കഴിയുന്നില്ല."

വാച്ചും മോതിരവും ഊരിമാറ്റുന്നതിനിടയിൽ മിസ്സിസ് ഇസുമി ചിരിച്ചുകൊണ്ട് പറഞ്ഞു.

"ഹ ഹ ഹ! മിസ് ഫുരുകുറ, നീ ഈ കാര്യത്തിൽ ശരിക്കും ബുദ്ധിമുട്ടുന്നുണ്ട്, അല്ലേ? പക്ഷേ, നീ പറഞ്ഞത് ശരിയാണ്. ഇതൊരിക്കലും ശരിയായ കാര്യമല്ല."

ജോലി തുടങ്ങി അധികം താമസിയാതെ ഞാൻ മനസ്സിലാക്കിയ ഒരു കാര്യം എന്തെന്നാൽ മറ്റുള്ളവർക്ക് സന്തോഷകരമായി തോന്നുന്ന പല കാര്യങ്ങളിലും എനിക്ക് ദേഷ്യമാണ് വരുന്നത്. മാനേജർ ദേഷ്യപ്പെട്ടപ്പോൾ ഞാൻ അദ്ദേഹത്തോടൊപ്പം പോയാൽ അല്ലെങ്കിൽ രാത്രി ഷിഫ്റ്റിൽ നിന്ന് ആരെങ്കിലും ഒഴിഞ്ഞുമാറിപോയാൽ ഉണ്ടാകുന്ന പൊതുവായ അസ്വസ്ഥതയിൽ പങ്കുചേർന്നാൽ, ഒരു വിചിത്രമായ ഐക്യദാർഢ്യം അനുഭവപ്പെടും, കാരണം ഞാനും ദേഷ്യപ്പെട്ടതിൽ എല്ലാവരും സന്തോഷിക്കുന്നതായി തോന്നുന്നു.

ഇപ്പോൾ, മിസ്സിസ് ഇസുമിയുടെയും സുഗവാരയുടെയും മുഖത്തെ ഭാവങ്ങൾ എന്നെ ആശ്വസിപ്പിച്ചു : കൊള്ളാം, ഞാൻ ഒരു "വ്യക്തി" ആകുന്നതിലേക്കാണ് എത്തിച്ചേർന്നത്. ഈ കൺവീനിയെൻസ് സ്റ്റോറിൽ ഞാൻ ഇതുപോലുള്ള ആശ്വാസം എത്രയോ തവണ അനുഭവിച്ചിട്ടുണ്ട്.

മിസ്സിസ് ഇസുമി ക്ലോക്കിലേക്ക് നോക്കി പറഞ്ഞു, "ശരി പോകാം, നമ്മുടെ പ്രഭാത പരിശീലനത്തിനുള്ള സമയമായി."

"ശരി."

ഞങ്ങൾ മൂന്നുപേരും ഒരു നിരയിൽ നിന്നുകൊണ്ട് രാവിലത്തെ നടപടിക്രമങ്ങൾ ആരംഭിച്ചു. മിസ്സിസ് ഇസുമി റിപ്പോർട്ട് ബുക്ക് തുറന്ന് ഇന്നത്തെ ദിവസത്തിൽ പൂർത്തികരിക്കേണ്ടതും ശ്രദ്ധിക്കേണ്ടതുമായ കാര്യങ്ങളെക്കുറിച്ചും അറിയിച്ചു.

ഇന്നത്തെ സ്പെഷ്യൽ മാംഗോ-ചോക്ലേറ്റ് ബൺ ആണ്. എല്ലാവരും എപ്പോഴും അതിനെപ്പറ്റി അനൗൺസ്മെന്റ് കൊടുക്കാൻ ശ്രദ്ധിക്കുമല്ലോ. കൂടാതെ, ഇത് വൃത്തിയാക്കാനുള്ള സമയം കൂടിയാണ്. ഉച്ചഭക്ഷണ സമയം വളരെ തിരക്കുള്ളതായിരിക്കും, എന്നിരുന്നാലും തറയും ജനലുകളും വാതിലിനു ചുറ്റുമുള്ള സ്ഥലവും വൃത്തിയായി സൂക്ഷിക്കാൻ നമുക്ക് ഒരുമിച്ച് ശ്രമിക്കാം. നമുക്ക് നല്ല സമയക്കുറവുണ്ട്, അതുകൊണ്ട് നിങ്ങൾ ഇത് ഏറ്റെടുത്ത് നടത്തും എന്ന് ഞാൻ വിശ്വസിക്കുകയാണ്. ശരി, നമുക്ക് നമ്മുടെ അനുമോദന വാക്കുകൾ പരിശീലിക്കാം, അല്ലേ? എല്ലാവരും ഒരുമിച്ച്, ഞാൻ പറയുന്നത് ആവർത്തിക്കുക : *ഇറഷൈമാസേ!*"

"ഇറഷൈമാസേ!"

"തീർച്ചയായും. ഉടനെ നൽകാം, സർ!"

"തീർച്ചയായും. ഉടനെ നൽകാം, സർ!"

"നിങ്ങളുടെ വരവിന് നന്ദി!"

"നിങ്ങളുടെ വരവിന് നന്ദി!"

ഞങ്ങൾ മൂന്നുപേരും ഉപഭോക്താക്കളോട് ഉപയോഗിച്ചിരുന്ന വാക്കുകൾ ഒരേ സ്വരത്തിൽ ആവർത്തിച്ചു, ഞങ്ങളുടെ വസ്ത്ര ധാരണം ഒന്നുകൂടി ശ്രദ്ധിച്ചു, "ഇറഷൈമാസേ!" എന്ന് അഭിവാദ്യം ചെയ്തു കൊണ്ട് ഓരോരുത്തരായി കടയിലേക്ക് കയറി. ഓഫീസിന്റെ വാതിലിലൂടെ അവസാനം ഓടി കയറിയത് ഞാനായിരുന്നു.

"ഇറഷൈമാസേ! സുപ്രഭാതം!"

ഈ നിമിഷം എനിക്ക് വളരെ ഇഷ്ടമാണ്. "പ്രഭാതം" തന്നെ എന്നിലേക്ക് നിറയുന്നത് പോലെയാണ് എനിക്ക് തോന്നാറുള്ളത്.

ഓരോ ഉപഭോക്താവ് വരുമ്പോഴും വാതിലിന്റെ മണിനാദം എന്റെ കാതുകളിൽ പള്ളിമണികൾ മുഴങ്ങുന്നത് പോലെയാണ് തോന്നാറുള്ളത്. ഞാൻ വാതിൽ തുറക്കുമ്പോൾ, ഒരു വലിയ പ്രകാശം നിറഞ്ഞ പെട്ടി എന്നെ അവിടെ കാത്തിരിക്കുന്നു—അത് ആശ്രയിക്കാവുന്നതും, എനിക്ക് ചുറ്റുമുള്ള സാധാരണ ലോകവുമാണ്. ആ വെളിച്ചം നിറഞ്ഞ പെട്ടിക്കുള്ളിലെ ലോകത്തിൽ എനിക്ക് വിശ്വാസമുണ്ട്.

* * *

വെള്ളിയാഴ്ചയും ഞായറാഴ്ചയുമാണ് എന്റെ അവധി ദിവസങ്ങൾ, ചിലപ്പോഴൊക്കെ വെള്ളിയാഴ്ചകളിൽ ഇപ്പോൾ വിവാഹം കഴിച്ച് ഞങ്ങളുടെ നാട്ടിൽ താമസിക്കുന്ന എന്റെയൊരു പഴയ സുഹൃത്തിനെ കാണാൻ ഞാൻ പോകാറുണ്ട്.

സ്കൂളിൽ ഞാൻ അധികം സംസാരിക്കാൻ ആഗ്രഹിച്ചിരുന്നില്ല. അതുകൊണ്ടുതന്നെ എനിക്ക് സുഹൃത്തുക്കളൊന്നും ഉണ്ടായിരുന്നില്ല. പക്ഷേ, പിന്നീട് ജോലി ആരംഭിച്ചതിന് ശേഷം ഒരു പൂർവ്വ വിദ്യാർത്ഥി സംഗമത്തിൽ പങ്കെടുത്തപ്പോഴാണ് അവളുമായി പരിചയമാകുന്നത്.

"കൊള്ളാം, ഫുരുകുറ, നീ ഒരുപാട് മാറിയിരിക്കുന്നു!" ആ

പൂർവ്വ വിദ്യാർത്ഥി സംഗമത്തിൽ മിഹോ സന്തോഷത്തോടെ എന്നോട് പറഞ്ഞു, തുടർന്ന്, ഞങ്ങൾ രണ്ടുപേർക്കും ഒരേ ബാഗ് വെവ്വേറെ നിറങ്ങളിലായി കിട്ടിയതിനെക്കുറിച്ച് ആവേശത്തോടെ സംസാരിച്ചു. "നമ്മൾ എപ്പോഴെങ്കിലും ഒരുമിച്ച് ഷോപ്പിംഗിന് പോകണം." അവൾ അഭിപ്രായപ്പെട്ടു. അങ്ങനെ ഞങ്ങൾ ഇ-മെയിൽ വിലാസങ്ങൾ കൈമാറി, ഇടയ്ക്കിടെ ഉച്ചഭക്ഷണ ത്തിനോ ഷോപ്പിംഗിനോ കണ്ടുമുട്ടുകയും ചെയ്തു പോന്നു.

മിഹോ വിവാഹം കഴിച്ചതിനുശേഷം, അവളും അവളുടെ ഭർത്താവും ഒരു പഴയ വീട് വാങ്ങി. ഇപ്പോൾ അവൾ അവിടെ തന്റെ സുഹൃത്തുക്കളുമായി ചെറിയ പാർട്ടികൾ സംഘടിപ്പി ക്കാറുണ്ട്. അടുത്ത ദിവസം ജോലി ചെയ്യേണ്ടി വരുമെന്നതിനാൽ എനിക്ക് അത്തരം പരിപാടികളിൽ പങ്കെടുക്കുക വളരെ ബുദ്ധി മുട്ടാണ്. എന്നാൽ കൺവീനിയെൻസ് സ്റ്റോറിന് പുറത്തുള്ള ലോകവുമായി എനിക്കുള്ള ഒരേയൊരു ബന്ധവും എന്റെ പ്രായ ത്തിലുള്ള "സാധാരണ" സ്ത്രീകളുമായി ഇടപഴകാനുള്ള വിലയേറിയ അവസരവും ഇത് മാത്രമായിരുന്നു, അതിനാൽ ഞാൻ സാധാര ണയായി അവളുടെ ക്ഷണങ്ങൾ സ്വീകരിക്കാറാണ് പതിവ്. ഇന്ന് അവിടെ യുകാരിയും അവളുടെ കൊച്ചുകുട്ടിയും, വിവാഹിതയായിട്ടും കുട്ടികളില്ലാത്ത സുതസുക്കിയും ഉണ്ടായിരുന്നു, ഞങ്ങൾ എല്ലാവരും ചായയ്ക്കൊപ്പം കഴിക്കാൻ കേക്കുകൾ കൊണ്ടുപോയി.

യുകാരി ജോലി ലഭിച്ചതിനാൽ ഭർത്താവുമൊത്ത് മറ്റൊരു സ്ഥലത്തേക്ക് താമസം മാറ്റിയിരുന്നു, അതിനാൽ വളരെക്കാല ത്തിനു ശേഷമാണ് ഞങ്ങൾ അവളെ കാണുന്നത്. സ്റ്റേഷൻ മാളിൽ നിന്നുള്ള കേക്കുകൾ ഒന്നിച്ചിരുന്നു കഴിക്കുമ്പോൾ, അവൾ ഞങ്ങളെ എത്രമാത്രം മിസ് ചെയ്യുന്നു് പറഞ്ഞപ്പോൾ ഞങ്ങൾ എല്ലാവരും ചിരിച്ചു.

"സത്യത്തിൽ വീട് പോലെ മറ്റൊരിടവും വരില്ല. നമ്മൾ അവസാനമായി കണ്ടുമുട്ടിയത് എന്റെ വിവാഹത്തിന് ശേഷമാ യിരുന്നു, അല്ലേ കെയ്ക്കോ?"

"അതെ! അത് ആ ബാർബിക്യൂ പാർട്ടിയിൽ ആയിരുന്നു, അല്ലേ? ആ സമയം ഞങ്ങൾ ഒരുപാട് പേർ അവിടെ ഉണ്ടായിരുന്നു. ഓ, എന്തൊരു രസമായിരുന്നു അത്!" മിസ്സിസ് ഇസുമിയുടെയും സുഗവാരയുടെയും സംസാരശൈലി ഇടകലർത്തിക്കൊണ്ട് ഞാൻ ആവേശത്തോടെ പറഞ്ഞു.

"നീ ഒരുപാട് മാറിയിരിക്കുന്നു" അവൾ എന്നെ ഉറ്റുനോക്കി. നീ കുറച്ചുകൂടി സാധാരണമായിട്ടാണല്ലോ സംസാരിച്ചിരുന്നത്? ചിലപ്പോൾ ഇത് നിന്റെ ഇപ്പോഴത്തെ ഹെയർ സ്റ്റൈൽ ആയിരിക്കാം, പക്ഷേ നിന്നിൽ എന്തൊക്കെയോ മാറ്റങ്ങൾ അനുഭവപ്പെടുന്നു."

"നിനക്ക് അങ്ങനെ തോന്നിയോ?" മിഹോ ചോദ്യഭാവത്തിൽ തല ചെരിച്ചുകൊണ്ട് ചോദിച്ചു. "അവൾ മാറിയതായി എനിക്ക് തോന്നുന്നില്ല, ചിലപ്പോൾ ഞങ്ങൾ പലപ്പോഴും കണ്ടുമുട്ടുന്നത് കൊണ്ടാകാം മാറ്റങ്ങൾ ഉണ്ടോ എന്ന് അറിയാത്തത്."

പക്ഷേ യുകാരി പറഞ്ഞത് ശരിയായിരുന്നു എന്നെനിക്ക് തോന്നി. എല്ലാത്തിനുമുപരി, എന്റെ ചുറ്റുപാടുകളെ ഞാൻ എന്നിലേക്ക് എടുക്കാറുണ്ട്, കൂടാതെ അത് എല്ലാ സമയത്തും മാറിക്കൊണ്ടിരിക്കുകയും ആണല്ലോ. കഴിഞ്ഞ തവണ ഞങ്ങൾ കണ്ടപ്പോൾ എന്റെ ശരീരത്തിലുള്ള ജലാംശമല്ലല്ലോ ഇപ്പോഴുള്ളത്, എന്നതുപോലെ എന്നെ രൂപപ്പെടുത്തുന്ന കാര്യങ്ങളും മാറി. കുറച്ചു വർഷങ്ങൾക്ക് മുൻപ് ഞങ്ങൾ അവസാനമായി കണ്ടുമുട്ടിയപ്പോൾ, കടയിലെ മിക്ക ജീവനക്കാരും സാധാരണക്കാരായ യൂണിവേഴ്സിറ്റി വിദ്യാർത്ഥികളായിരുന്നു, അതിനാൽ, അന്നത്തെ എന്റെ സംസാരശൈലി വ്യത്യസ്തമായിരുന്നുവെന്നത് തീർച്ചയാണ്.

"അതെ, ഞാൻ മാറിയിട്ടുണ്ടാകും," ഞാൻ മറ്റൊന്നും വിശദീകരിക്കാതെ പുഞ്ചിരിച്ചുകൊണ്ട് പറഞ്ഞു.

"ഒന്ന് ആലോചിച്ചു നോക്കൂ, നിന്റെ ഫാഷനെക്കുറിച്ചുള്ള കാഴ്ചപ്പാടും മാറിയിട്ടുണ്ട്. മുൻപ് ഒരിക്കലും നീ ഇത്രയും ആഡംബരമായി വസ്ത്രം ധരിച്ചിട്ടില്ലെന്ന് എനിക്ക് ഉറപ്പാണ്," സത്സുകി പറഞ്ഞു.

"അഹ് അതെ, ഒരുപക്ഷേ നിങ്ങൾ പറഞ്ഞത് ശരിയായിരിക്കാം," മിഹോ സമ്മതിച്ചു. "ആ പാവാട ഒമോട്ടെസാൻഡോയിലെ ഒരു ബൊട്ടീക്കിൽ നിന്നുള്ളതാണ്, അല്ലേ? ഞാൻ അതേ തരംതന്നെ വേറൊരു നിറത്തിലുള്ളത് ഇട്ടുനോക്കിയിരുന്നു. ഇത് ശരിക്കും മനോഹരമാണ്!"

"അല്ലേ? ഈയിടെയായി ഞാൻ ധരിക്കുന്ന എല്ലാ വസ്ത്രങ്ങളും അവിടെ നിന്നാണ് വാങ്ങുന്നത്."

വ്യത്യസ്തമായ വസ്ത്രങ്ങളും സംസാര രീതിയുമുള്ള ഞാനായിരുന്നു അവരെ നോക്കി പുഞ്ചിരിച്ചത്. ആരോടായിരുന്നു

എന്റെ സുഹൃത്തുക്കൾ സംസാരിച്ചത്? എന്നിട്ടും യുകാരി എന്നെ നോക്കി പുഞ്ചിരിച്ചു കൊണ്ടിരുന്നു, അവൾ എന്നെ എത്രമാത്രം മിസ് ചെയ്തുവെന്ന് വീണ്ടും ആവർത്തിച്ചു പറഞ്ഞു.

മിഹോയുടെയും സത്സുകിയുടെയും മുഖഭാവവും സംസാര ശൈലിയും ഒരേപോലെ ആയിരുന്നു, ഒരുപക്ഷേ അവർ അടുത്ത് താമസിക്കുന്നതിനാലും പലപ്പോഴും കണ്ടുമുട്ടുന്നതിനാലും ആകാം അങ്ങനെ സംഭവിക്കുന്നത്. അവർ ബിസ്കറ്റ് കഴിക്കുന്ന രീതിക്ക് പോലും പ്രത്യേക സമാനതകളുണ്ട്, രണ്ടുപേരും ബിസ്കറ്റ് ചെറിയ കഷണങ്ങളായി പൊട്ടിച്ച് വൃത്തിയായി മാനിക്യൂർ ചെയ്ത നഖങ്ങൾ ഉള്ള കൈകളാൽ അവയെ വായിൽ വയ്ക്കുന്നു. അവർ എല്ലായ്പ്പോഴും അങ്ങനെയായിരുന്നോ എന്ന് എനിക്ക് ആശ്ചര്യപ്പെടാതിരിക്കാൻ കഴിയുന്നില്ല, പക്ഷേ എന്റെ ഓർമ്മ അവ്യക്തമായിരുന്നു. കഴിഞ്ഞ തവണ ഞാൻ അവരെ കണ്ടുമുട്ടിയപ്പോൾ അവരുടെ ചെറിയ ശീലങ്ങളും ശരീര ചേഷ്ടകളും ഇതിനകം എന്റെ മനസ്സിൽ നിന്ന് ഒഴുകിപ്പോയിട്ടുണ്ടാവാം എന്ന് ഞാൻ സ്വയം ചിന്തിച്ചു.

"അടുത്ത തവണ നമുക്ക് കൂടുതൽ പേരെ ഒത്തൊരുമിപ്പിക്കാം. പ്രത്യേകിച്ചും ഇപ്പോൾ യുകാരി നാട്ടിലെത്തിയ സ്ഥിതിക്ക് അത് എളുപ്പമാണ്. ഷിഹോയെ കൊണ്ടുവന്നപോലെ."

"ഷ്, അതെ. നല്ല ആശയമാണ്. നമുക്ക് അങ്ങനെ തന്നെ ചെയ്യാം!"

മിഹോയുടെ നിർദ്ദേശപ്രകാരം ഞങ്ങൾ എല്ലാവരും മുന്നോട്ട് നീങ്ങി.

"അന്ന് എല്ലാവരും അവരുടെ ഭർത്താക്കന്മാരെയും കുട്ടികളെയും കൂടി കൊണ്ടുവരണം. നമുക്ക് മറ്റൊരു ബാർബിക്യൂ പാർട്ടി നടത്താം!"

"അതെ! അതൊരു നല്ല ആശയമാണ്. നമ്മുടെ എല്ലാ കുട്ടികൾക്കും പരസ്പരം ചങ്ങാത്തം കൂടാൻ കഴിയുമെങ്കിൽ അത് വളരെ നല്ലതാണ്."

"അതെ, നല്ല ആശയമാണത്!"

സത്സുക്കിക്ക് അൽപ്പം അസൂയ തോന്നി, അതിനാൽ യുകാരി അവളോട് ചോദിച്ചു. "നിങ്ങൾ കുട്ടികളെപ്പറ്റി ആലോചിക്കുന്നുണ്ട്, അല്ലേ, സത്സുകി?"

“തീർച്ചയായും, എനിക്ക് ആഗ്രഹമുണ്ട്. ഞാൻ അതിന്റെ സ്വാഭാവികമായ ഒഴുക്കിൽ പൂർണ്ണമായി വിശ്വസിക്കുന്നു, പക്ഷേ ഞാൻ മനസ്സിലാക്കുന്നത് ഗർഭധാരണത്തെക്കുറിച്ച് ഞാൻ കൂടുതൽ താല്പര്യമെടുത്ത് കുറച്ചുകൂടി പഠിക്കണം എന്നാണ്.”

“അതെ,” മിഹോ പറഞ്ഞു. “ഇപ്പോൾ ശരിക്കും അതിനു പറ്റിയ സമയമാണ്.”

മിഹോയുടെ ഉറങ്ങുന്ന കുഞ്ഞിനെ സത്സുക്കി നോക്കുന്നത് ഞാൻ ശ്രദ്ധിക്കുകയും അപ്പോൾ അവരുടെ രണ്ടുപേരുടെയും ഗർഭാശയങ്ങൾ ഒരേസമയത്ത് പ്രതിധ്വനിക്കുന്നതായി തോന്നി.

അവരുടെ സംഭാഷണത്തിനിടയിൽ യുകാരി തലയാട്ടിക്കൊണ്ടിരുന്നു, എന്നാൽ ഇപ്പോൾ അവൾ പെട്ടെന്ന് അവളുടെ നോട്ടം എന്റെ നേരെ തിരിച്ചു. “കെയ്കോ, നീ ഇതുവരെ കല്യാണം കഴിച്ചില്ലേ?”

“ഇല്ല, ഞാൻ കഴിച്ചിട്ടില്ല.”

“ശരിക്കും? പക്ഷേ... നീ ഇപ്പോഴും അതേ ജോലിയിൽ കുടുങ്ങി കിടക്കുകയല്ലല്ലോ അല്ലേ?”

ഞാൻ ഒരു നിമിഷം ആലോചിച്ചു. എന്റെ പ്രായത്തിലുള്ള ഒരാൾക്ക് ശരിയായ ഒരു ജോലിയോ വിവാഹ ജീവിതമോ ഇല്ലാത്തതും വിചിത്രമായാണ് കണക്കാക്കുന്നത് എന്ന് എന്റെ സഹോദരിയുടെ വിശദീകരണത്തിൽ നിന്ന് എനിക്കറിയാമായിരുന്നു. അങ്ങനെയാണെങ്കിലും, സത്യം അറിയാവുന്ന മിഹോയുടെയും മറ്റുള്ളവരുടെയും മുന്നിൽ തന്ത്രപരമായി ഒഴിഞ്ഞുമാറാൻ ഞാൻ തയ്യാറായില്ല.

“അതേ, എനിക്ക് വളരെ പേടിയാണ്."

എന്റെ ഉത്തരം കേട്ട് യുകാരി അമ്പരന്ന് എന്നെ നോക്കി, അതിനാൽ ഞാൻ തിടുക്കത്തിൽ കൂട്ടിച്ചേർത്തു, “ഞാൻ അത്ര സമർത്ഥയൊന്നുമല്ല, അതിനാൽ തന്നെ ഞാൻ ഒരു സാധാരണ ജോലിയിൽ തുടരുന്നതാണ് നല്ലത്.”

എനിക്ക് ചില ആരോഗ്യപ്രശ്നങ്ങൾ ഉണ്ടെന്ന് പഴയ സുഹൃത്തുക്കൾക്കിടയിൽ ഞാൻ അറിയിച്ചിട്ടുണ്ട്, അത് എനിക്ക് ഒരു പാർട്ട് ടൈം ജോലി കൂടുതൽ സൗകര്യപ്രദമാക്കാനായിരുന്നു. എന്റെ മാതാപിതാക്കൾ രോഗികളായതിനാലും അവരെ പരിപാലിക്കേണ്ടതിനാലുമാണ് ഞാൻ ഇങ്ങനെ ചെയ്യുന്നത് എന്നാണ് എന്റെ ജോലിസ്ഥലത്ത് ഞാൻ പറഞ്ഞിരുന്നത്.

എനിക്കായി ഈ ഒഴികഴിവുകൾ ഉപദേശിച്ചു തന്നതിന് എന്റെ സഹോദരിയോട് ഞാൻ കടപ്പെട്ടിരിക്കുന്നു.

എന്റെ ഇരുപതുകളുടെ തുടക്കത്തിൽ ഞാൻ സ്വതന്ത്രമായി ഏതുതരം ജോലി ചെയ്യുന്നതും അസാധാരണമായിരുന്നില്ല, അതിനാൽത്തന്നെ എനിക്ക് ഒഴികഴിവുകൾ പറയേണ്ട ആവശ്യവുമില്ലായിരുന്നു. എന്നാൽ പിന്നീട് എല്ലാവരും ജോലിയിലൂടെയോ വിവാഹത്തിലൂടെയോ സമൂഹവുമായി ഇഴുകി ചേരാൻ തുടങ്ങി, ഞാൻ മാത്രമായിരുന്നു ഇത് രണ്ടും ചെയ്യാതിരുന്നത്.

ഞാൻ ദുർബ്ബല ആയതുകൊണ്ടാണെന്ന് എല്ലായ്പ്പോഴും പറയുന്നുവെങ്കിലും, അങ്ങനെയാണെങ്കിൽ, ഞാൻ എന്തിനാണ് വളരെ നാളായി എല്ലാ ദിവസവും സ്വന്തം കാലിൽ നിൽക്കുന്ന ഒരു ജോലി ചെയ്യാൻ തിരഞ്ഞെടുത്തത് എന്ന് എല്ലാവരും ഉള്ളിന്റെയുള്ളിൽ ചിന്തിക്കുന്നുണ്ടാകണം?

"ഞാൻ നിന്നോട് വ്യക്തിപരമായ ഒരു ചോദ്യം ചോദിക്കുന്നതിൽ നിനക്ക് എന്തെങ്കിലും ബുദ്ധിമുട്ടുണ്ടോ? നീ എപ്പോഴെങ്കിലും പ്രണയിച്ചിട്ടുണ്ടോ, കെയ്ക്കോ?" സത്സുകി കളിയാക്കി ചോദിച്ചു.

"പ്രണയമോ?"

"അതായത്, നീ എപ്പോഴെങ്കിലും ആരെയെങ്കിലും ഡേറ്റ് ചെയ്തിട്ടുണ്ടോ? ആലോചിച്ചു നോക്കൂ, നീ അത്തരത്തിലുള്ള ഒരു കാര്യത്തെക്കുറിച്ച് സംസാരിക്കുന്നത് ഞാൻ കേട്ടിട്ടില്ല."

"ഓ അതേയോ. ഇല്ല, ഞാൻ ഡേറ്റ് ചെയ്തിട്ടില്ല," ഞാൻ യാന്ത്രികമായി ഉത്തരം നൽകി.

എല്ലാവരും നിശബ്ദരായി, പരസ്പരം അസുഖകരമായ നോട്ടങ്ങൾ കൈമാറി. അത്തരം സന്ദർഭങ്ങളിൽ ഞാൻ ഒരു അവ്യക്തമായ ഉത്തരം നൽകണമെന്ന് എന്റെ സഹോദരി എന്നോട് പറഞ്ഞത് വളരെ വൈകിയാണ് ഞാൻ ഓർത്തത്: "അഹ്, എനിക്ക് ഇഷ്ടപ്പെട്ട ഒരാളുണ്ടായിരുന്നു, പക്ഷേ എനിക്ക് പുരുഷന്മാരെ വിലയിരുത്താൻ അറിയില്ല." ഇത് എനിക്കൊരിക്കലും ഒരു യഥാർത്ഥ കാമുകൻ ഉണ്ടായിരുന്നില്ലെങ്കിലും, എനിക്ക് കുറഞ്ഞത് ഒരു കാമുകനോ അല്ലെങ്കിൽ ഏതെങ്കിലും തരത്തിലുള്ള ശാരീരിക ബന്ധത്തിൽ ഏർപ്പെട്ടിരിക്കാവുന്ന മറ്റൊരാളോ ഉണ്ടാകും എന്ന ധാരണ എന്റെ മറുപടി കേൾക്കുന്നവർക്ക് നൽകും. "നിനക്ക് ഒരു വ്യക്തിപരമായ ചോദ്യത്തിന് അവ്യക്തമായ

ഉത്തരം നൽകാൻ കഴിയും, അവർ അവരുടേതായ ഒരു നിഗമനത്തിൽ എത്തിച്ചേരും" എന്ന് അവൾ എന്നോട് പറഞ്ഞിരുന്നു. എന്നാൽ, ഞാൻ അതുപോലെ ചെയ്യേണ്ടിയിരുന്ന അവസരം പാഴാക്കിയതായി എനിക്ക് തോന്നി.

"നിങ്ങൾക്കറിയാമോ, എനിക്ക് കുറച്ച് സ്വവർഗ്ഗാനുരാഗികളായ സുഹൃത്തുക്കളുണ്ട്," മിഹോ ഇടപെട്ട് പറഞ്ഞു, "അതുകൊണ്ട് കുറച്ചൊക്കെ മനസ്സിലാക്കാനാകുന്നു. ഈ ദിവസങ്ങളിൽ നിങ്ങൾക്കും ലൈംഗികതയില്ലാതെയോ അല്ലെങ്കിൽ നിങ്ങൾക്ക് ഇഷ്ടമുള്ള എങ്ങനെ വേണമെങ്കിലുമോ ജീവിക്കാം."

"അതെ, അത് വർദ്ധിച്ചുകൊണ്ടിരിക്കുകയാണെന്ന് ഞാനും കേട്ടു. അതിലൊന്നും താൽപ്പര്യമില്ലാത്ത യുവജനതയാണ് ഇപ്പോൾ ഉള്ളതുപോലെ."

"ഞാൻ ഇതിനെക്കുറിച്ച് ടിവിയിൽ ഒരു പ്രോഗ്രാം കണ്ടു. അവർക്കിതിൽ നിന്നും പുറത്തുവരാൻ സത്യത്തിൽ വളരെ ബുദ്ധിമുട്ടുള്ള കാര്യമാണ് എന്നാണ് തോന്നുന്നത്."

ഞാൻ ഒരിക്കലും ലൈംഗികത അനുഭവിച്ചിട്ടില്ല, മാത്രമല്ല എന്റെ സ്വന്തം ലൈംഗികതയെക്കുറിച്ച് എനിക്ക് പ്രത്യേക അവബോധം പോലും ഉണ്ടായിരുന്നില്ല. ഞാൻ എല്ലാ കാര്യങ്ങളിലും നിസ്സംഗയായിരുന്നു, ഒരിക്കലും അതിനെക്കുറിച്ച് ചിന്തിച്ചിട്ടില്ല. എന്നാൽ ഇവിടെ സംഭവിക്കുന്നത് ഈ കാര്യങ്ങളിൽ ഞാൻ ദുഃഖിതയാണ് എന്ന് കരുതാൻ എല്ലാവരും ഇത് ഒരു അവസരമായി എടുക്കുന്നു, പക്ഷേ ഞാൻ അങ്ങനെ ആയിരിക്കില്ല. ഇനി അങ്ങനെ തന്നെ ആണെങ്കിൽ പോലും, അവരെല്ലാം പറയുന്നതുപോലെയുള്ള മനോവേദനയായിരിക്കും ഞാൻ അനുഭവിക്കുന്നത് എന്ന് തോന്നുന്നില്ല. പക്ഷേ അവരൊന്നും അത്രത്തോളം ചിന്തിക്കാൻ ആഗ്രഹിച്ചില്ല. അതായിരുന്നു അവർക്ക് ഏറ്റവും എളുപ്പമുള്ള മാർഗ്ഗം, അതിനാൽ ഈ രീതിയിൽ പ്രശ്നം പരിഹരിക്കാൻ അവർ ആഗ്രഹിക്കുന്നുവെന്ന് എന്നോട് പറയുന്നതായി എനിക്ക് തോന്നി.

ഇത് സ്കൂളിൽ വെച്ച് ഞാൻ ആ ആൺകുട്ടിയെ മൺവെട്ടി കൊണ്ട് അടിച്ചത് പോലെ തന്നെയായിരുന്നു. മുതിർന്നവരെല്ലാം കൂടി എടുത്തുചാടി അടിസ്ഥാനരഹിതമായ നിഗമനത്തിലെത്തി, കുടുംബത്തിൽ നിന്ന് പീഡനത്തിന് ഇരയായ കുട്ടിയായി എന്നെ കണക്കാക്കി, എന്റെ കുടുംബത്തെ കുറ്റപ്പെടുത്തി. അങ്ങനെ

യാണ് ഞാൻ ഇത്ര ഭയാനകമായ ഒരു കാര്യം ചെയ്തത് എന്തുകൊണ്ടാണെന്ന് അവർക്ക് മനസ്സിലാകുകയും അങ്ങനെ മനസ്സമാധാനം നേടുകയും ചെയ്തത്. അതിനാൽ എന്റെ കുടുംബ സാഹചര്യമാണ് ഞാൻ ചെയ്തതിന് കാരണമെന്ന് ഉൾക്കൊള്ളാൻ അവരെല്ലാം എന്നെ നിർബന്ധിച്ചു.

എന്തിനാണ് എല്ലാവരും ഇങ്ങനെയുള്ള സ്ഥിരീകരണം ആവശ്യപ്പെടുന്നത് എന്ന് ചിന്തിച്ചപ്പോൾ എനിക്ക് നല്ല വിഷമം തോന്നി. പക്ഷേ, എനിക്ക് എന്തെങ്കിലും കുഴപ്പം നേരിടേണ്ടി വരുമ്പോൾ എന്റെ സഹോദരി പറഞ്ഞുതന്ന ന്യായീകരണം എന്റെ ഉള്ളിൽ മുഴങ്ങിക്കൊണ്ടിരിക്കും : "ഇല്ല, ഇല്ല. അത് ഞാൻ അത്ര സമർത്ഥയല്ലാത്തതുകൊണ്ടാണ്. അത്രയേ ഉള്ളൂ!"

"ഓ, അത് ശരിയാണ്, നിനക്ക് ഒരു വിട്ടുമാറാത്ത അസുഖ മുണ്ട്, അല്ലേ? ഇത് നിനക്ക് ശരിക്കും ബുദ്ധിമുട്ടായിരിക്കണം."

"നീ ഒരുപാട് നാളായി അങ്ങനെ തന്നെയാണ്. നീ ഇപ്പോൾ സുഖമായിരിക്കുന്നോ?"

ഒരു ജോലിക്കാരി എന്ന നിലയിൽ എന്നെ വിലമതിക്കുന്ന, കാര്യങ്ങൾ അത്ര സങ്കീർണ്ണമല്ലാത്ത കൺവീനിയെൻസ് സ്റ്റോറിൽ തിരിച്ചെത്തിയിരുന്നെങ്കിൽ എന്ന് ഞാൻ ആഗ്രഹിച്ചു. അവിടെ കാര്യങ്ങൾ ഇതുപോലെ സങ്കീർണ്ണമായിരുന്നില്ല. ഞങ്ങൾ യൂണിഫോം ധരിച്ചുകഴിഞ്ഞാൽ, ലിംഗഭേദമോ പ്രായമോ പൗരത്വമോ പരിഗണിക്കാതെ ഞങ്ങൾ എല്ലാവരും തുല്യരായിരുന്നു--എല്ലാവരും സാധാരണ തൊഴിലാളികൾ.

ഞാൻ ക്ലോക്കിലേക്ക് നോക്കി – ഉച്ചകഴിഞ്ഞ് 3 മണി. ഇതിനോടകം അവർ ക്യാഷ് രജിസ്റ്ററിന്റെ അക്കൗണ്ടുകൾ തിട്ടപ്പെടുത്തി, ബാങ്കിലേക്ക് പണം മാറ്റി, പുതിയ ലോഡ് വന്ന ബ്രെഡും ലഞ്ച് ബോക്സുകളും ചില്ലുകൂടുകളിൽ അടുക്കി വയ്ക്കാൻ തുടങ്ങിയിട്ടുണ്ടായിരിക്കും.

ഞാൻ അകലെയാണെങ്കിലും, കൺവീനിയെൻസ് സ്റ്റോറും ഞാനും അത്രമേൽ ബന്ധപ്പെട്ടിരിക്കുന്നു. എന്റെ അകക്കണ്ണിൽ, പ്രകാശമുള്ളതും തിരക്കേറിയതുമായ കടയെക്കുറിച്ച് ഞാൻ ചിന്തിച്ചു, ഞാൻ നിശബ്ദമായി എന്റെ വലതു കൈയിൽ തലോടി, ക്യാഷ് രജിസ്റ്ററിലെ ബട്ടണുകൾ മികച്ച രീതിയിൽ പ്രവർത്തി പ്പിക്കാൻ അതിലെ നഖങ്ങൾ ഭംഗിയായി വെട്ടി ഒരുക്കിയിരുന്നു.

* * *

ഞാൻ നേരത്തെ എഴുന്നേൽക്കുന്ന ദിവസങ്ങളിലെല്ലാം, എന്റെ സ്റ്റോപ്പിന് മുൻപുള്ള ഒരു സ്റ്റേഷനിൽ ട്രയിനിറങ്ങി കടവരെയുള്ള ബാക്കി ദൂരം ഞാൻ നടന്നാണ് പോയിരുന്നത്. ഞാൻ നടക്കു മ്പോൾ ചുറ്റുമുള്ള കെട്ടിടങ്ങളും റെസ്റ്റോറന്റുകളും ക്രമേണ ഓഫീസി ലേക്കുള്ള വഴിമാറി തരാറുണ്ട്.

ഈ ലോകം സാവധാനം നശിച്ചുകൊണ്ടിരിക്കുന്നു എന്ന തോന്നൽ ഉള്ളിലുറയ്ക്കുന്നു. ഞാൻ ആദ്യമായി കടയിൽ എത്തിയ ദിവസം കണ്ട കാഴ്ചകൾക്ക് ഇതുവരെ ഒരു മാറ്റവുമില്ല. അതിരാവി ലെയാകുമ്പോൾ, ഇടയ്ക്ക് സ്യൂട്ട് ധരിച്ച ജോലിക്കാർ തിരക്കിട്ട് കടന്നുപോകുന്നതൊഴിച്ചാൽ മറ്റൊരു ജീവിയെയും അവിടെ യെങ്ങും കാണാറില്ല.

ഇവിടെയെല്ലാം ഓഫീസുകൾ മാത്രമേയുള്ളൂ, പക്ഷേ ഇപ്പോഴും കൺവീനിയെൻസ് സ്റ്റോറിൽ വരുന്ന ചില ഉപഭോക്താക്കളെ കണ്ടാൽ സാധാരണ താമസക്കാരെ പോലെയാണ്, അവർ ഈ ലോകത്ത് എവിടെയാണ് താമസിക്കുന്നതെന്ന് ഞാൻ എപ്പോഴും അത്ഭുതപ്പെടുന്നു. ചീവീട് ഉപേക്ഷിച്ച പുറംതൊടിന്റെ ലോകത്തിനു ള്ളിൽ എവിടെയോ ആണ് അവർ ഉറങ്ങുന്നത് എന്ന് ഞാൻ സങ്കൽപ്പിക്കും.

രാത്രിയാകുമ്പോൾ, തിളങ്ങുന്ന ഓഫീസ് ജനാലകൾ ആ പ്രദേശത്തെ ജ്യാമിതീയമായി വിന്യസിച്ച ഒരു ലാൻഡ് സ്കേപ്പാക്കി മാറ്റുന്നു. എന്റെ വിലകുറഞ്ഞ അപ്പാർട്ട്മെന്റ് സ്ഥിതി ചെയ്യുന്ന സജീവമായ പ്രദേശത്ത് നിന്ന് വ്യത്യസ്തമായി, വെളിച്ചം തണുത്തതും നിർജ്ജീവവുമാണ്, എല്ലാം ഒരേ നിറത്തിൽ തന്നെ.

ഒരു കൺവീനിയെൻസ് സ്റ്റോർ ജീവനക്കാരിയെ സംബന്ധിച്ചിടത്തോളം, കടയുടെ പരിസര പ്രദേശത്ത് നടക്കുന്നത് വിലപ്പെട്ട വിവരങ്ങൾ ശേഖരിക്കുന്നതിനുള്ള ഒരു പ്രധാന മാർഗ്ഗമാണ്. സമീപത്തുള്ള ഒരു റെസ്റ്റോറന്റ് ലഞ്ച് ബോക്സുകൾ വിൽക്കാൻ തുടങ്ങിയാൽ അത് ഞങ്ങളുടെ വിൽപ്പനയെ ബാധിക്കും, അതുപോലെ റോഡ് പണികൾ ആരംഭിക്കുമ്പോൾ കൂടുതൽ ഉപഭോക്താക്കൾ കടയിലേക്ക് വരാനുള്ള സാധ്യതയുമുണ്ടാകും. ഞങ്ങളുടെ സ്റ്റോർ തുറന്ന് നാല് വർഷങ്ങൾക്ക് ശേഷം ഞങ്ങൾക്കുണ്ടായിരുന്ന ഒരു എതിരാളി അവരുടെ സ്റ്റോർ അടച്ചുപൂട്ടിയപ്പോൾ ആ ഉപഭോക്താക്കൾ എല്ലാവരും ഞങ്ങളിലേക്കെത്തിയത് വലിയൊരു ജനപ്രവാഹം

സൃഷ്ടിച്ചു. ഉച്ചഭക്ഷണ സമയത്തെ തിരക്ക് നിരന്തരം വർദ്ധിച്ചു കൊണ്ടിരുന്നതിനാൽ ഞങ്ങൾക്കെല്ലാവർക്കും ഓവർടൈം ജോലി ചെയ്യേണ്ടി വന്നു, ലഞ്ച് ബോക്സുകൾ തീർന്നുപോയപ്പോൾ, ശരിയായ മേൽനോട്ടം നടത്താത്തതിന് ഹെഡ് ഓഫീസ് മാനേജരെ ശകാരിച്ചു. അപ്പോഴാണ് ഇനി ഒരിക്കലും അങ്ങനെയൊരു സംഭവം ഉണ്ടാകാതിരിക്കാൻ കാര്യങ്ങൾ ശ്രദ്ധിച്ചുകൊണ്ട് അവിടെ ചുറ്റിനടക്കാൻ ഞാൻ തീരുമാനിച്ചത്.

ഒരു പുതിയ കെട്ടിടത്തിന്റെ പണി പൂർത്തിയായിക്കൊണ്ടിരിക്കുന്നതായി തോന്നിയതൊഴിച്ചാൽ, ഇന്ന് അവിടെ കാര്യമായ മാറ്റങ്ങളൊന്നും ഉണ്ടായതായി തോന്നിയില്ല, അത് തുറക്കുമ്പോൾ കൂടുതൽ ഉപഭോക്താക്കൾ എത്തുമെന്ന പ്രതീക്ഷയുണ്ട്. ഇത് ഞാൻ മനസ്സിൽ കുറിച്ചിട്ടുകൊണ്ട് കടയിലേക്ക് നടന്നു. അവിടെ നിന്ന് ഒരു സാൻഡ്‌വിച്ചും ചായയും വാങ്ങി ഞാൻ പിന്നിലെ മുറിയിലേക്ക് പോയി, കടയുടെ മാനേജർ വീണ്ടും രാത്രി ഷിഫ്റ്റിൽ ജോലിക്ക് കയറി, വിയർത്ത ശരീരത്തോടെ കുനിഞ്ഞിരുന്ന് കടയിലെ കമ്പ്യൂട്ടറിൽ കണക്കുകൾ ടൈപ്പ് ചെയ്തുകൊണ്ടിരിക്കുന്നത് കണ്ടു.

“ഗുഡ് മോർണിംഗ്!”

“ഗുഡ് മോർണിംഗ് മിസ്സ് ഫുരുകുറ. ആഹാ... ഇന്ന് നിങ്ങൾ അതിരാവിലെതന്നെ എത്തിയല്ലോ!”

സ്റ്റോർ മാനേജർക്ക് മുപ്പത് വയസ്സുണ്ട്, എപ്പോഴും കാര്യഗൗരവത്തോടെ പെരുമാറുന്ന അദ്ദേഹം ഈ സ്റ്റോറിലെ എട്ടാമത്തെ മാനേജരാണ്. അദ്ദേഹത്തിന്റെ വാക്കുകൾ അല്പം മൂർച്ചയുള്ളതെങ്കിലും കഠിനാധ്വാനിയാണ്.

രണ്ടാമത്തെ മാനേജർ എല്ലായ്പ്പോഴും പ്രവൃത്തിയിൽ അലസനായിരുന്നു, അതേസമയം നാലാമത്തെ ആൾ വിശ്വസനീയനും, ശുചിത്വപ്രേമിയുമായിരുന്നു, കൂടാതെ ആറാമത്തെ ആൾ, തികച്ചും വിചിത്ര സ്വഭാവിയും പൊതുവെ ആളുകൾക്ക് ഇഷ്ടപ്പെടാത്തവനുമായിരുന്നു, ഒരവസരത്തിൽ, മുഴുവൻ രാത്രി ഷിഫ്റ്റ് ജീവനക്കാർ അദ്ദേഹത്തിനെതിരെ പ്രതിഷേധമായി ജോലി ഉപേക്ഷിച്ചപ്പോൾ വലിയൊരു വിവാദം ഉണ്ടായി. എട്ടാമത്തെ മാനേജർ പാർട്ട്-ടൈം ജോലിക്കാർക്കിടയിൽ താരതമ്യേന ജനപ്രിയനാണ്, കൂടാതെ അവരോടൊപ്പം ജോലികളിൽ നേരിട്ട് പങ്കെടുക്കുന്ന ആളായതിനാൽ ജോലിസ്ഥലത്ത് അദ്ദേഹത്തെ

കാണുന്നത് എനിക്കിഷ്ടമാണ്. ഏഴാമത്തെ മാനേജർ ആത്മ വിശ്വാസക്കുറവുള്ളവനായിരുന്നു, കൂടാതെ അയാൾ രാത്രി ഷിഫ്റ്റുകളിൽ വേണ്ടത്ര കർശനമായിരുന്നില്ല, അതിന്റെ ഫലമായി സ്റ്റോറിലെ കാര്യങ്ങൾ കുഴപ്പത്തിലായി. എട്ടാമത്തെ മാനേജർ അൽപ്പം പരുക്കനായിരിന്നെങ്കിലും, ഒരു രീതിയിൽ നോക്കു മ്പോൾ അദ്ദേഹത്തോടൊപ്പം ജോലി ചെയ്യുന്നത് എളുപ്പമാണ് എന്നാണ് എനിക്ക് തോന്നുന്നത്.

പതിനെട്ട് വർഷമായി, രൂപം മാറിക്കൊണ്ടിരിക്കുകയാ ണെങ്കിലും, അവിടെ എല്ലായ്പ്പോഴും ഒരു മാനേജർ ഉണ്ടായിരുന്നു. ഓരോരുത്തരും വ്യത്യസ്തരാണെങ്കിലും, മൊത്തത്തിൽ നോക്കി യാൽ, എല്ലാവരും ഒരേയൊരു സൃഷ്ടിയാണെന്ന് എനിക്ക് ചിലപ്പോൾ തോന്നാറുണ്ട്.

എട്ടാമത്തെ മാനേജറിന്റെ ഉച്ചത്തിലുള്ള ശബ്ദം പിന്നിലെ മുറിവരെ മുഴങ്ങി കേൾക്കാനാകും.

"ഓ, ഇന്ന് നിങ്ങൾ ആ പുതിയ ആളായ ഷിറാഹയോ ടൊപ്പമാണ് ജോലി ചെയ്യുന്നത്," അയാൾ എന്നോട് പറഞ്ഞു. "അവൻ രാത്രി ഷിഫ്റ്റിലാണ് അവന്റെ പരിശീലനം നടത്തിയത്, അതിനാൽ ഇത് ആദ്യമായിട്ടായിരിക്കും പകൽ ഷിഫ്റ്റിൽ ജോലി ചെയ്യുന്നത്. അവനെ ഒന്ന് ശ്രദ്ധിക്കാമോ?"

"ശരി ഞാൻ ചെയ്യാം!" ഞാൻ ഊർജ്ജസ്വലമായി മറുപടി പറഞ്ഞു, ആ മനുഷ്യൻ ഇടവേളയില്ലാതെ കണക്കുകൾ രേഖ പ്പെടുത്തുന്നത് തുടർന്നുകൊണ്ട് പലതവണ തലയാട്ടി.

"മിസ് ഫുരുകുറ, നിങ്ങൾ ഇവിടെ ഉള്ളപ്പോൾ എനിക്ക് എപ്പോഴും മനഃസമാധാനത്തോടെ വിശ്രമിക്കാൻ കഴിയും. ഇവാക്കി ഇപ്പോൾ എന്നെന്നേക്കുമായി ഇവിടെ നിന്ന് പോയതാ യതിനാൽ ഇനി ദിവസ ഷിഫ്റ്റിന്റെ മുൻനിരയിൽ നിങ്ങളും മിസ്സിസ് ഇസുമിയും സുഗവാരയും ഇപ്പോഴുള്ള ഷിറാഹയും മാത്രമേ ഉണ്ടാകൂ. തൽക്കാലം എനിക്ക് രാത്രി ഷിഫ്റ്റിൽ തന്നെ തുടരേണ്ടി വരുമെന്നാണ് തോന്നുന്നത്, അതുകൊണ്ട് ഞാൻ നിങ്ങളെയാണ് ആശ്രയിക്കുന്നത്."

ശ്രീമതി ഇസുമി ചെയ്യുന്നതുപോലെ, വാക്കുകളുടെ അവസാനം നീട്ടാനുള്ള ഒരു പ്രത്യേക ശൈലി മാനേജർക്കുണ്ട്, എന്നിരുന്നാലും ശബ്ദത്തിന്റെ താളം തികച്ചും വ്യത്യസ്തമാണ്. അദ്ദേഹം ശ്രീമതി ഇസുമിക്ക് ശേഷമാണ് വന്നത്, അതിനാൽ ഒരുപക്ഷേ

അവളായിരിക്കാം അയാളെ സ്വാധീനിച്ചത്, മിക്കവാറും അവൾ അയാളുടെ സംസാരരീതി ഉൾക്കൊണ്ട് അവളുടെ സംസാരത്തിന്റെ അവസാന താളം ദീർഘിപ്പിച്ചിരിക്കും.

ഇതേക്കുറിച്ച് ചിന്തിച്ചുകൊണ്ട് ഞാൻ തലയാട്ടി, സുഗവാരയുടെ സംസാരം അനുകരിച്ചുകൊണ്ട് പറഞ്ഞു, "ശരി, കുഴപ്പമില്ല! എത്ര വേഗം നമുക്ക് പുതിയ ആളെ കിട്ടുന്നുവോ അത്രയും നല്ലതാണ്!"

"അതെ, ഞാൻ ജോലിയ്ക്ക് ആളെ വേണമെന്ന് അറിയിച്ചുകൊണ്ട് പരസ്യങ്ങൾ ഇട്ടിട്ടുണ്ട്, കൂടാതെ രാത്രി ഷിഫ്റ്റിലെ ആളുകളോട് ജോലി അന്വേഷിക്കുന്ന സുഹൃത്തുക്കൾ ഉണ്ടോ എന്നും ഞാൻ ചോദിച്ചിട്ടുണ്ട്. ആഴ്ചയിൽ അഞ്ച് ദിവസവും പകൽ ഷിഫ്റ്റിൽ നിങ്ങൾക്ക് വരാൻ കഴിയുന്നത് ഒരു വലിയ സഹായമാണ്, മിസ് ഫുരുകുറ."

ഒരു ജീവനക്കാരൻ സാധാരണയായി നിരന്തരമായി ജോലി ചെയ്യുന്നതു കൊണ്ടും, പ്രശ്നങ്ങളൊന്നും ഉണ്ടാക്കാതിരുന്നതുമൂലവും, സ്റ്റാഫ് കുറവുള്ള ഒരു കൺവീനിയെൻസ് സ്റ്റോറിൽ ഏറെ വിലമതിക്കപ്പെടാം. മിസ്സിസ് ഇസുമിയെയും സുഗവാരയെയും അപേക്ഷിച്ച് ഞാൻ അത്ര മിടുക്കിയല്ല; പക്ഷേ ഒരിക്കൽ പോലും വൈകുകയോ അവധി എടുക്കുകയോ ചെയ്യാതെ പ്രവർത്തിക്കുന്നതിൽ ഞാൻ മറ്റുള്ളവരിൽ നിന്നും വ്യത്യസ്തയാണ്. ഞാൻ ഓരോ ദിവസവും മുടങ്ങാതെ ജോലി ചെയ്യാൻ വരുന്നു. അതിനാലാണ് സ്റ്റോറിന്റെ ഭാഗമായി ഞാൻ സുസ്ഥിരമായി പ്രവർത്തിക്കുന്ന ഒരംഗമായി അംഗീകരിക്കപ്പെടുന്നത്.

അപ്പോഴാണ് വാതിലിന്റെ മറുവശത്ത് നിന്ന് നേർത്ത ശബ്ദം.

"ഉം..."

"ഓ, ഷിറാഹ, നിങ്ങളോ? വരൂ, അകത്തേക്ക് വരൂ!" മാനേജർ പറഞ്ഞു. "ഞാൻ നിങ്ങളോട് മുപ്പത് മിനിറ്റ് നേരത്തെ എത്താൻ പറഞ്ഞിരുന്നില്ലേ? നിങ്ങൾ വൈകി!"

വാതിൽ നിശബ്ദമായി തുറന്നു, ഏകദേശം ആറടി ഉയരമുള്ള, കോട്ടിടുന്ന ഹാംഗർ പോലെ മെലിഞ്ഞ ഒരു മനുഷ്യൻ തല കുനിച്ചുകൊണ്ട് അകത്തേക്ക് വന്നു.

അയാളെ കമ്പികൊണ്ട് നിർമ്മിച്ചതാണെന്നു തോന്നി,

അയാളുടെ കണ്ണട അയാളുടെ മുഖത്ത് വെള്ളി പിണഞ്ഞതു പോലെയായിരുന്നു. സ്റ്റോർ നിയമങ്ങൾ അനുസരിച്ച്, അയാൾ ഒരു വെള്ള ഷർട്ടും കറുത്ത പാന്റ്സും ധരിച്ചിരുന്നു, എന്നാൽ അയാൾ വളരെ മെലിഞ്ഞിട്ടായിരുന്നതിനാൽ, ആ ഷർട്ട് അയാൾക്ക് പാകമായിരുന്നില്ല, ഷർട്ടിന് പുറത്തേക്ക് അയാളുടെ കൈത്തണ്ട കാണുമ്പോൾ അതിൽ ഒരു അസ്വാഭാവികത തോന്നുമായിരുന്നു, ഷർട്ട് പാന്റ്സിനുള്ളിലേക്ക് ആക്കിയത് കാണുമ്പോൾ അയാളുടെ അരക്കെട്ടിനെ കുറച്ച് തുണികൊണ്ട് പൊതിഞ്ഞു വച്ചിരിക്കുന്നതു പോലെ തോന്നും.

അയാളുടെ എല്ലുംതോലുമായ രൂപം കണ്ടപ്പോൾ തോന്നിയ ഞെട്ടൽ മറച്ചുവച്ചുകൊണ്ട് ഞാൻ പെട്ടെന്ന് തല താഴ്ത്തി അയാളെ അഭിവാദ്യം ചെയ്തു.

“നിങ്ങളെ കണ്ടതിൽ സന്തോഷമുണ്ട്! ഞാൻ ഫുരുകുറ, പകൽ ഷിഫ്റ്റിൽ ജോലി ചെയ്യുന്ന ആളാണ്. ഇനി മുന്നോട്ട് നിങ്ങളോടൊപ്പം ഈ ജോലിയിൽ പ്രവർത്തിക്കാൻ താല്പര്യപ്പെടുന്നു!”

ഞാൻ ഇത് പറഞ്ഞ രീതി ഒരുപക്ഷേ സ്റ്റോർ മാനേജരുടെ സംസാര ശൈലിയോട് അടുത്ത് നിൽക്കുന്നതായിരിക്കാം. എന്റെ ഉച്ചത്തിലുള്ള ശബ്ദം കേട്ട് ചൂളിപോയ ഷിറാഹ ഒരു വിസമ്മതത്തോടെ പറഞ്ഞു : “ഉം, ആഹ്...”

“എന്തായിത്, ഷിറാഹാ, ഇങ്ങനെയാണോ പെരുമാറുന്നത്? നിന്റെ മര്യാദകളൊക്കെ എവിടെപ്പോയി?” മാനേജർ അവനെ ഉപദേശിച്ചു. “തുടക്കം നല്ലതായിരിക്കേണ്ടേ, ആദ്യം നിങ്ങളുടെ അഭിവാദ്യങ്ങൾ ശരിയായ രീതിയിൽ ശീലിക്കൂ.”

“ഉം, ആഹ്... സുപ്രഭാതം,” ഷിറാഹ അവ്യക്തമായി, കഷ്ടിച്ച് കേൾക്കുമ്പോലെ പിറുപിറുത്തു.

പരിശീലനം പൂർത്തിയാക്കിയ നിങ്ങൾ ഇന്ന് മുതൽ പകൽ ഷിഫ്റ്റിലെ മുഴുവൻ സമയ അംഗമാണെന്ന് അറിയാമല്ലോ? ക്യാഷ് രജിസ്റ്റർ കൈകാര്യം ചെയ്യാനും ഇവിടം വൃത്തിയാക്കാനും അതുപോലെ അടിസ്ഥാനപരമായ രീതിയിൽ ഭക്ഷണ കൗണ്ടർ തയ്യാറാക്കാനും നിങ്ങളെ പഠിപ്പിച്ചിട്ടുണ്ട്, പക്ഷേ ഇനിയും ഒരുപാട് കാര്യങ്ങൾ പഠിക്കാനുണ്ട്. ഇതാണ് മിസ് ഫുരുകുറ, ഈ സ്റ്റോർ തുറന്നത് മുതൽ ഇവിടെ ജോലി ചെയ്യുന്നു, അങ്ങനെ പറയുമ്പോൾ നിങ്ങൾക്ക് വിശ്വസിക്കാൻ പറ്റുന്നുണ്ടോ? നിങ്ങൾക്ക് എന്ത് ആവശ്യമുണ്ടെങ്കിലും അവരോട് ചോദിച്ചോളൂ.”

"ഉം, ആഹ്..."

"അവൾ പതിനെട്ട് വർഷമായി ഇവിടെയുണ്ട്, നിങ്ങൾക്കറിയാമോ. പതിനെട്ട് വർഷം! അത് നിങ്ങളെ അത്ഭുതപ്പെടുത്തി, അല്ലേ, ഷിറാഹ? നിങ്ങൾ അവളെ കണ്ട് പഠിക്കണം മനസ്സിലായോ."

"എന്ത്?" ഷിറാഹ പറഞ്ഞു, അയാളുടെ മുഖത്ത് ഒരു സംശയത്തിന്റെ ഭാവം ഉണ്ടായിരുന്നു. അയാളുടെ കുഴിഞ്ഞ കണ്ണുകൾ അയാളുടെ തലയിലേക്ക് കൂടുതൽ ആണ്ടു പോകുന്നതായി തോന്നി.

വാതിൽ തുറന്ന് സുഗവാര പ്രത്യക്ഷപ്പെട്ടപ്പോൾ അസ്വസ്ഥമായ ആ അന്തരീക്ഷം എങ്ങനെ ഇല്ലാതാക്കുമെന്ന് ഞാൻ വെറുതെ ചിന്തിച്ചു.

"എല്ലാവർക്കും ഗുഡ് മോർണിംഗ്" അവൾ അകത്തേക്ക് വരുമ്പോൾ സന്തോഷത്തോടെ വിളിച്ചു പറഞ്ഞു, ഒരു ബാസ് ഗിറ്റാറിന്റെ പെട്ടി അവളുടെ പുറകിൽ തൂക്കിയിട്ടിരുന്നു. ഷിറാഹയെ കണ്ടുകൊണ്ട് അവൾ കൂട്ടിച്ചേർത്തു, "ഓ, പുതിയ ആളാണല്ലേ! കണ്ടതിലും നിങ്ങൾ ഇവിടെയെത്തിയതിലും വളരെ സന്തോഷം."

എട്ടാമത്തെ മാനേജർ ചുമതലയേറ്റതിനുശേഷം സുഗവാരയുടെ ശബ്ദം കൂടുതൽ ഉച്ചത്തിലായതായി എനിക്ക് തോന്നി. സുഗവാരയും ഷിറാഹയും ആരംഭിക്കാൻ തയ്യാറായി നിൽക്കുന്നത് ശ്രദ്ധിച്ചപ്പോൾ അത് അൽപ്പം ഇഴയുന്നുണ്ടോ എന്ന് ഞാൻ ചിന്തിക്കുകയായിരുന്നു.

"ശരി എങ്കിൽ, ഇന്ന് രാവിലത്തെ സെഷൻ ഞാൻ നേതൃത്വം നൽകാം, അല്ലേ?" മാനേജർ പറഞ്ഞു. "ആദ്യം, ഇന്നത്തെ വിശദാംശങ്ങൾ. ഷിറാഹ തന്റെ പരിശീലനം പൂർത്തിയാക്കിയിട്ടുണ്ട്, ഇന്ന് രാവിലെ ഒൻപത് മുതൽ വൈകുന്നേരം അഞ്ച് വരെ ജോലി ചെയ്യും. നിങ്ങൾ ഉപഭോക്താക്കളെ അഭിവാദ്യം ചെയ്യുമ്പോൾ നിങ്ങളുടെ ശബ്ദം ആവശ്യത്തിന് ഉച്ചത്തിലാണെന്ന് ഉറപ്പാക്കുക, അല്ലേ ഷിറാഹ? നിങ്ങൾക്ക് ഏതെങ്കിലും സംശയമുണ്ടെങ്കിൽ ഇവർ രണ്ടുപേരോടും ചോദിക്കാം. അവർ രണ്ടുപേരും പരിചയസമ്പന്നരാണ്. കഴിയുമെങ്കിൽ, ഉച്ചഭക്ഷണ തിരക്കിനിടെ ക്യാഷ് രജിസ്റ്ററിന്റെ ചുമതല ഏറ്റെടുക്കാമോ?"

"ഓ, ശരി," ഷിറാഹ തലയാട്ടി.

“അടുത്തതായി, ഫ്രാങ്ക്ഫർട്ടറുകൾക്ക് (സോസേജ്) ഇന്ന് ഓഫർ ഇട്ടിട്ടുണ്ട്, അതിനാൽ നിങ്ങൾ അവ ആവശ്യത്തിന് സ്റ്റോക്ക് ഉണ്ട് എന്ന് ഉറപ്പാക്കുക. നമ്മൾ നൂറെണ്ണം വിൽക്കാനാണ് ലക്ഷ്യമിടുന്നത്! കഴിഞ്ഞ തവണ നമ്മൾ എൺപത്തിമൂന്ന് എണ്ണമാണ് വിറ്റത്, അതിനാൽ നമുക്ക് അത് ചെയ്യാൻ കഴിയും എന്ന് ഉറപ്പാണ്. നമുക്ക് ശരിക്കും കഴിയും! അത് വരട്ടെ, അല്ലേ? ഞാൻ നിങ്ങളെ ആശ്രയിക്കുകയാണ്, മിസ് ഫുരുകുറ.”

“ഉവ്വ്!” ഞാൻ ഉജ്ജ്വലമായി ഉത്തരം നൽകി.

“കാലാവസ്ഥ സ്റ്റോറിനും വളരെ പ്രധാനമാണ്, നിങ്ങൾക്ക് അറിയാമല്ലോ, ഇന്ന് താപനില വർദ്ധിച്ചിട്ടുള്ളതിനാൽ തണുത്ത സാധനങ്ങൾ മികച്ച രീതിയിൽ വിൽക്കപ്പെടും. ഫ്രിഡ്ജിലുള്ള പാനീയങ്ങളുടെ സ്റ്റോക്ക് പരിശോധിച്ച് ആവശ്യമുള്ളപ്പോൾ വീണ്ടും സ്റ്റോക്ക് ചെയ്യേണ്ടതുണ്ട്. കൂടാതെ, ഇന്ന് ഉപഭോക്താക്കളെ ആകർഷിക്കേണ്ടത് ഫ്രാങ്ക്ഫർട്ടറുകളും ഓഫറുകൾക്കായി വന്ന പുതിയ മാമ്പഴ കസ്റ്റാർഡ് ഡെസേർട്ടുമാണ്.”

“ശരി!” സുഗവാര ഉടൻ പ്രതികരിച്ചു.

“ശരി, ഇവയാണ് ഇന്നത്തെ പ്രധാന പോയിന്റുകൾ. ഇനി നമുക്ക് നമ്മുടെ പ്രതിജ്ഞയും ഉപഭോക്താക്കളുമായി ഇടപഴകുന്നതിനുള്ള ഏറ്റവും പ്രധാനപ്പെട്ട ആറ് വാക്യങ്ങളും നോക്കാം. ഞാൻ പറഞ്ഞ ശേഷം ആവർത്തിക്കൂ!”

മാനേജരുടെ നിർദ്ദേശം അനുസരിച്ച് ഞങ്ങൾ ഉച്ചത്തിൽ ആ വാക്കുകൾ ആവർത്തിച്ചു.

“ഞങ്ങളുടെ ഉപഭോക്താക്കൾക്ക് മികച്ച സേവനം നൽകുമെന്നും ഞങ്ങളുടെ സ്റ്റോർ ഈ പ്രദേശത്തെ പ്രിയപ്പെട്ട സ്റ്റോറായി തിരഞ്ഞെടുക്കപ്പെടാൻ വേണ്ടതൊക്കെ ചെയ്യുമെന്നും ഞങ്ങൾ പ്രതിജ്ഞ ചെയ്യുന്നു.”

“ഞങ്ങളുടെ ഉപഭോക്താക്കൾക്ക് മികച്ച സേവനം നൽകുമെന്നും ഞങ്ങളുടെ സ്റ്റോർ ഈ പ്രദേശത്തെ പ്രിയപ്പെട്ട സ്റ്റോറായി തിരഞ്ഞെടുക്കപ്പെടാൻ വേണ്ടതൊക്കെ ചെയ്യുമെന്നും ഞങ്ങൾ പ്രതിജ്ഞ ചെയ്യുന്നു.”

“ഇറാഷൈമസേ!”

“ഇറാഷൈമസേ!”

“അതെ മാഡം. ഉടനെ തരാം മാഡം.”

"അതെ മാഡം. ഉടനെ തരാം മാഡം."

"വളരെ നന്ദി!"

"വളരെ നന്ദി!"

നിർദ്ദേശങ്ങൾക്കനുസരിച്ച് ഞങ്ങൾ മൂന്നുപേരും ഒരേ സ്വരത്തിൽ ശബ്ദമുയർത്തി. മാനേജർ നേതൃത്വം വഹിച്ചപ്പോൾ പ്രഭാത സെഷൻ എത്രമാത്രം വേഗത്തിലായി തീർന്നു എന്ന് ഞാൻ ചിന്തിക്കുകയായിരുന്നു, ഷിറാഹ ശ്വാസം മുട്ടി മന്ത്രിക്കും പോലെ പറഞ്ഞു : "അഹ്, ഇത് ഒരു മതാചാരം പോലെയുണ്ട്!"

തീർച്ചയായും അതെ, ഞാൻ വിചാരിച്ചു.

അപ്പോൾ മുതൽ, ഞങ്ങൾ കൺവീനിയെൻസ് സ്റ്റോറിന്റെ സേവനത്തിൽ മാത്രമാണ് നിലനിന്നിരുന്നത്. ഇതുവരെയും ഷിറാഹ ഇതിനോടൊക്കെ പൊരുത്തപ്പെട്ടിട്ടില്ലെന്ന് തോന്നുന്നു, കാരണം അവൻ യാന്ത്രികമായി വായ ചലിപ്പിക്കുക മാത്രമാണ് ചെയ്യുന്നത്, അവന്റെ ശബ്ദം കേൾക്കാൻ വളരെ പ്രയാസകരമായിരുന്നു.

"രാവിലത്തെ സെഷൻ അവസാനിച്ചിരിക്കുന്നു, ഇനി നമുക്കെല്ലാവർക്കും നമ്മുടെ ഇന്നത്തെ ജോലികൾ ഏറ്റവും നന്നായി ചെയ്യാൻ ശ്രമിക്കാം!"

"ഞങ്ങൾ ചെയ്യാം!" സുഗവാരയും ഞാനും പ്രതികരിച്ചു.

"ശരി, എന്നാൽ, നിങ്ങൾക്ക് മനസ്സിലാകാത്ത എന്തെങ്കിലും ഉണ്ടെങ്കിൽ, ചോദിക്കാൻ മടിക്കരുത്," ഞാൻ ഷിറാഹയോട് പറഞ്ഞു. "ഞാൻ നിങ്ങളെ ആശ്രയിച്ചാണ് ഉള്ളത്!"

ഷിറാഹ അമർത്തി ചിരിച്ചു. "ഹാ. എനിക്ക് മനസ്സിലാകാത്ത എന്തെങ്കിലും? ഒരു കൺവീനിയെൻസ് സ്റ്റോറിലെ ഒരു പാർട്ട് ടൈം ജോലിയെക്കുറിച്ച്?"

അയാൾ ഉച്ചത്തിലുള്ള ശ്വാസത്തോടെ ഒരു ചിരി ചിരിച്ചു, ഞാൻ അയാളുടെ നാസാരന്ധ്രത്തിൽ മൂക്കിളയുടെ ഒരു കുമിള രൂപപ്പെട്ടത് കണ്ടു. ഷിറാഹയുടെ കടലാസ് പോലെയുള്ള വരണ്ട ചർമ്മത്തിന് പിന്നിൽ കഫം രൂപപ്പെടാൻ ആവശ്യമായ ഈർപ്പം ഇവിടെ ഉണ്ടെന്ന് അതുകൊണ്ട് എനിക്ക് മനസ്സിലായി, ആ കുമിള പൊട്ടുന്നത് കണ്ട് ഞാൻ ശ്രദ്ധ തിരിച്ചു.

"പ്രത്യേകിച്ച് ഒന്നുമില്ല. എനിക്ക് ഇതൊക്കെ ഏറെക്കുറെ മനസ്സിലായി."

"ഓ, നിങ്ങൾ മുൻപ് ഏതെങ്കിലും കടയിൽ ജോലി ചെയ്തിട്ടുണ്ടോ?" സുഗവാര ചോദിച്ചു.

"എന്താ? ഇല്ല, ഞാൻ ചെയ്തിട്ടില്ല," അയാൾ പിറുപിറുത്തു.

"അങ്ങനെയെങ്കിൽ, നിങ്ങൾക്ക് ഇനിയും ഒരുപാട് പഠിക്കാനുണ്ട്!" മാനേജർ അവനോട് പറഞ്ഞു. "മിസ്സ് ഫുരുകുറ, ഉൽപ്പന്നങ്ങൾ പ്രദർശിപ്പിച്ചിരിക്കുന്നത് പരിശോധിച്ചുകൊണ്ട് ആരംഭിക്കൂ, അത് ചെയ്യാമോ? ഞാൻ കുറച്ച് ഉറങ്ങാനായി വീട്ടിലേക്ക് പോകുകയാണ്. ശരി ഇറങ്ങട്ടെ."

"ഞങ്ങൾ ചെയ്യാം!"

"ഞാൻ പണം എടുക്കാം!" സുഗവാര അങ്ങനെ പറഞ്ഞു കൊണ്ട് പെട്ടെന്ന് നീങ്ങി.

ഞാൻ ഷിറാഹയെ പാനീയങ്ങൾ അടങ്ങിയ കാർട്ടൺ പെട്ടികളുടെ അടുത്തേക്ക് കൊണ്ടുപോയി, എന്നിട്ട് സുഗവാരയുടെ ശൈലിയിൽ പറഞ്ഞു : "ശരി, എന്നാൽ നമുക്ക് തുടങ്ങാം! പാനീയങ്ങളുടെ കാർട്ടണുകൾ രാവിലെ വളരെ നന്നായി വിറ്റഴിയുന്ന ഒന്നാണ്, അതിനാൽ പ്രദർശനം മനോഹരവും വൃത്തിയുള്ളതുമാണെന്ന് ഉറപ്പാക്കണം. വിലവിവരങ്ങൾ എല്ലാത്തിലും ഉണ്ടോ എന്ന് പരിശോധിക്കുക, മനസ്സിലായോ? നിങ്ങൾ ജോലി ചെയ്തുകൊണ്ടിരിമ്പോൾഅഭിസംബോധനകളും ഉപഭോക്താക്കളോടുള്ള ആശംസകളും മറക്കരുത് കേട്ടോ. ഒരു ഉപഭോക്താവ് എന്തെങ്കിലും വാങ്ങാൻ ആഗ്രഹിക്കുന്നുവെങ്കിൽ നിങ്ങൾ മാർഗ്ഗതടസ്സം സൃഷ്ടിക്കാതിരിക്കാൻ പ്രത്യേകം ശ്രദ്ധിക്കുക."

"ശരി, എല്ലാം മനസ്സിലായി" ഷിറാഹ പാതി മനസ്സോടെ പാനീയ പെട്ടികൾ നേരെയാക്കാൻ തുടങ്ങി.

"നിങ്ങൾ അത് പൂർത്തിയാക്കിക്കഴിഞ്ഞാൽ എന്നെ അറിയിക്കൂ, ക്ലീനിംഗ് ജോലികൾ എങ്ങനെ ചെയ്യണമെന്ന് ഞാൻ കാണിച്ചുതരാം."

ഉത്തരം പറയാൻ മെനക്കെടാതെ അയാൾ ജോലി തുടർന്നു.

രാവിലത്തെ തിരക്കുകൾക്ക് ഇടയിലും ഞാൻ അയാളെ സഹായിക്കാൻ പോയി. നീണ്ട ക്യൂ ഒന്നൊതുങ്ങി ഞാൻ ഷിറാഹയെ അന്വേഷിച്ച് പോയി, അയാളെ അവിടെയെങ്ങും കാണാനില്ലായിരുന്നു. പാനീയങ്ങളുടെ തട്ടുകൾ ആകെ സ്ഥാനം തെറ്റിയിരുന്നു. ഓറഞ്ച് ജ്യൂസുകൾക്കിടയിൽ പാൽ കാർട്ടണുകൾ വച്ചിരിക്കുന്നു.

ഞാൻ അയാളെ അന്വേഷിച്ച് പോയി, അയാൾ സ്റ്റോറിന്റെ മാനുവൽ ബുക്ക് അലസമായി മറിച്ചുകൊണ്ട് ഇരിക്കുന്നത് കണ്ടു.

"എന്തുപറ്റി? നിങ്ങൾക്ക് മനസ്സിലാകാത്ത എന്തെങ്കിലും ഉണ്ടോ?"

മറ്റൊരു പേജ് മറിച്ചുകൊണ്ട്, അവൻ ഗർവ്വോടെ മറുപടി പറഞ്ഞു : "നിങ്ങൾക്കറിയാമോ, ഒരു ചെയിൻ സ്റ്റോർ മാനുവലിന് ഇത് ഒന്നും അത്ര നല്ലതല്ല. ചില ആശയങ്ങളൊന്നും ഇതിൽ കാണുന്നില്ല. നിങ്ങൾ ഇത്തരത്തിലുള്ള കാര്യങ്ങൾ ശരിയായി ചെയ്തുകൊണ്ട് ആരംഭിക്കണം, അല്ലെങ്കിൽ കമ്പനിക്ക് ഒരിക്കലും പുരോഗതിയുണ്ടാകില്ല എന്നാണ് ഞാൻ കരുതുന്നത്."

"ഷിറാഹാ, ഞാൻ നിങ്ങളോട് ഡിസ്പ്ലേകൾ വൃത്തിയായി അടുക്കി വയ്ക്കാൻ പറഞ്ഞത് നിങ്ങൾ പൂർത്തിയാക്കിയില്ല, അല്ലേ?"

"ഉം, ഞാൻ ചെയ്തുവല്ലോ," അയാൾ മാനുവലിൽ നിന്ന് കണ്ണെടുക്കാതെ പറഞ്ഞു.

ഞാൻഅയാളുടെഅടുത്ത്ചെന്ന്ശബ്ദംഉയർത്തി."ഷിറാഹാ, മാനുവലിനേക്കാൾ പ്രധാനമാണ് സ്റ്റോർ ഡിസ്പ്ലേകൾ! അവ ഉപഭോക്താക്കളോടുള്ള ആശംസകൾക്കും അഭിസംബോധനകൾക്കും ഒപ്പം വൃത്തിയായി സൂക്ഷിക്കുക, എന്നത് ഒരു സ്റ്റോർ ജീവനക്കാരന്റെ ഏറ്റവും അടിസ്ഥാനപരമായ രണ്ട് ജോലികളാണ് എന്നുള്ളത് നിങ്ങൾക്കറിയാമോ! എങ്ങനെയാണ് ചെയ്യേണ്ടത് എന്ന് നിങ്ങൾക്ക് മനസ്സിലാകുന്നില്ലെങ്കിൽ, നമുക്ക് ഒരുമിച്ച് ചെയ്യാം."

അയാളുടെ പ്രകോപനം അവഗണിച്ച്, ഞാൻ അയാളെ പാനീയങ്ങളുടെ കാർട്ടണുകളുടെ അടുത്തേയ്ക്ക് തിരികെ കൊണ്ടു പോയി, ലളിതമായി സംസാരിച്ചുകൊണ്ട് ഡിസ്പ്ലേ പുനഃക്രമീകരിച്ചു. "സാധനങ്ങൾ ഭംഗിയായി നിരത്തിയാൽ, അവ ആയിരിക്കും ഉപഭോക്താവിനെ അഭിമുഖീകരിക്കുക, ദാ, ഇതു പോലെ! കൂടാതെ ഉൽപ്പന്നങ്ങളുടെ ക്രമം തെറ്റിക്കരുത്. വെജിറ്റബിൾ ജ്യൂസ് ഇവിടെയും സോയ മിൽക്ക് ഇവിടെയുമാണ് വയ്ക്കേണ്ടത്."

"ഇത്തരം ജോലി ഒരിക്കലും പുരുഷന്മാർക്ക് യോജിച്ചതല്ല," അയാൾ താഴ്ന്ന സ്വരത്തിൽ പറഞ്ഞു. "എല്ലാത്തിനുമുപരി, ശിലായുഗത്തിന് ശേഷം കാര്യങ്ങളൊന്നും മാറിയിട്ടില്ലല്ലോ. പുരുഷന്മാർ

വേട്ടയാടാൻ പോകുമ്പോൾ, സ്ത്രീകൾ വീട് സൂക്ഷിക്കുകയും പഴങ്ങളും കാട്ടുമരുന്നുകളും ശേഖരിച്ച്, പുരുഷന്മാർ തിരിച്ചു വരുന്നതുവരെ അവരെ കാത്തിരിക്കുകയും ചെയ്യുന്നു. സ്ത്രീകളുടെ തലച്ചോറ് സജ്ജീകരിച്ചിരിക്കുന്നത് തന്നെ ഈ തരത്തിലുള്ള ജോലികൾക്ക് കൂടുതൽ അനുയോജ്യമായാണ്."

"ഷിറാഹാ, നമ്മൾ ഇരുപത്തിയൊന്നാം നൂറ്റാണ്ടിലാണ് ജീവിക്കുന്നത്! ഇവിടെ ഈ കൺവീനിയെൻസ് സ്റ്റോറിൽ നമ്മൾ പുരുഷന്മാരോ സ്ത്രീകളോ അല്ല. നമ്മളെല്ലാം ഇവിടുത്തെ തൊഴിലാളികളാണ്. ങ്ഹാ, പുറകിലെ മുറിയിൽ കുറച്ച് സ്റ്റോക്ക് കൂടി ഉണ്ട്. നമുക്ക് പോയി അതൊക്കെ ഒരുമിച്ച് അടുക്കി വയ്ക്കാം, അപ്പോൾ അത് എങ്ങനെ ചെയ്യുന്നുവെന്ന് നിങ്ങൾക്ക് കാണാൻ കഴിയും."

ഞാൻ വലിയ റഫ്രിജറേറ്റർ റൂമിൽ നിന്ന് കുറച്ച് സ്റ്റോക്ക് പുറത്തെടുത്തു, ഡിസ്പ്ളേകൾ എങ്ങനെ വീണ്ടും നിറയ്ക്കാമെന്ന് ഷിറാഹയോട് വിശദീകരിച്ചു, തുടർന്ന് എന്റെ സ്വന്തം ജോലിയിലേക്ക് തിരിച്ചുപോയി.

ഞാൻ ഫ്രാങ്ക്ഫർട്ടർ സോസേജുകളുടെ ചില പെട്ടികൾ ക്യാഷ് രജിസ്റ്ററിലേക്ക് കൊണ്ടുപോകുമ്പോൾ, സുഗവാര കോഫി മെഷീനിൽ കാപ്പിക്കുരു നിറയ്ക്കുന്നതിനിടയിൽ മുഖം ചുളിച്ചു കൊണ്ട് അപ്രിയം പ്രകടിപ്പിക്കുന്നതാണ് ഞാൻ കണ്ടത്.

"ആ മനുഷ്യൻ ഒരു വിചിത്ര സ്വഭാവി ആണല്ലോ? അയാൾ പരിശീലനം പൂർത്തിയാക്കിയതേയുള്ളൂ, കൂടാതെ ഇന്ന് അയാളുടെ ആദ്യ ദിവസമാണ്, അല്ലേ? എന്നിട്ട് അയാൾ ഇതുവരെ ആ ക്യാഷ് രജിസ്റ്ററിൽ ഒട്ടും സമയം ചെലവഴിച്ചിട്ടില്ല, എന്നിട്ട് ഓർഡറുകൾ എടുക്കാൻ ഞാൻ അയാളെ അനുവദിക്കണമെന്ന്!"

"ശരിക്കും?"

നന്നായി, എന്തെങ്കിലും ചെയ്യുന്നതിൽ തല്പര്യമെങ്കിലും ഉണ്ടല്ലോ, അത് ഒരിക്കലും ഒരു മോശമായ കാര്യമല്ലല്ലോ എന്ന് ഞാനും കരുതി. അവൾ എന്നെ നോക്കി പുഞ്ചിരിച്ചു, അവളുടെ തടിച്ച കവിളുകളിൽ നുണക്കുഴികൾ രൂപപ്പെട്ടു.

"മിസ് ഫുരുകുറ, ഒന്നും നിങ്ങളെ ഒരിക്കലും അലട്ടുന്നില്ല, അല്ലേ?"

"എന്ത്?"

"അല്ല, ശരിക്കും, നിങ്ങൾ ഒരു അതിശയമാണ്. എനിക്ക് ഇങ്ങനെയുള്ള ഒരാളെ സഹിക്കാൻ കഴിയില്ല. അയാൾ എന്നെ തെറ്റായ രീതിയിൽ ശല്യപ്പെടുത്തുന്നു. പക്ഷേ, ഞാനും മിസ്സിസ് ഇസുമിയും എന്തെങ്കിലും കാര്യങ്ങളിൽ വിഷമിക്കുമ്പോൾ നിങ്ങൾ ചിലപ്പോൾ അതിൽ പങ്കുചേരാറുണ്ട്, പക്ഷേ നിങ്ങൾ ഒരിക്കലും ഒന്നിനെക്കുറിച്ചും പരാതി പറയാറില്ല, അല്ലേ? അലോസരപ്പെടുത്തുന്ന ഒരു തുടക്കക്കാരനോട് പോലും നിങ്ങൾ അസ്വസ്ഥയായി പെരുമാറുന്നത് ഞാൻ കണ്ടിട്ടില്ല."

ഞാൻ ഞെട്ടിപ്പോയി. ഞാൻ ഒരു കാപട്യക്കാരി ആണെന്ന് പറയുന്നതു പോലെ എനിക്ക് തോന്നി, പെട്ടെന്ന് ഞാൻ എന്റെ മുഖഭാവം മാറ്റിയെടുത്തു.

"അത് ഒരിക്കലും സത്യമല്ല! അത് ഒരിക്കലും ഞാൻ പുറത്ത് കാണിക്കാറില്ല എന്നതാണ് സത്യം."

"കൊള്ളാം, ശരിക്കും?" അവൾ അടക്കിച്ചിരിച്ചു. "മിസ് ഫുരുകുറ, നിങ്ങൾ എന്നോട് ദേഷ്യപ്പെട്ടാൽ ഞാൻ ശരിക്കും ഞെട്ടും."

അവൾ ഇപ്പോൾ ശാന്തയായിരുന്നു, അതേസമയം എന്റെ മുഖപേശികളെ നിയന്ത്രിച്ച് വാക്കുകൾ രൂപപ്പെടുത്താൻ എനിക്ക് പരമാവധി ശ്രദ്ധിക്കേണ്ടി വന്നു.

ക്യാഷ് രജിസ്റ്ററിനടുത്ത് ഒരു ബാസ്കറ്റ് താഴെ വയ്ക്കുന്ന ശബ്ദം കേട്ട് ഞാൻ പെട്ടെന്ന് തിരിഞ്ഞു നോക്കിയപ്പോൾ ഒരു സ്ഥിരം ഉപഭോക്താവ് തന്റെ ഊന്ന് വടിയിൽ ചാരി നിൽക്കുന്നത് കണ്ടു.

"ഇറഷൈമാസേ!" ഞാൻ വിളിച്ചുപറഞ്ഞ് ഉൽപ്പന്നങ്ങളുടെ ബാർ കോഡുകൾ വേഗത്തിൽ സ്കാൻ ചെയ്യാൻ തുടങ്ങി.

ആ സ്ത്രീ കണ്ണുകൾ ഇറുക്കിക്കൊണ്ട് ചോദിച്ചു, "ഈ സ്ഥലം ഒരിക്കലും മാറില്ലല്ലോ, അല്ലേ?"

ഞാൻ ചെയ്തുകൊണ്ടിരുന്നത് ഒന്ന് നിർത്തി മറുപടി പറഞ്ഞു, "ശരിയാണ്, അത് അങ്ങനെ മാറില്ല!"

എങ്കിലും, സ്റ്റോർ മാനേജരും, സ്റ്റോറിലെ മറ്റ് സഹായികളും, ഉപഭോക്താക്കൾക്കായി നൽകിയ ചോപ്സ്റ്റിക്കുകൾ, സ്പൂണുകൾ, യൂണിഫോമുകൾ ഞാൻ ബാർ കോഡ് സ്കാനറിലൂടെ കടത്തിവിട്ട പാലും മുട്ടയും, അതു വെച്ച പ്ലാസ്റ്റിക് ബാഗും – ഇവയൊന്നും തുടക്കം മുതൽ കടയിൽ ഉണ്ടായിരുന്നില്ല. അതേ സാമഗ്രികൾ

ആയിരുന്നു എന്നും തോന്നാം, പക്ഷേ അവ സ്ഥിരമായി മാറ്റുകയും പുനഃസ്ഥാപിക്കപ്പെടുകയും ചെയ്യുന്നു. ഒരുപക്ഷേ കട ഒരിക്കലും മാറുന്നില്ലെന്ന് പറയുന്നത് അർത്ഥവത്തായിരിക്കാം.

ഇതിനെക്കുറിച്ച് ചിന്തിച്ചുകൊണ്ട്, ഞാൻ ദീർഘ നിശ്വാസത്തോടെ ഉപഭോക്താവിനെ അറിയിച്ചു : "എല്ലാം കൂടി മുന്നൂറ്റി തൊണ്ണൂറ് യെൻ ആയി!"

* * *

എന്റെ അവധി ദിവസമായ വെള്ളിയാഴ്ച, ഞാൻ യോക്കോഹാമയിലെ റെസിഡെൻഷ്യൽ ഡിസ്ട്രിക്റ്റിക്കിലേക്ക് പോയി, അവിടെ സ്റ്റേഷന് എതിർവശത്തുള്ള ഒരു പുതിയ താമസ സമുച്ചയത്തിലാണ് എന്റെ സഹോദരി വാടകയ്ക്ക് താമസിക്കുന്നത്. അവളുടെ ഭർത്താവ് ഒരു ഇലക്ട്രിക് കമ്പനിയിൽ ജോലി ചെയ്യുകയും, മിക്കവാറും എല്ലായ്പ്പോഴും അവസാന ട്രെയിനിലാണ് വീട്ടിലെത്താറുള്ളത്.

ആ അപ്പാർട്ട്മെന്റ് അത്ര വലുതായിരുന്നില്ല, പക്ഷേ അത് പുതിയതായിരുന്നു. കൂടാതെ കാര്യക്ഷമതയോടെയും സുഖപ്രദവുമായ രീതിയിൽ സജ്ജീകരിച്ചിരുന്നു.

"ഹേയ്, അകത്തേക്ക് വാ! ഞാൻ ഇപ്പോൾ യൂടാരോയെ ഉറക്കിയതേയുള്ളൂ."

"നന്ദി," ഞാൻ അകത്തേക്ക് കാലെടുത്തു വച്ചു. എന്റെ അനന്തരവൻ ജനിച്ചതിനുശേഷം ഞാൻ എന്റെ സഹോദരിയെ സന്ദർശിക്കുന്നത് ഇതാദ്യമായിരുന്നു.

"അപ്പോൾ ഒരു രക്ഷിതാവായുള്ള ജീവിതം എങ്ങനെയുണ്ട്? അത് വളരെ കഠിനാധ്വാനം നിറഞ്ഞതായിരിക്കും അല്ലേ?!"

"വളരെ ശരിയാണ്, പക്ഷേ ഞാൻ അതിനോട് പൊരുത്തപ്പെട്ടു വരികയാണ്. ഇപ്പോൾ അവൻ രാത്രിയിൽ ഉറങ്ങാറുണ്ട് എന്നത് വളരെ നല്ലൊരു കാര്യമാണ്."

ആശുപത്രിയിലെ ഗ്ലാസ് ജനാലയിലൂടെ എന്റെ അനന്തരവനെ ഞാൻ ആദ്യമായി കണ്ടപ്പോൾ, അവൻ ഒരു അന്യഗ്രഹജീവിയെപോലെ തോന്നി. പക്ഷേ ഇപ്പോൾ മുടിയൊക്കെ വളർന്ന് അവൻ ഒരു മനുഷ്യ രൂപത്തിലേക്ക് ആയിട്ടുണ്ട്.

ഞാൻ കൊണ്ടുവന്ന കേക്ക് കഴിക്കാൻ ഞങ്ങൾ ഇരുന്നു,

എനിക്ക് സാധാരണ ചായയും മാമിക്ക് കഫീൻ രഹിതമായ റൂയിബോസ് ചായയും ആയിരുന്നു.

“ഇത് നല്ല സ്വാദ് ഉണ്ട്. യൂടാരോ ഇവിടെയുള്ളത് കൊണ്ട് ഈയിടെയായി ഞാൻ പുറത്തിറങ്ങുന്നത് വളരെ അപൂർവ്വമാണ്, അതുകൊണ്ട് എനിക്ക് ഇതുപോലുള്ളതൊന്നും കഴിക്കാൻ കഴിയാറില്ല.”

“നിനക്കിത് ഇഷ്ടപ്പെട്ടു എന്നതിൽ സന്തോഷമുണ്ട്”

“നീ എനിക്ക് ഭക്ഷണം നൽകുമ്പോഴെല്ലാം, എനിക്ക് നമ്മുടെ കുട്ടിക്കാലം ഓർമ്മ വരും,” അവൾ ലജ്ജയോടെ പുഞ്ചിരിച്ചു.

ഞാൻ എന്റെ ചൂണ്ടുവിരൽ കൊണ്ട് ഉറങ്ങുന്ന എന്റെ അനന്തരവന്റെ കവിളിൽ തലോടി. അത് ഒരു കുമിളയിൽ തൊടുന്നപോലെ വിചിത്രമായ രീതിയിൽ മൃദുവായി തോന്നി.

“നിനക്കറിയാമോ, ഞാൻ യൂടാരോയെ നോക്കുമ്പോൾ, എനിക്ക് തോന്നും, ‘സത്യത്തിൽ, അവൻ ശരിക്കും ഒരു മൃഗം തന്നെയാണ്,’” എന്റെ സഹോദരി സന്തോഷത്തോടെ പറഞ്ഞു. ആ കുട്ടി ദുർബ്ബലനായിരുന്നു, പലപ്പോഴും പനി വരുമായിരുന്നു, അതിനാൽ അവൾക്ക് എപ്പോഴും അവനെക്കുറിച്ച് ഒരു പരിഭ്രാന്തിയായിരുന്നു. കുഞ്ഞുങ്ങൾക്ക് പനി വരുന്നത് സാധാരണമാണെന്നും, അവന് ഗുരുതരമായ പ്രശ്നങ്ങളുണ്ടാവില്ലെന്നും അറിഞ്ഞിരുന്നിട്ടും അവനെക്കുറിച്ചുള്ള ഉത്കണ്ഠ അവൾക്ക് അടക്കാൻ കഴിയുന്നില്ലായിരുന്നു.

“സുഖമാണോ നിനക്ക്? ജോലി നന്നായി പോകുന്നുവോ?”

“തീർച്ചയായും, ഞാൻ സുഖമായിരിക്കുന്നു. ഞാൻ അടുത്തിടെ മിഹോയെയും മറ്റുള്ളവരെയും കാണാൻ വീട്ടിൽ പോയിരുന്നു.”

“എന്ത്, വീണ്ടുമോ? ഭാഗ്യം ചെയ്തവർ! ഇടയ്ക്കിടെ വന്ന് നിന്റെ അനന്തരവനെയും കാണണം,” അവൾ ചിരിച്ചുകൊണ്ട് പറഞ്ഞു.

പക്ഷേ എന്നെ സംബന്ധിച്ചിടത്തോളം, മിഹോയുടെ കുട്ടിക്കും എന്റെ അനന്തരവനും തമ്മിൽ വ്യത്യാസമൊന്നുമില്ലായിരുന്നു, അവനെ കാണാൻ വേണ്ടി മാത്രം ഇവിടെ ഇത്രയും ദൂരം വരുന്നതിന്റെ യുക്തി എനിക്ക് മനസ്സിലായില്ല. ഒരുപക്ഷേ ഈ കുട്ടി മറ്റുള്ളവരെക്കാൾ എനിക്ക് കൂടുതൽ പ്രധാനപ്പെട്ടതായിരിക്കണം. പക്ഷേ, എനിക്ക് കാണാൻ കഴിയുന്നിടത്തോളം, ചില ചെറിയ വ്യത്യാസങ്ങൾ മാറ്റിനിർത്തിയാൽ, അവയെല്ലാം കുട്ടികൾ

എന്ന് വിളിക്കപ്പെടുന്ന വെറും മൃഗങ്ങളായിരുന്നു, അവ ഏതാണ്ട് ഒരുപോലെയായിരുന്നു, തെരുവ് പൂച്ചകളെപ്പോലെ, എല്ലാം ഏതാണ്ട് ഒരുപോലെയായിരുന്നു.

“ഓ, ഒന്ന് ആലോചിച്ചു പറയൂ മാമി, എനിക്ക് വേണ്ടി ഒരു നല്ല ഒഴിവ് കഴിവ് കണ്ടെത്തി തരാൻ കഴിയുമോ, അടുത്തിടെ ഞാൻ അവരോട് എന്റെ ആരോഗ്യ പ്രശ്നങ്ങളെക്കുറിച്ച് പറഞ്ഞപ്പോൾ, അവർ അത്ര വിശ്വസിച്ചില്ല.”

“ശരി, ഞാൻ ഒന്ന് ആലോചിക്കട്ടെ. എന്തായാലും, നീ ചികിത്സയിലാണ്, അതുകൊണ്ട് നീ കള്ളം പറയുകയാണെന്ന് അതിന് അർത്ഥമില്ല. അതുകൊണ്ട് അതിനെക്കുറിച്ച് നാണിക്കേണ്ട കാര്യവുമില്ല.”

“പക്ഷേ, അവർ എല്ലാവരും സാധാരണക്കാരാണെന്ന് സ്വയം കരുതുന്നതിനാൽ എനിക്കെന്തോ കുഴപ്പമുണ്ടെന്ന് അവരുടെ മനസ്സിൽ കയറിക്കൂടിക്കഴിഞ്ഞാൽ, അവർ അതിനെക്കുറിച്ച് സംസാരിച്ച് എന്നെ ബുദ്ധിമുട്ടിക്കും, അല്ലേ? പിന്നെ അത് വളരെയധികം ബുദ്ധിമുട്ടാകാം. അതിനാൽ അവരെ തടയാൻ ഒരു ഒഴികഴിവ് ഉണ്ടായിരിക്കുക വളരെ ഉപകാരപ്രദമായിരിക്കും.”

വിചിത്രമായ എന്തെങ്കിലും സംഭവിക്കുമ്പോൾ, നിങ്ങളുടെ ജീവിതത്തിൽ ഇടപെടാനും എന്തുകൊണ്ടെന്ന് കണ്ടെത്താനും തങ്ങൾക്ക് അവകാശമുണ്ടെന്ന് എല്ലാവരും കരുതി. എനിക്ക് അത് അഹങ്കാരവും അരോചകവുമായി തോന്നി, അത് അവിശ്വസനീയമാംവിധം നിരാശാജനകവുമായിരുന്നു. ചിലപ്പോഴൊക്കെ അവരുടെ വായടയ്ക്കാൻ ഒരു കോരിക കൊണ്ട് അടിക്കാൻ എനിക്ക് തോന്നിയിരുന്നു, പ്രാഥമിക വിദ്യാലയത്തിൽ ഞാൻ ചെയ്തതുപോലെ.

പക്ഷേ, മുൻപ് ഞാൻ അവിചാരിതമായി ഈ കാര്യം പറഞ്ഞപ്പോൾ എന്റെ സഹോദരി എത്രത്തോളം വിഷമിച്ചിരുന്നുവെന്ന് ഞാൻ ഓർത്തു, അതെന്നെ നിശബ്ദയാക്കി.

ചെറുപ്പം മുതലേ അവൾ എന്നോട് ദയ കാണിച്ചിരുന്നു, അവളെ വേദനിപ്പിക്കാൻ ഞാൻ ഒരിക്കലും ആഗ്രഹിച്ചില്ല, അതിനാൽ ഞാൻ ആ വിഷയം മാറ്റി സന്തോഷത്തോടെ പറഞ്ഞു, “ഞാൻ ഏറെക്കാലത്തിന് ശേഷം യുകാരിയെ കണ്ടു. അവൾ പറഞ്ഞു എനിക്ക് നല്ല മാറ്റം ഉണ്ടെന്ന്.”

"അതെ, നീ പഴയതിൽ നിന്ന് കുറച്ച് മാറിയിട്ടുണ്ട്."

"ഞാനോ? പക്ഷേ അപ്പോൾ നിങ്ങളോ മാമി. മുമ്പത്തേക്കാൾ കൂടുതൽ മുതിർന്ന ആളായെന്ന് എനിക്ക് തോന്നുന്നു."

"എന്താണ് നീ അങ്ങനെ പറഞ്ഞത്? ഞാൻ അല്ലെങ്കിലും മുതിർന്നിട്ട് കുറച്ചു കാലമായി."

എന്റെ സഹോദരിക്ക് ഇപ്പോൾ കണ്ണുകൾക്ക് ചുറ്റും ചുളിവുകൾ വീണിട്ടുണ്ട്, അവൾ സംസാരിക്കുന്ന രീതി വളരെ ശാന്തമായിരുന്നു, കൂടാതെ അവളുടെ വസ്ത്രധാരണ രീതികളും ഒരേ തരത്തിലുള്ളതായിരുന്നു. ഇപ്പോൾ അവളുടെ ജീവിതത്തിൽ ഇതുപോലുള്ള ധാരാളം ആളുകൾ ഉണ്ടാകാമെന്ന് ഞാൻ കരുതുന്നു.

കുഞ്ഞ് കരയാൻ തുടങ്ങി. എന്റെ സഹോദരി തിടുക്കത്തിൽ അവനെ എടുത്ത് സമാധാനിപ്പിക്കാൻ ശ്രമിച്ചു. ഇതൊക്കെ എത്ര വലിയ ബുദ്ധിമുട്ടാണ് എന്ന് ഞാൻ ചിന്തിച്ചു. കേക്ക് മുറിക്കാൻ ഞങ്ങൾ ഉപയോഗിച്ചിരുന്ന ചെറിയ കത്തി ഇപ്പോഴും മേശപ്പുറത്ത് കിടക്കുന്നത് ഞാൻ ശ്രദ്ധിച്ചു : അവനെ നിശബ്ദനാക്കുക മാത്രമായിരുന്നെങ്കിൽ, അത്ര എളുപ്പമായിരിക്കും. എന്റെ സഹോദരി അവനെ അവളിലേക്ക് ചേർത്ത് മുറുകെ കെട്ടിപ്പിടിച്ചു. അവരെ നോക്കിക്കൊണ്ട് ഞാൻ എന്റെ ചുണ്ടിലെ കേക്കിന്റെ ക്രീം തുടച്ചു കളഞ്ഞു.

* * *

പിറ്റേന്ന് രാവിലെ ഞാൻ ജോലിസ്ഥലത്ത് എത്തിയപ്പോൾ, സ്റ്റോർ അസാധാരണമായൊരു പിരിമുറുക്കമുള്ള അന്തരീക്ഷ ത്തിൽ മൂടിയിരുന്നു. തനിയെ തുറക്കുന്ന വാതിലിലൂടെ അകത്തു കടന്നപ്പോൾ, ഒരു സ്ഥിരം ഉപഭോക്താവ് വാരികകൾ വച്ചിരിക്കുന്ന മൂലയിലേക്ക് ഭയത്തോടെ നോക്കുന്നത് ഞാൻ കണ്ടു. കാപ്പി വാങ്ങാൻ പതിവായി വന്നിരുന്ന ഒരു സ്ത്രീ ധൃതിയിൽ എന്നെ മറികടന്ന് കടയിൽ നിന്ന് പുറത്തേക്ക് ഇറങ്ങിപ്പോയി, രണ്ട് പുരുഷന്മാർ ബേക്കറി വിഭാഗത്തിന് സമീപം നിന്ന് പതിഞ്ഞ സ്വരത്തിൽ തമ്മിൽ സംസാരിച്ചുകൊണ്ടിരുന്നു.

ഇവിടെ എന്താണ് സംഭവിക്കുന്നതെന്ന് ഞാൻ അതിശയ ത്തോടെ ചിന്തിച്ചു, ഉപഭോക്താക്കൾ നോക്കുന്ന ദിശയിലേക്ക്

ഞാനും നോക്കി, അവരെല്ലാം മുഷിഞ്ഞ സ്യൂട്ട് ധരിച്ച ഒരു മധ്യവയസ്കനെയാണ് നോക്കുന്നതെന്ന് മനസ്സിലായി.

അയാൾ കടയിൽ ഉടനീളം ചുറ്റിനടന്ന് പലതരം ഉപഭോക്താക്കളുമായി സംസാരിച്ചുകൊണ്ടിരുന്നു. അയാൾ എന്താണ് പറയുന്നതെന്ന് കേൾക്കാൻ ഞാൻ ചെവി കൂർപ്പിച്ചു, അയാൾ അവരെയൊക്കെ ശാസിക്കുന്നതുപോലെയാണ് തോന്നിയത്. "ഹേയ്, നോക്കൂ, തറ വൃത്തികേടാക്കരുത്!" എന്ന് അയാൾ ചെളിയുള്ള ഷൂസ് ധരിച്ച ഒരു പുരുഷനോടും പിന്നീട് ചോക്ലേറ്റുകൾ നോക്കുന്ന ഒരു സ്ത്രീയോടും കർക്കശമായി പറഞ്ഞു: "ഓയ്! ആ ഡിസ്പ്ലേ അലങ്കോലപ്പെടുത്താതിരിക്കൂ!" എല്ലാവരും പരിഭ്രാന്തിയോടെ അയാളെ നോക്കി; അടുത്തതായി അയാൾ തങ്ങളിലേക്കാണ് തിരിയുക എന്ന ഭയം അവരിൽ ഉണ്ടായിരുന്നു.

ക്യാഷ് കൗണ്ടറിന് സമീപം നീണ്ടതും ചിതറിയതുമായ ഒരു വരി രൂപപ്പെട്ടിരുന്നു. ഡാറ്റ്-കുൻ പണപ്പെട്ടിക്കരുകിൽ അതിവേഗം കാശ് കൈകാര്യം ചെയ്യുകയായിരുന്നു, അതേ സമയം മാനേജർ ഗോൾഫ് ക്ലബുകളുടെ ഒരു പാർസൽ ഡെലിവറി ഓർഡർ കൈകാര്യം ചെയ്യുകയായിരുന്നു. ആ മനുഷ്യൻ അവരുടെ അടുത്തേക്ക് ചെന്ന് അലറി : "ആ ചുവരോട് ചേർന്ന് നേരെ വരിയായി നിൽക്കൂ, കേട്ടോ? ഒന്ന് വേഗം ചെയ്യൂ!" ഓഫീസ് ജീവനക്കാർ ആശ്ചര്യത്തോടെയും ഭയത്തോടെയും അയാളെ നോക്കി. പക്ഷേ, വേഗത്തിൽ ഷോപ്പിംഗ് തീർത്തു ജോലിക്ക് തിരികെ പോകണമെന്നായിരുന്നു അവരുടെ ആഗ്രഹം. അതിനാൽ, അവർ അയാളുടെ കണ്ണിൽ നോക്കുന്നത് ഒഴിവാക്കി, അയാളെ അവഗണിക്കാൻ പരമാവധി ശ്രമിച്ചു.

ഞാൻ വേഗത്തിൽ പിൻഭാഗത്തെ മുറിയിലേക്ക് ഓടി, എന്റെ യൂണിഫോം ലോക്കറിൽ നിന്ന് എടുത്തു. വസ്ത്രം മാറ്റുമ്പോൾ സുരക്ഷാ ക്യാമറയിൽ നോക്കിയപ്പോൾ, ആ പുരുഷ ഉപഭോക്താവ് വാരികകൾ വച്ചിരിക്കുന്ന കോണിലേക്ക് പോകുന്നത് ഞാൻ കണ്ടു. അവിടെ നിൽക്കുന്ന മറ്റൊരു ഉപഭോക്താവിനോട് വലിയ ശബ്ദത്തിൽ അയാൾ ശാസിച്ചു : "സ്റ്റോറിൽ വച്ച് മാഗസിൻ വായിക്കരുത്! ഒന്നുകിൽ അത് വാങ്ങി വായിക്കൂ അല്ലെങ്കിൽ പുറത്തേക്ക് പോകൂ!"

ശകാരം കേട്ട യുവാവ് അയാളെ ദേഷ്യത്തോടെ നോക്കിക്കൊണ്ട് വളരെ ധൃതിയിൽ പണം കൈകാര്യം ചെയ്തു

കൊണ്ടിരുന്ന ഡാറ്റ്-കുനെ വിളിച്ചു ചോദിച്ചു. "ഹേയ്, ആരാണ് ഇയാൾ? ഹെഡ് ഓഫീസിൽ നിന്നാണോ?"

അവൻ പരിഭ്രാന്തനായി, പണപ്പെട്ടിയിൽ നിന്ന് തല ഉയർത്തി നോക്കി. "ഇല്ല, അയാൾ... ഒരു ... ഒരു ഉപഭോക്താവാണ്."

"എന്താ ഇവിടെ നടക്കുന്നത്? താങ്കൾ ഇവിടെ ജോലി ചെയ്യുന്നതൊന്നും അല്ലല്ലോ! താൻ ആരാണെന്നാണ് തന്റെ വിചാരം?" ആ ചെറുപ്പക്കാരൻ തന്നെ ഭരിക്കാൻ നില്ക്കുന്ന ഉപഭോക്താവിനെതിരെ തട്ടിക്കയറിക്കൊണ്ട് ചോദിച്ചു. "വേണ്ടാത്തിടത്ത് അഭിപ്രായം പറയാൻ തനിക്ക് എന്താണ് അവകാശം?"

എന്തെങ്കിലും പ്രശ്നം ഉണ്ടായാൽ, അത് കൈകാര്യം ചെയ്യുന്നത് ഒരു മുതിർന്ന ജീവനക്കാരന്റെ ചുമതലയാണ്. നിയമങ്ങൾ അനുസരിച്ച്, ഞാൻ വേഗത്തിൽ എന്റെ യൂണിഫോം ധരിച്ച് മാനേജരിൽ നിന്നുള്ള ചുമതല ഏറ്റെടുക്കാൻ ക്യാഷ് കൗണ്ടറിലേക്ക് ഓടി. "നന്ദി, അതൊരു വലിയ സഹായമാണ്," അദ്ദേഹം ശാന്തമായി പറഞ്ഞു. തുടർന്ന്, അദ്ദേഹം കൗണ്ടറിനെ ചുറ്റി ഓടി ആ രണ്ടു പുരുഷന്മാരുടെ ഇടയിൽ കയറി. സ്ഥിതിഗതികൾ വഴക്കായി മാറുമോ എന്നതിൽ കണ്ണുവച്ചുകൊണ്ട് ഞാൻ ഗോൾഫ് ക്ലബ് ഡെലിവറി സ്ലിപ്പ് ഉപഭോക്താവിന് കൈമാറി. അങ്ങനെ വഴക്കുണ്ടായാൽ, ഉടൻ തന്നെ അലാറം അടിക്കുക എന്നതായിരുന്നു നടപടിക്രമം.

ഒടുവിൽ, മാനേജർ ആ സാഹചര്യം നന്നായി കൈകാര്യം ചെയ്തു, കുഴപ്പക്കാരൻ ഗത്യന്തരമില്ലാതെ പിറുപിറുത്തുകൊണ്ട് കടയിൽ നിന്ന് ഇറങ്ങിപ്പോയി.

സമാധാനത്തിന്റെ അന്തരീക്ഷം കടയിൽ പുനഃസ്ഥാപിക്കപ്പെട്ടു, പ്രഭാത ചിട്ടകൾ സാധാരണ നിലയിലായി.

കൺവീനിയെൻസ് സ്റ്റോർ എന്നത് നിർബന്ധിതമായി സാധാരണ നിലയിൽ നിലനിർത്തപ്പെടുന്ന ഒരു അന്തരീക്ഷമാണ്, അവിടെ പുറത്ത് നിന്നുള്ള കടന്നു കയറ്റങ്ങൾ ഉടനടിയായി നീക്കം ചെയ്യപ്പെടുന്നു. കുറച്ച് നേരത്തേക്ക് കടയിൽ വ്യാപിച്ചിരുന്ന ഭീഷണിപ്പെടുത്തുന്ന അന്തരീക്ഷം തുടച്ചുനീക്കപ്പെട്ടു, ഉപഭോക്താക്കൾ ഒന്നും സംഭവിച്ചിട്ടില്ലാത്തതുപോലെ വീണ്ടും അവരുടെ കാപ്പിയും പേസ്ട്രികളും വാങ്ങുന്നതിൽ ശ്രദ്ധ കേന്ദ്രീകരിച്ചു.

"നന്ദി, മിസ് ഫുരുകുറ, അത് ഒരു വലിയ സഹായമായിരുന്നു,"

ക്യൂ ഒടുവിൽ അവസാനിച്ചപ്പോൾ മാനേജർ പറഞ്ഞു, അത് കേട്ട് കൊണ്ട് ഞാൻ പുറകിലെ മുറിയിലേക്ക് പോയി.

"നല്ലത്. ഇവിടെ ഒരു വഴക്ക് ഉണ്ടാകാതിരുന്നതിൽ എനിക്ക് സന്തോഷമുണ്ട്."

"അയാൾക്ക് എന്താണ് സംഭവിച്ചതെന്ന് എനിക്ക് അത്ഭുതമുണ്ട്? ഞാൻ മുൻപ് ഒരിക്കലും അയാളെ ഇവിടെ കണ്ടിട്ടില്ല."

ശ്രീമതി ഇസുമി ഇതിനകം പിൻമുറിയിൽ ഉണ്ടായിരുന്നു, മാനേജരോട് ചോദിച്ചു, "അവിടെ എന്തെങ്കിലും സംഭവിച്ചോ?"

"ഇല്ല, വളരെ വിചിത്രനായി തോന്നിയ ഒരു ഉപഭോക്താവ് കടയിൽ ചുറ്റിനടന്ന് ആളുകളെ ശകാരിച്ചുകൊണ്ടിരുന്നു. ഭാഗ്യ വശാൽ, യഥാർത്ഥ കുഴപ്പം ഉണ്ടാക്കുന്നതിന് മുൻപ് അയാളെ കടയിൽ നിന്ന് പറഞ്ഞയയ്ക്കാൻ സാധിച്ചു."

"അതേയോ? അയാൾ സ്ഥിരമായി വരുന്ന ആളാണോ?"

"അല്ല, മുൻപ് അയാളെ ഇവിടെ കണ്ടിട്ടില്ല. അയാൾ എന്താണ് ചെയ്യാൻ ശ്രമിക്കുന്നതെന്ന് എനിക്കറിയില്ല. എന്നിരു ന്നാലും, അയാളൊരു കൊള്ളക്കാരനെയോ അക്രമിയെയോ പോലെ തോന്നിയില്ല. എന്തായാലും, അയാൾ തിരിച്ചുവന്നാൽ ഉടൻ തന്നെ എന്നെ ബന്ധപ്പെടാൻ മറക്കരുത്. മറ്റ് ഉപഭോക്താ ക്കൾക്ക് അയാളൊരു പ്രശ്നമാകാതെ നമ്മൾ ശ്രദ്ധിക്കണം."

"തീർച്ചയായും, ചെയ്യാം."

"ശരി, എന്നാൽ ഞാൻ ഇപ്പോൾ വീട്ടിൽ പോകുകയാണ്. രാത്രി ഷിഫ്റ്റിലേക്ക് തിരിച്ചു വരും."

"നിങ്ങൾ ക്ഷീണിതനായിരിക്കും. ഓ, നിങ്ങളോട് ഒരു കാര്യം, എനിക്ക് വേണ്ടി ഷിറാഹയോട് ഒന്ന് സംസാരിക്കാൻ കഴിയുമോ? അയാൾ എപ്പോഴും തന്റെ ജോലികളിൽ നിന്ന് ഒഴിഞ്ഞുമാറുകയാണ്, അതുപോലെ ഞാൻ അയാളോട് പറയുന്ന തൊന്നും അയാൾ ശ്രദ്ധിക്കുന്നില്ല."

മിസ്സിസ് ഇസുമിക്ക് ഒരു ഹെഡ് ഓഫീസ് ജീവനക്കാരിയുടെ പദവി ഉണ്ടായിരുന്നു, അതിനാൽ മാനേജരുമായി ജീവനക്കാ രുടെ ഇതുപോലെയുള്ള കാര്യങ്ങൾ ചർച്ച ചെയ്യാൻ അവൾക്ക് കഴിഞ്ഞു.

"അയാൾ ശരിക്കും ഒരു ഉപകാരമില്ലാത്തവനാണെന്ന്

തോന്നുന്നു. അഭിമുഖം കഴിഞ്ഞതുമുതൽ തന്നെ അയാളെക്കുറിച്ച് എനിക്ക് അത്ര നല്ല അഭിപ്രായം ആയിരുന്നില്ല. ഇത് ഒരു കൺവീനിയെൻസ് സ്റ്റോർ മാത്രമാണ് എന്ന് പറഞ്ഞുകൊണ്ട് ജോലിയെ ചെറുതാക്കി പറയുന്ന രീതി, കാര്യങ്ങളെ പരിഹസി ക്കുന്നപോലെയാണ്. അങ്ങനെയാണെങ്കിൽ ആദ്യം തന്നെ അയാൾ ഈ ജോലിക്ക് അപേക്ഷിച്ചതെന്തിന്? നമുക്ക് ജീവന ക്കാരുടെ കനത്ത കുറവുള്ളതിനാലാണ് ഞാൻ അയാളെ ജോലിയിൽ എടുത്തത് തന്നെ, പക്ഷേ... നിങ്ങൾ എല്ലാം കൃത്യ മായി പറഞ്ഞില്ലെങ്കിൽ അയാൾ ശ്രദ്ധിക്കുന്നില്ല എന്നതാണ് അവസ്ഥ."

"അയാൾ പലപ്പോഴും വൈകി വരാറുണ്ട്. ഇന്ന് അയാൾ ഒൻപതിന് എത്തേണ്ടതായിരുന്നു, പക്ഷേ അയാൾ ഇതുവരെ ഇവിടെ എത്തിയിട്ടില്ല," മിസ്സിസ് ഇസുമി നെറ്റി ചുളിച്ചുകൊണ്ട് പറഞ്ഞു. "എത്ര വയസ്സായി അയാൾക്ക്? ഏകദേശം മുപ്പത്തിയഞ്ച് വയസ്സായിട്ടുണ്ടാകും അല്ലേ? എന്നിട്ടാണ് ഇങ്ങനെയൊരു പണി കാണിക്കുന്നത്! അയാളിൽ വലിയ പ്രതീക്ഷ ഒന്നും വേണ്ട, അല്ലേ?"

"അയാൾ ഒരു നിർജ്ജീവനായ വ്യക്തിയാണ്. ഒരു നിർഗുണൻ, സമൂഹത്തിന് ഭാരമായവൻ. ജോലിസ്ഥലത്തിലൂ ടെയോ കുടുംബത്തിലൂടെയോ സമൂഹത്തിൽ അവരുടെ പങ്ക് നിർവ്വഹിക്കാനുള്ള കടമ ആളുകൾക്ക് ഉണ്ടെന്ന്, എന്താണ് ഇവരൊന്നും ഓർക്കാത്തത്?"

മിസ്സിസ് ഇസുമി ശരിവച്ചു കൊണ്ട് തലയാട്ടി, തുടർന്ന് മാനേജരെ മയപ്പെടുത്തി. "പക്ഷേ ചിലപ്പോൾ പ്രത്യേക സാഹ ചര്യങ്ങൾ ഉണ്ടാകാറുണ്ട്, മിസ് ഫുരുകുറയുടെ കാര്യത്തിലെന്ന പോലെ, അത് മനസ്സിലാക്കാവുന്നതേയുള്ളൂ."

"ആഹ്, അതെ, ശരി. മിസ് ഫുരുകുറയുടെ കാര്യത്തിൽ ഇത് സഹായകരമല്ല. മാത്രമല്ല പുരുഷന്മാർക്കും സ്ത്രീകൾക്കും ഇത് വ്യത്യസ്തമാണ് താനും!" മാനേജർ തിടുക്കത്തിൽ കൂട്ടിച്ചേർത്തു. ഞാൻ മറുപടി പറയാൻ തുടങ്ങുന്നതിന് മുൻപ് അദ്ദേഹം തുടർന്നു : "എന്നിരുന്നാലും, ഷിറാഹ വളരെ പരാജയമാണ്. പണം കൈകാര്യം ചെയ്യുമ്പോൾ അയാൾ മൊബൈൽ ഫോൺ ഉപയോഗിച്ച് കളിക്കുന്നത് ഞാൻ കണ്ടിട്ടുണ്ട്."

"അതെ! അയാൾ അങ്ങനെ ചെയ്യുന്നത് ഞാനും കണ്ടിട്ടുണ്ട്."

"എന്ത്? അയാൾ ജോലി ചെയ്യുമ്പോൾ ഫോൺ ഉപയോഗിച്ചോ?" ഞാൻ അത്ഭുതത്തോടെ ചോദിച്ചു.

ജോലിസ്ഥലത്ത് ഫോൺ കൊണ്ടുപോകരുത് എന്നത് ഒരു അടിസ്ഥാന നിയമമായിരുന്നു. ഇത്രയും ലളിതമായ ഒരു നിർദ്ദേശം അയാൾ എന്തിനാണ് ലംഘിച്ചതെന്ന് എനിക്ക് മനസ്സിലായില്ല.

"ഞാൻ ഇവിടെ ഇല്ലാത്ത സമയങ്ങളിൽ എപ്പോഴും സുരക്ഷാ ക്യാമറ പരിശോധിക്കാറുണ്ടെന്ന് നിങ്ങൾക്കറിയാമല്ലോ, അല്ലേ? ഷിറാഹ ജോലിയിൽ പുതിയതായി ചേർന്നത് കൊണ്ട് അയാൾ ജോലിയിൽ എങ്ങനെയുള്ളവനാണെന്ന് അറിയാൻ അയാളുടെ മേൽ എന്റെ കണ്ണുണ്ടായിരുന്നു. ഒറ്റനോട്ടത്തിൽ അയാൾക്ക് കുഴപ്പമില്ലെന്ന് തോന്നുമെങ്കിലും, ജോലിയിൽ ശ്രദ്ധിക്കാതിരിക്കുന്ന ഒരു ശീലം അയാൾക്കുണ്ട്, അല്ലേ?"

"ക്ഷമിക്കണം, ഞാൻ അത് ഒരിക്കലും ശ്രദ്ധിച്ചില്ല."

"അല്ല, അല്ല, ഫുരുകുറ മിസ്, ഇതിന് നിങ്ങൾ ക്ഷമ ചോദിക്കേണ്ടതൊന്നുമില്ല. ഉപഭോക്താക്കളെ സ്വാഗതം ചെയ്യുന്നതിൽ നിങ്ങൾ വളരെ മികച്ചതാണെന്ന് എനിക്ക് പറയാതെ വയ്യ. ഞാൻ ക്യാമറ പരിശോധിക്കുമ്പോഴെല്ലാം എനിക്ക് മതിപ്പ തോന്നാറുണ്ട്. നിങ്ങൾ ശരിക്കും മികച്ച ആളാണ്. നിങ്ങൾ ഒരിക്കലും അവധിയെടുക്കുന്നില്ല, മാത്രമല്ല മികച്ച ജോലിയല്ലാതെ മറ്റൊന്നും നിങ്ങളിൽ നിന്നും ഉണ്ടാകാറില്ല."

എട്ടാമത്തെ മാനേജർ അവിടെ ഇല്ലാതിരുന്നപ്പോഴും എന്നെ നിരീക്ഷിച്ചിരുന്നു, ഞാൻ കടയുടെ വിശ്വസ്തയായ ഒരു തൊഴിലാളിയാണെന്ന് അദ്ദേഹത്തിന് അറിയാമായിരുന്നു.

"നന്ദി!" ഞാൻ വിനയപ്പെട്ടുകൊണ്ട് പറഞ്ഞു.

അപ്പോഴാണ് വാതിൽ തുറന്ന് ഷിറാഹ അകത്തേക്ക് വന്നത്.

"ഓ... ഗുഡ് മോർണിംഗ്," അയാൾ അലസമായി പറഞ്ഞു. ശബ്ദം കേൾക്കാൻ പോലും പറ്റാത്തവിധം പതിഞ്ഞതായിരുന്നു. എല്ലും തോലുമായിരുന്ന അയാളുടെ വെള്ള ഷർട്ടിനുള്ളിലൂടെ കാണാവുന്ന തോളിലൂടെ ഇട്ടുന്ന സസ്പെൻഡറുകൾ (വള്ളികൾ) അയാളുടെ പാന്റ്സിനെ മുകളിലേക്ക് താങ്ങി നിർത്താൻ വേണ്ടിയാണെന്ന് തോന്നി. കൈകളിലെ തൊലി അസ്ഥികളിൽ നേരിട്ട്

ഒട്ടിപ്പിടിച്ചിരിക്കുന്നതുപോലെ തോന്നി. അത്തരമൊരു മെലിഞ്ഞ ശരീരത്തിൽ അയാളുടെ എല്ലാ ആന്തരികാവയവങ്ങളും എങ്ങനെ ഉൾക്കൊള്ളാൻ കഴിയുമെന്ന് ഞാൻ അത്ഭുതപ്പെട്ടു.

“ഷിറാഹാ, നിങ്ങൾ വൈകിയിരിക്കുന്നു! രാവിലെ സെഷൻ ആരംഭിക്കുന്നതിന് അഞ്ചു മിനിറ്റ് മുൻപ് നിങ്ങൾ വസ്ത്രം മാറ്റി തയ്യാറായി വരണം! ഓഫീസിൽ വരുമ്പോൾ എല്ലാവരെയും നല്ല രീതിയിൽ അഭിവാദ്യം ചെയ്ത് സന്തോഷത്തോടെ ഒരു ‘സുപ്രഭാതം’ ആശംസിക്കണം. കൂടാതെ, ഇടവേളകളിൽ ഒഴികെ മൊബൈൽ ഫോൺ ഉപയോഗിക്കുന്നതിന് വിലക്കുണ്ട്. നിങ്ങൾ ക്യാഷ് കൗണ്ടറിൽ ജോലി ചെയ്യുമ്പോൾ മൊബൈൽ ഫോൺ നിങ്ങളുടെ കൈയ്യിൽ ഉണ്ടാകാറുണ്ട്, അല്ലേ? നിങ്ങൾ അത് നോക്കുന്നത് ഞാൻ കണ്ടിട്ടുണ്ട്.”

“ആഹ്...ക്ഷമിക്കണം...” ഷിറാഹ ശരിക്കും അസ്വസ്ഥനായി. “ഉം, ഇന്നലത്തെ കാര്യമാണോ നിങ്ങൾ ഉദ്ദേശിച്ചത്? അപ്പോൾ നിങ്ങൾ എന്നെ നിരീക്ഷിക്കുകയായിരുന്നോ മിസ്സ് ഫുരുകുറ?”

ഞാൻ മാനേജറോട് ഇതേപ്പറ്റി പറഞ്ഞതായി അയാൾ കരുതിയതുപോലെ തോന്നി. “ഇല്ല,” ഞാൻ തലയാട്ടിക്കൊണ്ടു പറഞ്ഞു.

“ക്യാമറ, ഷിറാഹ,” മാനേജർ ഇടപെട്ടു. “സെക്യൂരിറ്റി ക്യാമറ! ഞാൻ രാത്രി ഷിഫ്റ്റിൽ ഉള്ളപ്പോൾ പകൽ ഷിഫ്റ്റിൽ എന്താണ് സംഭവിക്കുന്നതെന്ന് എപ്പോഴും പരിശോധിക്കും. ശരി, മൊബൈൽ ഫോൺ ഉപയോഗിക്കുന്നതിനെതിരായ നിയമം ഞാൻ ചിലപ്പോൾ നിങ്ങളോട് വ്യക്തമായി വിശദീകരിച്ചിട്ടില്ലായിരിക്കാം, പക്ഷേ അത് ഇനി ആവർത്തിക്കരുത്, മനസ്സിലായോ?”

“ഓ, ശരി. എനിക്കറിയില്ലായിരുന്നു. ക്ഷമിക്കണം.”

“ശരി. ഇനി അത് ചെയ്യരുത്. മിസ്സിസ് ഇസുമി, നിങ്ങൾ എന്നോടൊപ്പം കടയിലേക്ക് വരുമോ? എനിക്ക് വേനൽക്കാല സമ്മാന വിഭാഗം ഇടനാഴിയിലെ അവസാന ഷെൽഫുകളിൽ വയ്ക്കണം. ഇത്തവണ എനിക്ക് ഒരു വലിയ ഡിസ്പ്ലേ വയ്ക്കണം എന്നുണ്ട്.”

“തീർച്ചയായും. സാമ്പിളുകൾ എത്തിയിട്ടുണ്ട്, അല്ലേ? ഞാൻ നിങ്ങളെ സഹായിക്കാം!”

"ഇന്ന് തന്നെ അത് തീർക്കണം. വേനൽക്കാല സാധന ങ്ങൾക്കായി അടിയിൽ ഒരു അധിക ഷെൽഫ് കൂടി വയ്ക്കണം, അതിനാൽ എല്ലാ ഷെൽഫുകളുടെയും ഉയരം ക്രമീകരിക്കണം. മിസ് ഫുരുകുറയും ഷിറാഹയും, നിങ്ങൾക്ക് രാവിലെയുള്ള പരിശീലനം സ്വയം ചെയ്യാമോ? എനിക്ക് ഇത് ആദ്യം ചെയ്യണമായിരുന്നു."

"ശരി, ഞങ്ങൾ ചെയ്യാം!"

മാനേജരും മിസ്സിസ് ഇസുമിയും ആ മുറിയിൽ നിന്ന് ഇറങ്ങിയപ്പോൾ, ഷിറാഹ പുച്ഛത്തോടെ മുഖം കോട്ടി. ഞാൻ അയാളെ നോക്കിയപ്പോൾ, അയാൾ തുപ്പി, "ത്ഫൂ. ഒരു ചെറിയ കൺവീനിയെൻസ് സ്റ്റോർ മാനേജരാണെങ്കിലും, വലിയ വമ്പനെപോലെയാണ് അയാളുടെ സംസാരം."

നിങ്ങൾ ഒരു കൺവീനിയെൻസ് സ്റ്റോറിൽ ജോലി ചെയ്യുമ്പോൾ, അവിടെ ജോലി ചെയ്യുന്നത് കൊണ്ട് മാത്രം നിങ്ങളെ ആളുകൾ പലപ്പോഴും പുച്ഛത്തോടെയാണ് കാണുന്നത്. എനിക്ക് ഇത് അതീവ രസകരമായി തോന്നുന്നു, അവർ എന്നോട് ഇത് ചെയ്യുമ്പോൾ അവരുടെ മുഖത്തേക്ക് നേരെ നോക്കാൻ ഞാൻ ഇഷ്ടപ്പെടുന്നു. ഞാൻ അങ്ങനെ ചെയ്യുമ്പോൾ ഞാൻ എപ്പോഴും ചിന്തിക്കാറുണ്ട് : മനുഷ്യൻ ഇങ്ങനെയാണ്.

ചിലപ്പോൾ ഒരേ ജോലി ചെയ്യുന്നവർ പോലും അതിനെ തിരെ പക്ഷപാതപരമായി പെരുമാറും. ഞാൻ എന്താണ് ചെയ്യുന്ന തെന്ന് അറിയുന്നതിന് മുൻപ്, ഞാൻ ഷിറാഹയുടെ മുഖത്തേക്ക് നോക്കി.

ആളുകൾ അവജ്ഞയോടെ പെരുമാറുമ്പോൾ അവരുടെ കണ്ണുകളുടെ ആകൃതി എന്നെ പ്രത്യേകമായി ആകർഷിക്കുന്നു. ഒരുതരം ജാഗ്രതയോ എതിർക്കപ്പെട്ടുമോ എന്ന ഭയമോ ഞാൻ കാണാറുണ്ട്, അല്ലെങ്കിൽ ചിലപ്പോൾ ഏത് ആക്രമണത്തെയും നേരിടാൻ തയ്യാറായ ഒരു യുദ്ധോത്സുകമായ തീപ്പൊരി. അവർ തങ്ങളുടെ പെരുമാറ്റം അവഹേളനപരമാണെന്ന് സ്വയം അറിയു ന്നില്ലെങ്കിൽ, അവരുടേത് ഒരു തരം ഉന്മാദത്തിലും ആധിപത്യ ത്തിലും മുങ്ങിയ കണ്ണുകളായിരിക്കും.

ഞാൻ ഷിറാഹയുടെ കണ്ണുകളിലേക്ക് നോക്കി. അവിടെ ഞാൻ കണ്ടത് മുൻവിധിയുടെ ഏറ്റവും ലളിതമായ രൂപം മാത്രമാണ്.

ഞാൻഅയാളെനോക്കുന്നു എന്ന്മനസ്സിലാക്കിയതുപോലെ, അയാൾ സംസാരിക്കാൻ വായ തുറന്നു, ചിലയിടങ്ങളിൽ കറുത്തിരുന്ന പല്ലുകളുടെ മഞ്ഞനിറമുള്ള വേരുകൾ കാണാമായിരുന്നു. അയാൾ വളരെക്കാലമായി ദന്തഡോക്ടറെ കാണാൻ പോയിട്ടില്ലായെന്ന് നിസംശയം പറയാൻ കഴിയും.

"എന്തായാലും ഇത്ര പറയാൻ മാത്രം അയാൾ ആരാണ്?" അയാൾ തുടർന്നു. "ഇതുപോലുള്ള ഒരു ചെറിയ കട നടത്താൻ മാത്രമാണ് അയാൾ ജോലി ചെയ്യുന്നത്, അതിനാൽ അയാൾ അടിസ്ഥാനപരമായി ഒരു പരാജിതനാണ്, അല്ലേ? ഉപയോഗ ശൂന്യമായ ഒരു കഷണം മാത്രം."

അവ പരുഷമായ വാക്കുകളായിരുന്നു, പക്ഷേ അയാൾ അത് പറഞ്ഞത് ശബ്ദം താഴ്ത്തിയായിരുന്നു, അതുകൊണ്ട് തന്നെ അയാൾ ശരിക്കും ദേഷ്യത്തിലാണെന്ന് എനിക്ക് തോന്നിയതുമില്ല. എന്റെ കാഴ്ചപ്പാടിൽ, മുൻവിധിയുള്ള ആളുകൾ രണ്ട് തരത്തിലായിരുന്നു – മുൻവിധിയോടുള്ള ആഴത്തിൽ വേരോടിയ വ്യഗ്രത ഉള്ളവരും, എവിടെയോ കേട്ട അധിക്ഷേപങ്ങളുടെ ഒരു വലിയ പരമ്പര തന്നെ ചിന്തിക്കാതെ ആവർത്തിക്കുന്നവരും : ഷിറാഹ രണ്ടാമത്തെ വിഭാഗത്തിൽ പെടുമെന്ന് തോന്നുന്നു.

അയാൾ വേഗത്തിൽ പിറുപിറുത്തു കൊണ്ടിരുന്നു, ഇടയ്ക്കിടെ വാക്കുകൾക്ക് വേണ്ടി പരതി.

"ഇവിടെ എല്ലാവരും മൂഢരായ പരാജിതരാണ്, മണ്ടന്മാരാണ്. ഇത് തന്നെയാണ് ഏതൊരു കൺവീനിയെൻസ് സ്റ്റോറിലെയും സ്ഥിതി. ഭർത്താവിന്റെ ശമ്പളം കൊണ്ട് ജീവിക്കാൻ കഴിയാത്ത വീട്ടമ്മമാരെയും, ഭാവിയിലേക്കുള്ള വ്യക്തമായ പദ്ധതികളില്ലാതെ ജോലി തേടുന്നവരെയും, വീട്ടിൽ ട്യൂഷൻ എടുക്കുന്ന പോലെ മികച്ച ജോലികൾ ലഭിക്കാത്തവരെയും ഏറ്റവും മോശം വിദ്യാർത്ഥികളെയും മാത്രമേ നിങ്ങൾക്ക് ഇവിടെ കാണാൻ കഴിയൂ. ഇതൊന്നും അല്ലെങ്കിൽ വീട്ടിലേക്ക് പണം അയയ്ക്കുന്ന വിദേശികളെയും. എല്ലാവരും ഒരുപോലെ പരാജിതരാണ്."

"എനിക്ക് മനസ്സിലായി."

അയാൾ ശരിക്കും എന്നെപ്പോലെയായിരുന്നു, മാനുഷികമായ ഭാവത്തിൽ സംസാരിക്കുണ്ട് എങ്കിലും യഥാർത്ഥത്തിൽ അയാൾ ഒന്നും തന്നെ പറയുന്നുണ്ടായിരുന്നില്ല. പക്ഷേ

"പരാജിതൻ" എന്ന വാക്ക് അയാൾക്ക് ഇഷ്ടപ്പെട്ടുവെന്ന് തോന്നുന്നു. ചുരുങ്ങിയ സമയത്തിനുള്ളിൽ അയാൾ അത് പല തവണ ഉപയോഗിച്ചിരുന്നു. "ഷിറാഹ എനിക്ക് ഭയങ്കര ഈർഷ തരുന്നുണ്ട്, പ്രത്യേകിച്ച് അയാൾ വിശ്രമിക്കാൻ ആഗ്രഹിക്കുമ്പോൾ ഒഴികഴിവുകൾ പറയാൻ അയാൾ വളരെ സമർത്ഥനാണ്" എന്ന് സുഗവാര പറഞ്ഞ കാര്യം ഞാൻ ഓർത്തു. ഞാൻ തലയാട്ടി. അപ്പോൾ ഒരു ലളിതമായ ചോദ്യം എനിക്ക് മനസ്സിൽ വന്നു, ഞാൻ അത് അയാളോട് ചോദിച്ചു.

"ഷിറാഹ, നിങ്ങൾ എന്തിനാണ് ഇവിടെ ജോലിക്ക് വന്നത്?"

"വിവാഹത്തിനായുള്ള തിരച്ചിൽ," അതൊരു വലിയ കാര്യമല്ലെന്ന മട്ടിൽ അയാൾ പറഞ്ഞു.

"എന്ത്?" ഞാൻ അത്ഭുതത്തോടെ ചോദിച്ചു. "കട വീടിനടുത്താണ്" അല്ലെങ്കിൽ "ഈ ജോലി രസകരമാണെന്ന് തോന്നുന്നു" എന്നിങ്ങനെ പലതരം കാരണങ്ങൾ ഞാൻ മുൻപ് കേട്ടിട്ടുണ്ട്. എന്നാൽ വിവാഹ പങ്കാളിയെ കണ്ടെത്താൻ ഒരു കൺവീനിയെൻസ് സ്റ്റോറിൽ ജോലിക്ക് വരുന്ന ഒരാളെ ഞാൻ ആദ്യമായിട്ടായിരുന്നു കാണുന്നത്.

"പക്ഷേ ഇതൊരു നഷ്ടക്കച്ചവടമാണ്," ഷിറാഹ പറഞ്ഞു. "ഇവിടെ മാന്യമായി ഒരു ഭാര്യയാക്കാൻ യോഗ്യതയുള്ള ആരുംതന്നെ ഇല്ല. പ്രായം കുറഞ്ഞവർ സ്ഥിരതയില്ലാത്തവരാണ്, ബാക്കിയുള്ളവരാകട്ടെ വളരെ പ്രായമായവരുമാണ്."

"ആഹ്, ഇവിടെയുള്ള മിക്ക ജോലിക്കാരും യൂണിവേഴ്സിറ്റി വിദ്യാർത്ഥികളാണ്, അതുകൊണ്ട് മിക്കവാറും ഇവിടെ നിന്ന് വിവാഹപ്രായത്തിലുള്ള ആരെയും നിങ്ങൾക്ക് ലഭിക്കില്ല."

"ഉപഭോക്താക്കളിൽ ചിലർ ഒരു വിധത്തിൽ തൃപ്തികരമാണ്, പക്ഷേ അവരിൽ ഭൂരിഭാഗവും വളരെ ധിക്കാരികളാണ്. ഈ സ്ഥലം വലിയ കമ്പനികളാൽ ചുറ്റപ്പെട്ടിരിക്കുന്നു, അവിടെ ജോലി ചെയ്യുന്ന സ്ത്രീകൾ എന്റെ അഭിരുചിക്കനുസരിച്ച് വളരെ ആധിപത്യം പുലർത്തുന്നവരാണ്."

ആരോടാണ് അയാൾ സംസാരിക്കുന്നത് എന്ന കാര്യം അയാളുടെ ശ്രദ്ധയിലുള്ളതായി എനിക്കറിയില്ല, പക്ഷേ അപ്പോഴെല്ലാം അയാൾ ചുമരിലെ "വേനൽക്കാല സമ്മാനങ്ങൾക്ക്

വേണ്ടിയുള്ള നമ്മുടെ ലക്ഷ്യങ്ങളിലേക്ക് എത്തിച്ചേരാം!" എന്ന നോട്ടീസിലേക്ക് വാചകത്തിൽ ഉറ്റുനോക്കുകയായിരുന്നു :

"അവരെല്ലാം തന്റെ കമ്പനിയിലുള്ള ഒരാളെയാണ് വലയിലാക്കാൻ ശ്രമിക്കുന്നത് എന്ന് മാത്രമല്ല എന്നെ ഒന്ന് നോക്കാൻ പോലും തയ്യാറാകില്ല. ശിലായുഗം മുതൽ സ്ത്രീകൾ ഇങ്ങനെ തന്നെ ആണ്. ഗ്രാമത്തിലെ ഏറ്റവും ചെറുപ്പവും സുന്ദരിയുമായ പെൺകുട്ടികൾ ഏറ്റവും ശക്തരായ വേട്ടക്കാരെ തേടും. ശക്തരായ വംശാവലിയെ അവർ അവശേഷിപ്പിക്കുന്നു, അതേസമയം ബാക്കിയുള്ള നമ്മളെപ്പോലെ ഉള്ളവർ അവശേഷിക്കുന്നത് കൊണ്ട് മാത്രം തൃപ്തിപ്പെടണം. നമ്മുടെ ആധുനിക സമൂഹം എന്ന് വിളിക്കപ്പെടുന്നത് വെറും ഒരു മിഥ്യയാണ്. ചരിത്രാതീത കാലം മുതൽ വലിയ മാറ്റമൊന്നും സംഭവിച്ചിട്ടില്ലാത്ത ഒരു ലോകത്താണ് നമ്മൾ ജീവിക്കുന്നത്. നമ്മൾ സ്ത്രീപുരുഷ സമത്വത്തെക്കുറിച്ച് സംസാരിച്ചേക്കും, പക്ഷേ—"

"ഷിറാഹാ, അതെ, ദയവായി യുണിഫോം ധരിക്കുമോ? രാവിലത്തെ പരിശീലനം നമ്മൾ ഇപ്പോൾ ചെയ്തില്ലെങ്കിൽ നമുക്ക് കൃത്യസമയത്ത് പൂർത്തിയാക്കാൻ കഴിയില്ല," ഉപഭോക്താക്കൾക്കെതിരായ അയാളുടെ ആരോപണങ്ങൾ തടസ്സപ്പെടുത്തിക്കൊണ്ട് ഞാൻ പറഞ്ഞു.

അയാൾ മനസ്സില്ലാമനസ്സോടെ തന്റെ ബാഗ് എടുത്ത് ലോക്കറിനടുത്തേക്ക് പോയി, അതിനുള്ളിലേക്ക് സാധനങ്ങൾ തിരുകി വയ്ക്കുമ്പോഴും അയാൾ സ്വയം പിറുപിറുത്തുകൊണ്ടിരിന്നു.

ഞാൻ അയാളെ നോക്കിക്കൊണ്ടിരുന്നപ്പോൾ, മാനേജർ നേരത്തെ കടയിൽ നിന്ന് പുറത്താക്കിയ മധ്യവയസ്കനെ ഓർമ്മ വന്നു.

"ഉം, നിനക്ക് നേരെയാകാൻ കഴിയുമെന്ന് നിനക്ക് മനസ്സിലായോ?"

"എന്ത്?" അയാൾ കേട്ടില്ല എന്ന മട്ടിൽ ചോദിച്ചു.

"ഓ, ഒന്നുമില്ല. വേഗം യൂണിഫോം മാറിയാൽ നമുക്ക് രാവിലത്തെ പരിശീലനം ചെയ്യാൻ കഴിയും!"

ഒരു കൺവീനിയെൻസ് സ്റ്റോർ നിർബന്ധിതമായി സാധാരണവൽക്കരിക്കപ്പെട്ട ഒരു അന്തരീക്ഷമാണ്, അതിനാൽ നിങ്ങളെപ്പോലുള്ളവർ ഉടൻതന്നെ നേരെയാകുമെന്ന് അയാൾ

സമയമെടുത്ത് യൂണിഫോം ധരിക്കുന്നത് കണ്ടപ്പോൾ ഞാൻ കരുതി. പക്ഷേ ഞാൻ അത് ഉച്ചത്തിൽ പറഞ്ഞില്ല.

* * *

തിങ്കളാഴ്ച രാവിലെ കടയിൽ വന്നപ്പോൾ ജോലിസമയം രേഖപ്പെടുത്തുന്ന പട്ടികയിൽ ഷിറാഹയുടെ പേരിനു മുകളിലൂടെ ഒരു വലിയ ചുവപ്പ് മഷിയിൽ വെട്ടിയിരിക്കുന്നത് കണ്ടു. അയാൾ പെട്ടെന്ന് അവധി എടുത്തതായിരിക്കുമെന്ന് ഞാൻ കരുതി, മിസ്സിസ് ഇസുമി അന്ന് അവരുടെ അവധി ദിവസമായിട്ട് പോലും കൃത്യസമയത്ത് ആ ജോലി ഏറ്റെടുത്തിരിക്കുന്നു.

"ഗുഡ് മോർണിംഗ്! ഉം, ഷിറാഹയ്ക്ക് എന്ത് സംഭവിച്ചു?" മാനേജർ രാത്രി ഷിഫ്റ്റ് കഴിഞ്ഞ് പിൻമുറിയിലേക്ക് വരുമ്പോൾ ഞാൻ അദ്ദേഹത്തോട് ചോദിച്ചു.

"ആഹ്, ഷിറാഹ..." അയാളും മിസ്സിസ് ഇസുമിയും ഒരു പരിഹാസത്തോടെ പരസ്പരം നോക്കി. "ഇന്നലെ ഞങ്ങൾ തമ്മിൽ ഒരുചെറിയസംസാരമുണ്ടായിഅതുകൊണ്ട്അയാളെജോലിയിൽ നിന്ന് ഒഴിവാക്കാൻ തീരുമാനിച്ചു," മാനേജർ ശാന്തമായി പറഞ്ഞു. എനിക്ക് വലിയ അതിശയമൊന്നും തോന്നിയില്ല.

"അയാളുടെ അലസ്സതയും, കളയാൻ വെച്ചിരിക്കുന്ന ഭക്ഷണം അയാൾ രഹസ്യമായി കഴിക്കുന്നതും ഒക്കെയും ഞാൻ അവഗണിക്കാൻ തയ്യാറായിരുന്നു, പക്ഷേ ഒരു സ്ഥിരം ഉപഭോക്താവ്, ഒരു സ്ത്രീ ഉണ്ടായിരുന്നു, അവൾ അവളുടെ കുട മറന്നു വച്ചിട്ട് തിരികെ, അത് വാങ്ങാൻ വന്നപ്പോൾ, അയാൾ അവളോട് വളരെ മോശമായി പെരുമാറാൻ തുടങ്ങി, ഡെലിവറി സർവീസ് സ്ലിപ്പിൽ നിന്ന് അവളുടെ ഫോൺ നമ്പർ പകർത്തി അവൾ എവിടെയാണ് താമസിക്കുന്നതെന്ന് അന്വേഷിക്കാൻ ശ്രമിക്കുകയും ചെയ്തു. എന്തൊക്കെയാണ് നടക്കുന്നത് എന്ന് മിസ്സിസ് ഇസുമിക്ക് മനസ്സിലായി, ഞാൻ ഉടൻ തന്നെ സുരക്ഷാ ക്യാമറ വീഡിയോകൾ പരിശോധിച്ചു. അതിനുശേഷം ഞാൻ അയാളോട് സംസാരിച്ച് ജോലി വിട്ടുപോകാൻ പറഞ്ഞു."

അയാൾ എന്തൊരു വിഡ്ഢിയാണെന്ന് ഞാൻ ഓർത്തു. കടയിലെ ജീവനക്കാർ ചിലപ്പോൾ ചെറിയ നിയമലംഘനങ്ങൾ നടത്താറുണ്ട്, പക്ഷേ ഇത്രയും വൃത്തികെട്ട ഒരു കാര്യം ചെയ്യുന്നത്

ഞാൻ മുൻപ് ഒരിക്കലും കേട്ടിട്ടില്ല. ഇങ്ങനെ ഒരു കാര്യം പോലീസ് കേസ് ആകാതിരുന്നത് ഭാഗ്യം.

“അയാൾ തുടക്കം മുതൽ തന്നെ വിചിത്രമായിട്ടാണ് പെരുമാറിയിരുന്നത്. രാത്രി ഷിഫ്റ്റിൽ ജോലി ചെയ്യുന്ന ഒരു പെൺകുട്ടിയുടെ ഫോൺ നമ്പർ സ്റ്റോറിലെ കോണ്ടാക്ട് ഡാറ്റായിൽ നിന്നും അയാൾക്ക് ലഭിച്ചു, തുടർന്ന് അയാൾ തുടരെ അവളെ അതിൽ വിളിക്കാൻ തുടങ്ങി, പിന്നീട് പിൻ മുറിയിൽ അവളെ ചുറ്റിപ്പറ്റി നിന്ന് ജോലികഴിഞ്ഞ് ഒരുമിച്ച് ഇറങ്ങാമെന്ന് പറഞ്ഞു. വിവാഹിതയായ മിസ്സിസ് ഇസുമിയോട് പോലും അയാൾ ഇതുപോലെ സംസാരിക്കാൻ ശ്രമിച്ചു. ഈ കാണിക്കുന്ന ആത്മാർത്ഥത ജോലിചെയ്യാൻ കാണിച്ചിരുന്നെങ്കിൽ എന്ന് ഞാൻ ആഗ്രഹിച്ചു പോയി. നിങ്ങൾക്കും അയാളെ ഇഷ്ടമായിരുന്നില്ല, അല്ലേ മിസ് ഫുരുകുറ?” അയാൾ പറഞ്ഞു.

മിസ്സിസ് ഇസുമി മുഖം ചുളിച്ചു. “അയാൾ ശരിക്കും എനിക്കൊരു ബുദ്ധിമുട്ടായിരുന്നു. അയാൾക്ക് എന്തൊരു വൈകൃത സ്വഭാവമാണ്. കടയിലെ ജീവനക്കാരുമായി അയാളുടെ ഉദ്ദേശ്യം നടക്കാതായപ്പോൾ, അയാളത് ഉപഭോക്താക്കളിൽ പരീക്ഷിക്കാൻ തുടങ്ങി! വെറും പാഴ്‌വേലകൾ. നമ്മൾ ശരിക്കും അയാളെ അറസ്റ്റ് ചെയ്യിക്കണമായിരുന്നു.”

“ഓ, അയാൾ അത്രയ്ക്കൊന്നും പോകാതെ, ഇത്രയൊക്കെ കൊണ്ട് നിന്നല്ലോ.”

“ഇത് കുറ്റകരമാണ്, നിങ്ങൾക്കറിയാമോ. അയാൾ കുറ്റവാളി തന്നെയാണ്! അയാളുടെ ഈ സ്വഭാവത്തിന്, എത്രയും വേഗം അയാളെ അറസ്റ്റ് ചെയ്യുന്നോ അത്രയും നല്ലതാണ്.”

ഇത്രയൊക്കെ എല്ലാവരും പരാതിപ്പെട്ടെങ്കിലും, എങ്ങനെയൊക്കെയോഅയാൾപോയതിനാൽകടയ്ക്കുള്ളിൽഒരുആശ്വാസം നിറഞ്ഞിരുന്നു. ഇപ്പോൾ ഷിറാഹ അവിടെ ഇല്ലാത്തത് കൊണ്ട്, അയാൾ വരുന്നതിനു മുൻപുണ്ടായിരുന്ന ശാന്തമായ അന്തരീക്ഷത്തിലേക്ക് സ്റ്റോർ മടങ്ങിയെത്തിയിരുന്നു. അയാളുടെ ശല്യം മാറിയപ്പോൾ എല്ലാവരും അസാധാരണമാം വിധം സന്തോഷമുള്ളവരും സംസാരപ്രിയരും ആയി മാറി, എല്ലാവരും ഉന്മേഷഭരിതരായതുപോലെ.

“സത്യം പറഞ്ഞാൽ, അയാളുടെ പെരുമാറ്റം സാഹിക്കാനാവുന്നതിലും അപ്പുറമായിരുന്നു. നമുക്ക് ജീവനക്കാരുടെ കുറവു

ണ്ടായിരുന്നു എന്നത് സത്യമാണ്!" തന്റെ ജോലിക്ക് എത്തിയപ്പോൾ സുഗവാര പുഞ്ചിരിയോടെ പറഞ്ഞു. "അയാൾ അത്രയ്ക്ക് മോശക്കാരനായിരുന്നു, എപ്പോഴും ജോലിയിൽ ഒഴികഴിവുകൾ പറഞ്ഞുകൊണ്ടേയിരിക്കും, മടിയനാണെന്ന് നമ്മൾ പറയാൻ ശ്രമിച്ചാൽ അയാൾ ശിലായുഗത്തെക്കുറിച്ച് പറയാൻ തുടങ്ങും. എന്നോട് ചോദിച്ചാൽ ഇതിൽപ്പരം വിഡ്ഢിത്തം വേറെ ഇല്ല."

"ഓ, ശരിയാണത്!" മിസ്സിസ് ഇസുമി പൊട്ടിച്ചിരിച്ചു. "അയാൾ പറയുന്ന ആ ശിലായുഗ കാര്യങ്ങളൊക്കെ വിചിത്രമായിരുന്നു. അയാൾ എന്താ പറയുന്നത് എന്ന് അയാൾക്ക് തന്നെ അറിയില്ല? മുഴുവനും അസംബന്ധം! ദയവായി അങ്ങനെയുള്ള ആരെയും വീണ്ടും നിയമിക്കരുത്," അവൾ മാനേജരിലേക്ക് തിരിഞ്ഞുകൊണ്ട് കൂട്ടിച്ചേർത്തു.

"അയ്യോ, അത് നമുക്ക് വളരെ കുറച്ച് സ്റ്റാഫ് മാത്രമുള്ളതുകൊണ്ട് ചെയ്തു പോയതാണ്—"

"അയാളുടെ പ്രായത്തിൽ ഒരു കൺവീനിയെൻസ് സ്റ്റോറിലെ ഒരു താൽക്കാലിക ജോലിയിൽ നിന്ന് പിരിച്ചുവിടൽ! ശരിക്കും പ്രതീക്ഷയില്ലാത്ത ഒരുത്തൻ. അയാൾക്ക് നമുക്ക് ചെയ്തു തരാൻ കഴിയുന്ന ഏറ്റവും വലിയ ഉപകാരം അയാൾ മരിക്കുക എന്നതാണ്, കാര്യമായി പറഞ്ഞതാണ്."

എല്ലാവരും ചിരിച്ചു. "അയാൾ അത് ശരിക്കും ചെയ്യണം," ഞാൻ തലയാട്ടി പറഞ്ഞു, ഞാൻ അവിടെ എപ്പോഴെങ്കിലും ഒരു വേറിട്ട ആളായി മാറിയാൽ, ഞാൻ തീർച്ചയായും അതേ രീതിയിൽ തന്നെ പുറത്താക്കപ്പെടുമെന്ന് എനിക്ക് തോന്നി.

"നമ്മൾ മറ്റൊരാളെ കണ്ടെത്തേണ്ടി വരും... ഞാൻ ഒരു പരസ്യം കൊടുക്കുന്നതാണ് നല്ലത് എന്ന് തോന്നു."

അങ്ങനെ കടയിലെ ഒരു ഘടകം കൂടി വീണ്ടും മാറ്റിസ്ഥാപിക്കപ്പെട്ടു.

പതിവിലും കൂടുതൽ ഉന്മേഷദായകമായ പ്രഭാത പരിശീലനത്തിനുശേഷം, ഞാൻ ക്യാഷ് കൗണ്ടറിലേക്ക് പോകുമ്പോൾ, ഒരു സ്ഥിരം ഉപഭോക്താവ്, ഊന്നുവടിയിൽ ബലം കൊടുത്ത്, താഴെയുള്ള ഷെൽഫിൽ നിന്ന് കൈനീട്ടി എന്തോ എടുക്കാൻ ശ്രമിക്കുന്നുണ്ടായിരുന്നു, അവർ മറിഞ്ഞു വീഴുമെന്ന് തോന്നുന്ന തരത്തിലാണ് അവിടെ കുനിഞ്ഞിരിക്കുന്നത്.

"ഞാൻ നിങ്ങളെ സഹായിക്കാം! ഇതാണോ നിങ്ങൾ അന്വേഷിച്ചത്?" ഞാൻ ഒരു പാത്രം സ്ട്രോബെറി ജാം എടുത്തുകൊണ്ട് ചോദിച്ചു.

"നന്ദി," അവർ പുഞ്ചിരിയോടെ പറഞ്ഞു.

ഞാൻ അവളുടെ സാധനങ്ങൾ ക്യാഷ് കൗണ്ടറിലേക്ക് എത്തിച്ചു. പണം നൽകാൻ അവർ തന്റെ പേഴ്സ് പുറത്തെടുക്കു മ്പോൾ, അവർ വീണ്ടും മന്ത്രിച്ചു, "ഈ സ്ഥലം ഒരിക്കലും മാറില്ലല്ലോ, അല്ലേ?"

വാസ്തവത്തിൽ, ഇന്ന് ഇവിടെ നിന്ന് ഒരാളെ പുറത്താക്കി യിട്ടുണ്ട് എന്ന് ഞാൻ മനസ്സിൽ ഓർത്തു. പക്ഷേ ഞാൻ അവരോട് "നന്ദി" എന്ന് മാത്രം പറഞ്ഞുകൊണ്ട് അവരുടെ സാധനങ്ങൾ സ്കാൻ ചെയ്യാൻ തുടങ്ങി.

പതിനെട്ട് വർഷം മുൻപ് കട തുറന്നപ്പോൾ ആദ്യത്തെ ഉപഭോക്താവായ വൃദ്ധയുടെ രൂപവുമായി അവരുടെ രൂപം സാമ്യപ്പെട്ടിരിക്കുന്നതായി തോന്നി. അവരും എല്ലാദിവസവും ഒരു ഊന്ന് വടിയുമായി നടന്നുവരും, ഒരു ദിവസം അവർ ഇനി വരില്ലെന്ന് എനിക്ക് മനസ്സിലായി. ഒരുപക്ഷേ അവരുടെ ആരോഗ്യം മോശമായിരിക്കാം, അല്ലെങ്കിൽ അവർ സ്ഥലം മാറിയിരിക്കാം. എന്താണ് സംഭവിച്ചത് എന്ന് അറിയാൻ ഞങ്ങൾക്ക് വഴിയില്ലായിരുന്നു.

എന്നാൽ ഇവിടെ ഞാൻ ആദ്യ ദിവസത്തെ അതേ രംഗം ആവർത്തിച്ചുകൊണ്ടിരുന്നു. അതിനു ശേഷം, ഓരോ രാവിലെയും ഞങ്ങൾ അതേ രീതിയിൽ തന്നെ 6,607 തവണ.

ഞാൻ പത്തുക്കെ മുട്ടകൾ ഒരു പ്ലാസ്റ്റിക് ബാഗിൽ വച്ചു. ഇന്നലെ ഞാൻ വിറ്റ അതേ മുട്ടകൾ, പക്ഷേ വ്യത്യസ്തമാണ്. ഉപഭോക്താവ് ഇന്നലത്തെ അതേ പ്ലാസ്റ്റിക് ബാഗിൽ അതേ ചോപ്സ്റ്റിക്കുകൾ വച്ചു, അതേ ചില്ലറ നൽകി, രാവിലെ പതിവു പോലെ തന്നെ പുഞ്ചിരിച്ചു.

* * *

ഞായറാഴ്ച അവളുടെ വീട്ടിൽ ഒരു ബാർബിക്യൂ പാർട്ടി നടത്തുന്നു ണ്ടെന്ന് പറഞ്ഞുകൊണ്ട് മിഹോ എനിക്ക് മെസ്സേജ് അയച്ചു. രാവിലെ ഷോപ്പിംഗിന് സഹായിക്കാമെന്ന് ഞാൻ വാഗ്ദാനം

ചെയ്തപ്പോഴാണ് എന്റെ മൊബൈൽ ഫോൺ റിംഗ് ചെയ്തത്. അത് വീട്ടിൽനിന്നുള്ള ഒരു കോൾ ആയിരുന്നു.

"കെയ്കോ, നാളെ നീ മിഹോയുടെ അടുത്തേക്ക് പോകുമെന്ന് പറഞ്ഞില്ലേ? അത് കഴിഞ്ഞാൽ ഇവിടെ വരില്ലേ? നിന്റെ അച്ഛൻ നിന്നെ കാണണമെന്ന് വളരെ ആഗ്രഹിക്കുന്നു."

"ഉം, എനിക്ക് തോന്നുന്നില്ല വരാൻ പറ്റുമെന്ന്. അടുത്ത ദിവസം ജോലിക്ക് പോകാൻ എനിക്ക് നല്ല ആരോഗ്യം വേണമല്ലോ, അതുകൊണ്ട് ഞാൻ നേരത്തെ വീട്ടിലെത്തുന്നതാണ് നല്ലത്."

"ശരിക്കും? എന്തൊരു കഷ്ടം... നീ പുതുവത്സര ദിനത്തിലും വന്നില്ലല്ലോ. അടുത്തയൊരു ദിവസംതന്നെ എന്തായാലും വരൂ."

"ശരി."

പുതുവത്സര സമയത്ത് ഞങ്ങൾക്കുണ്ടായ സ്റ്റാഫ് ക്ഷാമം അത്രയും കൂടുതലായിരുന്നതിനാൽ അവധിക്കാലത്ത് ഞാൻ എല്ലാ ദിവസവും ജോലി ചെയ്തിരുന്നു. കൺവീനിയെൻസ് സ്റ്റോർ വർഷത്തിൽ 365 ദിവസവും തുറന്നിരിക്കുന്നതിനാൽ, പുതുവത്സര സമയത്ത് വീട്ടമ്മമാർ കുടുംബകാര്യങ്ങളിൽ തിരക്കിലാകുകയും വിദേശത്ത് നിന്നും വന്നു പഠിക്കുന്ന വിദ്യാർത്ഥികൾ സ്വന്തം നാട്ടിലേക്ക് മടങ്ങുകയും ചെയ്യുന്നതിനാൽ പല ജീവനക്കാർക്കും ജോലിക്ക് വരാൻ കഴിയാറില്ല. എനിക്ക് എന്റെ മാതാപിതാക്കളെ കാണാൻ പോകണമെന്നുണ്ടായിരുന്നുവെങ്കിലും, സ്റ്റോർ ഏത് ദുരവസ്ഥയിലാണ് എന്ന് മനസ്സിലാക്കിയത് കൊണ്ടു ഞാൻ ഒരു നിമിഷം പോലും ആലോചിക്കാതെ ജോലിചെയ്യാൻ തീരുമാനിച്ചു.

"മോളെ, നിനക്ക് സുഖമാണോ?" എന്റെ അമ്മ തുടർന്നു. "കെയ്കോ, നീ ദിവസം മുഴുവൻ നിന്നുകൊണ്ട് ജോലി ചെയ്യുകയല്ലേ? അത് നിന്നെ തളർത്തുന്നുണ്ടോ? നിന്റെ കാര്യങ്ങളൊക്കെ എങ്ങനെ പോകുന്നു? എന്തൊക്കെയാണ് പുതിയ വിശേഷങ്ങൾ?"

അവരുടെ ഈ ചികഞ്ഞുള്ള അന്വേഷണം കേട്ടപ്പോൾ, എന്റെ ജീവിതത്തിൽ എന്തെങ്കിലും പുതിയ മാറ്റം അവർ പ്രതീക്ഷിക്കുന്നുണ്ടെന്ന് എനിക്ക് തോന്നി. പതിനെട്ട് വർഷമായി ഞാൻ ഒട്ടും പുരോഗതി കൈവരിക്കാത്തതിൽ അവർക്ക് മടുപ്പ് ഉണ്ടാകാം.

പതിവുപോലെ എല്ലാം നന്നായി പോകുന്നു എന്ന് ഞാൻ അവരോട് പറഞ്ഞപ്പോൾ, അവർക്ക് പെട്ടെന്ന് ആശ്വാസവും നിരാശയും ഒരുപോലെ വന്നത് പോലെ തോന്നി.

ഞങ്ങൾ ഫോൺ വച്ചതിനുശേഷം, ഞാൻ കണ്ണാടിയിൽ എന്നെത്തന്നെ നോക്കി. ഒരു കൺവീനിയെൻസ് സ്റ്റോർ ജീവനക്കാരിയായി പുനർജ്ജനിച്ച ദിനത്തിൽ നിന്നു ഞാൻ പ്രായം ചെന്നിരുന്നു. അത് എന്നെ അലട്ടിയതൊന്നുമില്ല എങ്കിലും, മുമ്പത്തെക്കാൾ എളുപ്പത്തിൽ ക്ഷീണം തോന്നിത്തുടങ്ങി. ഇവിടെ ജോലി ചെയ്യാൻ വയ്യാത്തവിധം പ്രായമായാൽ എന്റെ അവസ്ഥ എന്തായിരിക്കുമെന്ന് ഞാൻ ചിലപ്പോൾ ചിന്തിച്ചുപോകാറുണ്ട്. ആറാമത്തെ മാനേജർക്ക് തന്റെ പുറംവേദന കാരണം ജോലി ചെയ്യാൻ കഴിയാതെ, ജോലി ഉപേക്ഷിക്കേണ്ടി വന്നിരുന്നു. അത് എനിക്ക് സംഭവിക്കാതിരിക്കാനായി, കടയുടെ ആവശ്യത്തിനായി, എന്റെ ശരീരം നല്ല നിലയിൽ സൂക്ഷിക്കേണ്ടതുണ്ട്.

പിറ്റേന്ന് രാവിലെ, വാഗ്ദാനം ചെയ്തതുപോലെ, ഞാൻ മിഹോയെ ഷോപ്പിംഗിനും ബാർബിക്യൂവിനുള്ള തയ്യാറെടുപ്പുകൾക്കും സഹായിച്ചു. ഉച്ചയായപ്പോൾ, മിഹോയുടെ ഭർത്താവും സത്സുകിയുടെ ഭർത്താവും, കുറച്ച് അകലെയുള്ള ചില സുഹൃത്തുക്കളും അവിടെയെത്തി. വർഷങ്ങൾക്കുശേഷം അപ്പോഴാണ് ഞങ്ങൾ എല്ലാവരും ഒരുമിച്ചിരിക്കുന്നത്.

പതിനാലോ പതിനഞ്ചോ പേർ ഒരുമിച്ച് കൂടിയിരുന്നതിൽ, എന്നെ കൂടാതെ വിവാഹിതരല്ലാത്ത രണ്ടുപേർ മാത്രമേ ഉണ്ടായിരുന്നുള്ളൂ. ആരും ദമ്പതികളൊരുമിച്ച് വന്നിട്ടില്ലാത്തതിനാൽ എനിക്ക് അതിനെക്കുറിച്ച് ഒന്നും തോന്നിയിരുന്നില്ല, പക്ഷേ അവിവാഹിതനായ മിക്കി എന്നോട് സ്വരം താഴ്ത്തി പറഞ്ഞു : "ഇവിടെ തലയുയർത്തി നിൽക്കാൻ കഴിയാത്ത ഒരേയൊരു വിഭാഗം ആൾക്കാർ നമ്മളാണ്, അല്ലേ?"

"ഞാൻ എല്ലാവരെയും കണ്ടിട്ട് വളരെക്കാലമായി! അവസാനമായി എപ്പോഴാണ് നമ്മൾ കണ്ടത്? ആ ഹനാമി പാർട്ടിയിൽ അല്ലേ?"

"ഞാനും അങ്ങനെ തന്നെയാണ്. അതിനുശേഷം ഞാൻ ആദ്യമായിട്ടാണ് ഇവിടേക്ക് വരുന്നത്."

"അപ്പോൾ, നിങ്ങൾ എല്ലാവരും ഈ ദിവസങ്ങളിൽ എന്ത് ചെയ്യുകയായിരുന്നു?"

അവിടെ കൂടിയിരുന്ന പല സുഹൃത്തുക്കളും കുറച്ചു കാലത്തിനു ശേഷം ആ പ്രദേശത്ത് തിരിച്ചെത്തുന്നത് ഇതാദ്യമായിരുന്നു, അതിനാൽ ഞങ്ങൾ ഓരോരുത്തരായി ഞങ്ങളുടെ നിലവിലെ സാഹചര്യങ്ങളെക്കുറിച്ച് വിവരിച്ചു.

"ഞാനിപ്പോൾ യോകോഹാമയിലാണ് താമസിക്കുന്നത്. എന്തുകൊണ്ടും ജോലിക്ക് പോകുമ്പോൾ എനിക്കതാണ് നല്ലത്."

"ഓ, നീ ജോലി മാറിയോ?"

"അതെ! ഞാൻ ഇപ്പോൾ ഒരു ഫാഷൻ ആക്സസറീസ് സ്ഥാപനത്തിലാണ്. എന്റെ മുൻ ജോലിയിലെ അന്തരീക്ഷം അൽപ്പം... ആഹ് നിനക്കറിയാമല്ലോ."

"ഞാൻ വിവാഹിതയായി, ഇപ്പോൾ സൈതാമയിലാണ് താമസിക്കുന്നത്. എന്നിരുന്നാലും ഞാൻ ഇപ്പോഴും അതേ ജോലിയിൽ തന്നെയാണ്."

നിങ്ങൾക്ക് എല്ലാം അറിയാമല്ലോ എനിക്ക് ഒരു കുഞ്ഞ് ജനിച്ചു എന്ന് മാത്രമല്ല ഞാനിപ്പോൾ പ്രസവാവധിയിലാണ്," യുകാരി പറഞ്ഞു, പിന്നെ എന്റെ ഊഴമായി.

"ഞാൻ ഒരു കൺവീനിയെൻസ് സ്റ്റോറിൽ പാർട്ട് ടൈം ജോലി ചെയ്യുന്നു. എന്റെ ആരോഗ്യം..."

എന്റെ സഹോദരി എനിക്ക് വേണ്ടി പറഞ്ഞു തന്ന പതിവ് ഒഴികഴിവ് ഞാൻ പറയാൻ പോകുകയായിരുന്നു, എറി പെട്ടെന്ന് ഇടപെട്ടു. "പാർട്ട് ടൈമോ? ഓ, അതിനർത്ഥം നീ വിവാഹിതയായി അല്ലേ!" അവൾ സ്വയം വ്യക്തമായതുപോലെ പറഞ്ഞു. "അത് എപ്പോഴായിരുന്നു?"

"ഇല്ല, ഞാൻ വിവാഹം ചെയ്തില്ലല്ലോ," ഞാൻ മറുപടി പറഞ്ഞു.

"പക്ഷേ, പിന്നെ, നീ എങ്ങനെയാണ് അത്തരമൊരു ജോലി ചെയ്യുന്നത്?" മാമിക്കോ അമ്പരപ്പോടെ ചോദിച്ചു.

"നോക്കൂ, നിങ്ങൾ കണ്ടോ, എന്റെ ആരോഗ്യം..."

"കെയ്കോ അത്ര ആരോഗ്യമുള്ളവൾ അല്ല, അതുകൊണ്ടാണ് അവൾ സ്ഥിരമായ ജോലിക്ക് പോകാത്തത്," മിഹോ എനിക്ക് വേണ്ടി പറഞ്ഞു.

എനിക്കുവേണ്ടി സംസാരിച്ചതിന് ഞാൻ മിഹോയോട് നന്ദി പറയാൻ തുടങ്ങി, പക്ഷേ യുകാരിയുടെ ഭർത്താവ് സംശയ

ത്തോടെ ഇടപെട്ടു. "എന്ത്? പക്ഷേ ഇതുപോലൊരു ജോലിയിൽ നിങ്ങൾ ദിവസം മുഴുവൻ നിൽക്കേണ്ടി വരുമല്ലോ?"

ഞാൻ അയാളെ ആദ്യമായിട്ടാണ് കാണുന്നത്, അപ്പോഴാണ് അയാൾ മുന്നോട്ട് ചാഞ്ഞ് എന്റെ നിലനിൽപ്പിനെ തന്നെ ചോദ്യം ചെയ്യുന്നതുപോലെ എന്നെ നോക്കി മുഖം ചുളിക്കുന്നത്.

"എനിക്ക് മറ്റ് ജോലികളിൽ പരിചയമില്ല, ശാരീരികമായും മാനസികമായും എനിക്ക് ആ സ്റ്റോർ സുഖകരമാണ്."

ഒരുതരം അന്യഗ്രഹജീവിയെപ്പോലെ അയാൾ എന്നെ തുറിച്ചുനോക്കി. "എന്തുകൊണ്ട്, നീ ഒരിക്കലും...? ഞാൻ ഉദ്ദേശിച്ചത് ഒരു ജോലി കണ്ടെത്തുന്നത് വളരെ ബുദ്ധിമുട്ടാണെങ്കിൽ, കുറഞ്ഞത് നീ വിവാഹമെങ്കിലും കഴിക്കണം. നോക്കൂ, ഇക്കാലത്ത് ഓൺലൈൻ വിവാഹ സൈറ്റുകൾ പോലുള്ള കാര്യങ്ങൾ എപ്പോഴും ഉണ്ട്, നിങ്ങൾക്കറിയാമോ," അയാൾ തുപ്പൽ തെറിപ്പിച്ചുകൊണ്ട് പിറുപിറുത്തു.

ഞാൻ നോക്കിനിൽക്കെ, അവന്റെ ഉമിനീർ കുറച്ച് പറന്ന് ബാർബിക്യൂ മാംസത്തിൽ വീണു. സംസാരിക്കുമ്പോൾ അവൻ ഭക്ഷണത്തിന് മുകളിൽ മുന്നോട്ട് കുനിഞ്ഞിരിക്കുന്നത് ഒഴിവാക്കണമെന്ന് ഞാൻ കരുതി. പക്ഷേ, മിഹോയുടെ ഭർത്താവും ശക്തമായി തലയാട്ടാൻ തുടങ്ങി.

"അത് ശരിയാണ്, നീ ആരെയെങ്കിലും കണ്ടെത്തിയാൽ പോരേ? അത് ആരാണെന്നത് വലിയ പ്രശ്നമല്ലല്ലോ. ആ കാര്യം സ്ത്രീകൾക്ക് വളരെ എളുപ്പമാണല്ലോ. നീയൊരു പുരുഷനായിരുന്നെങ്കിൽ അത് വളരെ ബുദ്ധിമുട്ടായേനെ."

"ഞങ്ങൾ നിനക്കായി ഒരാളെ കണ്ടെത്തിയാലോ? യോജി, നിനക്ക് വളരെ വലിയ സൗഹൃദ വലയം ഉണ്ടല്ലോ അല്ലേ?" സത്സുകി ചോദിച്ചു.

"അതെ, അതൊരു നല്ല ആശയമാണ്!" മിഹോയും മറ്റുള്ളവരും ആവേശത്തോടെ വിളിച്ചു പറഞ്ഞു, "നിങ്ങൾക്ക് അങ്ങനെ ആരെയെങ്കിലും ഒരാളെ ഓർമ്മ വരുന്നുണ്ടോ? അവൾക്ക് അനുയോജ്യമായ ഒരാൾ തീർച്ചയായും ഉണ്ടാവും."

മിഹോയുടെ ഭർത്താവ് അവളുടെ ചെവിയിൽ എന്തോ മന്ത്രിച്ചു, പിന്നെ കൃത്രിമമായ പുഞ്ചിരി പ്രകടിപ്പിച്ചു. "ഓ, പക്ഷേ എന്റെ എല്ലാ സുഹൃത്തുക്കളും ഇപ്പോൾ വിവാഹിതരാണ്...

ഇല്ല, അത് സാധിക്കും എന്ന് തോന്നുന്നില്ല. എന്റെ അറിവിൽ ആരുമില്ല."

"അപ്പോൾ നിനക്ക് ഒരു വിവാഹ സൈറ്റിൽ രജിസ്റ്റർ ചെയ്തുകൂടെ? നിനക്ക് അതിനുപയോഗിക്കാൻ വേണ്ടി ഞങ്ങൾ ഇപ്പോൾ ഒരു ഫോട്ടോ എടുത്തു തരാം. ഇത്തരം കാര്യത്തിന്, ഒരു സെൽഫി ഉപയോഗിക്കാതിരിക്കുന്നതാണ് നല്ലത്. ഇന്നത്തെ ബാർബിക്യൂ പാർട്ടി പോലെ, നിരവധി ആളുകളാൽ ചുറ്റപ്പെട്ട ഒരിടത്ത് നിങ്ങളുടെ ഫോട്ടോ എടുത്താൽ നിന്നെ കൂടുതൽ ഇഷ്ടപ്പെടാനും ധാരാളം പ്രതികരണങ്ങൾ ലഭിക്കാനും സാധ്യതയുണ്ട്."

"അതെ, അത് സത്യമാണ്! വരൂ, നമുക്ക് ഇപ്പോൾ തന്നെ ഒരു ഫോട്ടോ എടുക്കാം!" മിഹോ പറഞ്ഞു.

ചിരി അടക്കിപ്പിടിച്ചുകൊണ്ട് യുകാരിയുടെ ഭർത്താവ് പറഞ്ഞു, "അതെ, ഇതൊരു സുവർണ്ണാവസരമാണ്!"

"അവസരമോ? ഇതുകൊണ്ടൊക്കെ എന്തെങ്കിലും ഗുണം ഉണ്ടാകുമെന്ന് നിങ്ങൾ കരുതുന്നുണ്ടോ?" ഞാൻ നിഷ്കളങ്കമായി ചോദിച്ചു.

അയാൾക്ക് ആശയക്കുഴപ്പമായി. "ശരി, ഇത് ശ്രമിച്ചു നോക്കേണ്ടതാണ്, എത്രയും വേഗം അത്രയും നല്ലത്. നിങ്ങൾക്ക് ഇങ്ങനെ തന്നെ തുടരാൻ കഴിയില്ല, ഉള്ളിന്റെ ഉള്ളിൽ നിങ്ങൾ വളരെ നിരാശനാകും, അല്ലേ? ഒരു നിശ്ചിത പ്രായം കഴിഞ്ഞാൽ, അത് വളരെ വൈകും."

"എനിക്ക് ഇങ്ങനെ തന്നെ തുടരാൻ കഴിയില്ലേ? ഞാൻ ഇപ്പോൾ ജീവിക്കുന്ന രീതിയിൽ ജീവിക്കരുതെന്നാണോ നിങ്ങൾ ഉദ്ദേശിക്കുന്നത്? എന്തുകൊണ്ടാണ് നിങ്ങൾ അങ്ങനെ പറയുന്നത്?"എനിക്ക് അറിയണമെന്ന് ആഗ്രഹമുണ്ടായിരുന്നു, പക്ഷേ മിഹോയുടെ ഭർത്താവ് താഴ്ന്ന സ്വരത്തിൽ പിറുപിറുക്കുന്നത് ഞാൻ കേട്ടു :

"എന്റെ ദൈവമേ."

"എനിക്കും നിരാശ തോന്നുന്നു," മിക്കി ഇടപെട്ടു. പിന്നെ അവൾ ആശ്വാസത്തോടെ കൂട്ടിച്ചേർത്തു : "ഞാൻ എപ്പോഴും ബിസിനെസ്സ് ആവശ്യത്തിനായി വിദേശ യാത്ര ചെയ്യാറുണ്ട്."

"അഹ്, നിനക്ക് ഉയർന്ന ജോലിയാണ് അല്ലേ മിക്കി,"

യുകാരിയുടെ ഭർത്താവ് ആശ്വാസത്തോടെ പറഞ്ഞു. “ഇവിടെയുള്ള പുരുഷന്മാരേക്കാൾ കൂടുതൽ സമ്പാദിക്കുന്നത് നീയാണ്, അത് ഒരു നല്ല പങ്കാളിയെ കണ്ടെത്തുന്നതിന് വളരെ ബുദ്ധിമുട്ടാകുമെന്ന് ഞാൻ കരുതുന്നു.”

“ഓ, നോക്കൂ ബാർബിക്യൂ കത്തുന്നു. ഇറച്ചി!” എല്ലാവരുടെയും ശ്രദ്ധ തിരിച്ചുകൊണ്ട് മിഹോ അലറി, അതിനു ശേഷം ആശ്വാസത്തോടെ, എല്ലാവരും മാംസം കഴിക്കാൻ തുടങ്ങി. യുകാരിയുടെ ഭർത്താവിന്റെ ഉമിനീർ തെറിച്ച മാംസം എല്ലാവരും കടിച്ചു കീറുകയായിരുന്നു.

അടുത്തതായി എനിക്ക് മനസ്സിലായത്, പ്രാഥമിക സ്കൂൾ കാലത്ത് നടന്നതുപോലെ, എല്ലാവരും എനിക്ക് പുറം തിരിഞ്ഞുകൊണ്ട്, പതുക്കെ മാറിനിൽക്കാൻ തുടങ്ങി, ഭീകരമായ ഏതോ ജീവിയെ കണ്ടുപിടിച്ചതുപോലെ, അവർ തോളിന് മുകളിലൂടെ കൗതുകത്തോടെ എന്നെ നോക്കി.

ഓ, ഞാൻ ഒരു അന്യഗ്രഹ ജീവിയായി മാറിയെന്ന് ഞാൻ അലസമായി വിചാരിച്ചു.

എന്റെ ഉൾക്കണ്ണിൽ ഞാൻ കടയിൽ നിന്ന് പുറത്തുപോകാൻ നിർബന്ധിതനായ ഷിറാഹയെ കണ്ടു. ഒരുപക്ഷേ അടുത്തത് എന്റെ ഊഴമായിരിക്കാം.

സാധാരണ ലോകത്തിൽ വ്യത്യസ്തതയ്ക്ക് സ്ഥാനമില്ല, എപ്പോഴും പുറത്തു നിന്നും ഉള്ള വസ്തുക്കളെ നിശബ്ദമായി ഇല്ലാതാക്കുന്നു. എന്തെങ്കിലും കുറവുള്ള ആരും നീക്കം ചെയ്യപ്പെടുന്നു.”

അതുകൊണ്ടാണ് എനിക്ക് രോഗമുക്തി നേടേണ്ടുന്നത് ആവശ്യമാകുന്നത്. എന്റെ രോഗം ഭേദമാകാതിരിക്കുന്നിടത്തോളം, സാധാരണക്കാർ എന്നെ അവരിൽ നിന്നും അകറ്റി നിർത്തും.

എന്റെ കുടുംബം എന്നെ സുഖപ്പെടുത്താൻ ഇത്രയധികം ശ്രമിച്ചത് എന്തുകൊണ്ടാണെന്ന് ഒടുവിൽ എനിക്ക് മനസ്സിലായി.

* * *

എനിക്ക് കൺവീനിയെൻസ് സ്റ്റോറിന്റെ ശബ്ദം കേൾക്കണമെന്ന് തോന്നി, അങ്ങനെ അന്ന് വൈകുന്നേരം മിഹോയുടെ വീട്ടിൽ നിന്ന് വീട്ടിലേക്ക് പോകുമ്പോൾ ഞാൻ ജോലിക്ക് പോയി.

"ഹേയ്, മിസ് ഫുരുകുറ, എന്തുണ്ട് വിശേഷം?" വൈകുന്നേര ഷിഫ്റ്റിലെ ഹൈസ്കൂൾ പെൺകുട്ടി കുറച്ച് വൃത്തിയാക്കൽ ജോലി യിലായിരുന്നു, പക്ഷേ എന്നെ കണ്ടപ്പോൾ അവൾ താൽക്കാലി കമായി നിർത്തി. "ഇന്ന് നിങ്ങളുടെ അവധി ദിവസമായി രുന്നില്ലേ?"

"അതെ, അത് ശരിയാണ്. ഞാൻ എന്റെ മാതാപിതാക്കളെ കാണാൻ പോയി, പക്ഷേ വീട്ടിലേക്ക് മടങ്ങുമ്പോൾ വഴിയിൽ കുറച്ച് ജോലി ചെയ്തിട്ട് പോകാമെന്ന് ഞാൻ കരുതി."

"കൊള്ളാം, അത് ആശ്ചര്യമായിരിക്കുന്നല്ലോ, നിങ്ങൾ ശരിക്കും ആത്മാർത്ഥത ഉള്ള ആളാണ്, അല്ലേ?"

മാനേജർ നേരത്തെ എത്തിയതിനാൽ അയാൾ പിന്നിലെ മുറിയിൽ ഉണ്ടായിരുന്നു.

"ഗുഡ് ഈവെനിംഗ്. നിങ്ങൾ നിങ്ങളുടെ ഷിഫ്റ്റ് ആരംഭിക്കാൻ പോകുകയാണോ?" ഞാൻ അവനോട് ചോദിച്ചു.

"ഓ, മിസ് ഫുരുകുറ, നിങ്ങൾ ഇപ്പോൾ ഇവിടെ?"

"ഞാൻ പ്രതീക്ഷിച്ചതിലും നേരത്തെ തിരിച്ചെത്തി, ഇതുവഴി പോകുന്ന വഴിക്ക് ഇവിടെവന്ന് കൗണ്ടറിൽ കുറച്ച് കണക്കുകൾ നോക്കി പോകാമെന്നു കരുതി..."

"ഓ, നിങ്ങൾ ഉദ്ദേശിക്കുന്നത് മധുരപലഹാരങ്ങളുടെ ഓർഡ റുകളാണോ? ഞാൻ അവ നേരത്തെ ചെയ്തു, പക്ഷേ നിങ്ങൾക്ക് ഇഷ്ടമാണെങ്കിൽ നിങ്ങൾക്ക് അവ പരിശോധിക്കാം."

"നന്ദി."

മാനേജർ അല്പം വിളറിയതു പോലെ തോന്നി. ഒരുപക്ഷേ അയാൾക്ക് വേണ്ടത്ര ഉറക്കം ലഭിക്കുന്നില്ലായിരിക്കാം.

ഞാൻ സ്റ്റോറിലെ കമ്പ്യൂട്ടറിൽ ഇരുന്നു ജോലി ചെയ്യാൻ തുടങ്ങി.

"രാത്രി ഷിഫ്റ്റിലെ കാര്യങ്ങൾ എങ്ങനെയുണ്ട്? ആവശ്യ ത്തിന് ആളുകൾ ഉണ്ടെന്ന് നിങ്ങൾ കരുതുന്നുണ്ടോ?"

"ഇല്ല, ശരിക്കും ഇല്ല. ഒരാൾ അഭിമുഖത്തിന് വന്നു, പക്ഷേ ഞാൻ അയാളെ എടുത്തില്ല. ഷിറാഹയുടെ കാര്യത്തിൽ അങ്ങനെ സംഭവിച്ചതിന് ശേഷം, നമുക്ക് ശരിയായി ഉപയോഗിക്കാൻ കഴിയുന്ന ഒരാളെ തന്നെ ഞാൻ നിയമിക്കുമെന്ന് ഉറപ്പാക്കു ന്നതാണ് നല്ലത് എന്ന് തോന്നി."

മാനേജർ പലപ്പോഴും "നമുക്ക് ഉപയോഗിക്കാൻ കഴിയുന്ന ഒരാൾ" എന്ന് പറയുന്നു, ഞാൻ ഉപയോഗിക്കാൻ കഴിയുന്ന ഒരാളാണോ അല്ലയോ എന്ന് ഞാൻ അതിശയത്തോടെ ആലോചിച്ചു. ഒരുപക്ഷേ, ഞാൻ ജോലി ചെയ്യുന്നത് ഞാൻ ഒരു ഉപകാരപ്രദമായ ഉപകരണം ആകാൻ ആഗ്രഹിക്കുന്ന തിനാലാകാം.

"അയാൾ എങ്ങനെയായിരുന്നു?"

"ഓ, അയാൾക്ക് കുഴപ്പമൊന്നുമില്ലായിരുന്നു. പക്ഷേ പ്രായം കണക്കിലെടുക്കുമ്പോൾ... മറ്റൊരു ജോലിയിൽ നിന്നും വിരമിച്ച ഒരാളാണ്, പിന്നെ മുമ്പത്തെ ജോലി വിട്ടത് പുറം വേദന കാരണമാണത്രെ. ഇവിടെ ജോലി ചെയ്യുമ്പോഴായാലും പുറം വേദന ഉണ്ടാകുമ്പോൾ അവധിയെടുക്കാൻ കഴിയണം എന്നാണ് അയാൾ ആവശ്യപ്പെട്ടത്. മുൻകൂട്ടി അറിയുക ആണെങ്കിൽ അതൊന്നും കുഴപ്പമില്ല, പക്ഷേ അവസാന നിമിഷമാണ് അയാൾക്ക് അവധി കൊടുക്കേണ്ടി വരുന്നത് എങ്കിൽ, ഞാൻ തന്നെ രാത്രി ഷിഫ്റ്റ് ചെയ്യുന്നതാണ് നല്ലത്."

"എനിക്ക് മനസ്സിലായി."

നിങ്ങൾ ശാരീരികമായി അദ്ധ്വാനിക്കുമ്പോൾ, നിങ്ങളുടെ ശാരീരിക അവസ്ഥ ക്രമേണ വഷളാകുകയും നിങ്ങൾ പിന്നീട് ഒരുപാടൊന്നും ചെയ്യാൻ കഴിയാതെ ആകുകയും ചെയ്യും. ഞാൻ എത്ര കഠിനമായി ജോലി ചെയ്താലും, എത്ര വിശ്വസനീയനായാലും, എന്റെ ശരീരം പ്രായം ചെന്നാൽ, ഞാൻ പോലും തേയ്മാനം വന്ന്, മാറ്റപ്പെടേണ്ട, ഇനി കൺവീനിയെൻസ് സ്റ്റോറിന് ഒരു ഉപയോഗവുമില്ലാത്ത ഒരു യന്ത്രഭാഗമായി മാറും.

"ഓ, മിസ് ഫുരുകുറ, നിങ്ങൾക്ക് ഈ ഞായറാഴ്ച ഉച്ചകഴിഞ്ഞ് ജോലി ചെയ്യാൻ കഴിയുമോ? സുഗവാരയ്ക്ക് ഒരു ജോലിയുണ്ട്, അതുകൊണ്ട് അവർക്ക് വരാൻ കഴിയില്ല."

"ഓ, ഞാൻ അത് ചെയ്തോളാം."

"ശരിക്കും? എന്നാൽ അത് വളരെ വലിയ സഹായമാണ്."

താൽക്കാലം ഞാൻ ഇപ്പോഴും ഉപയോഗപ്രദമായ ഒരു ഉപകരണമാണ്. ആശ്വാസവും ഉത്കണ്ഠയും ചേർന്നൊരു ഭാവത്തോടെ, സുഗവാരയുടെ സംസാരശൈലി അനുകരിച്ച് ഞാൻ പറഞ്ഞു : "ഇല്ല, ഞാൻ പണം സമ്പാദിക്കാൻ ശ്രമിക്കുകയാണ്,

അതിനാൽ ഇത് എനിക്ക് വളരെ സൗകര്യപ്രദമാണ്," എന്നിട്ട് ഞാൻ പുഞ്ചിരിച്ചു.

* * *

യാദൃശ്ചികമായാണ് ഷിറാഹ കടയുടെ പുറത്ത് നിൽക്കുന്നത് ഞാൻ ശ്രദ്ധിച്ചത്.

രാത്രിയായിരുന്നു, വിജനമായ ആ പ്രദേശത്തിന്റെ ഒരു മൂലയിൽ ഒരു തടിച്ച നിഴൽ ചെറുപ്പത്തിൽ ഞാൻ കളിച്ചിരുന്ന ഒരു ഗെയിമിനെ ഓർമ്മിപ്പിച്ചു. ആ കളിയിൽ നിലത്തുള്ള എന്റെ നിഴലിലേക്ക് കുറച്ചു നേരം നോക്കി നിന്നിട്ട്, പെട്ടെന്ന് ആകാശത്തേക്ക് നോക്കുമ്പോൾ അവിടെയും എന്റെ നിഴൽ കാണാമായിരുന്നു. ചുമരിലെ ഈ നിഴൽ ആരുടേതാണെന്ന് കാണാൻ ഞാൻ എന്റെ കണ്ണുകൾ ആയാസപ്പെടുത്തി നോക്കി. അടുത്തെത്തിയപ്പോൾ, അത് ഷിറാഹയാണെന്ന് എനിക്ക് മനസ്സിലായി, അയാൾ ഒരു കെട്ടിടത്തിനരികിൽ പരിഭ്രാന്തി യോടെ ഒളുങ്ങി, ഞാൻ കാണാതെ മറഞ്ഞിരിക്കാൻ ശ്രമിച്ചു.

അയാൾ പിന്തുടരുന്ന സ്ത്രീ ഉപഭോക്താവിനെ കാത്തിരിക്കുന്നതുപോലെ കാണപ്പെട്ടു. ജോലി കഴിഞ്ഞ് വീട്ടിലേക്ക് മടങ്ങുമ്പോൾ ഉണക്കിയ പഴങ്ങൾ വാങ്ങാൻ ആ സ്ത്രീ എപ്പോഴും കടയിൽ വണ്ടി നിർത്താറുണ്ടെന്നും ആ സമയം വരെ പിൻ മുറിയിൽ ചുറ്റിത്തിരിയാറുണ്ടെന്നും മാനേജർ എന്നോട് പറഞ്ഞത് ഞാൻ ഓർക്കുന്നു.

"ഷിറാഹ, ഇനി അവർ പോലീസിനെ വിളിക്കും, അറിയാമല്ലോ," അയാൾ എന്നെ കാണാതിരിക്കാൻ അയാളുടെ പിന്നിലൂടെ ചുറ്റി വന്ന് ഞാൻ വിളിച്ചു പറഞ്ഞു. അയാൾ പെട്ടെന്ന് തിരിഞ്ഞു നോക്കി, ശക്തമായി വിറയ്ക്കുന്നത് കണ്ട് ഞാൻ കുറച്ച് പിന്നോട്ട് നീങ്ങി. അത് ഞാനാണെന്ന് മനസ്സിലായപ്പോൾ അയാൾ മുഖം ചുളിച്ചു.

"എന്താ...? മിസ് ഫുരുകുറയല്ലേ?"

"നീ പതിയിരുന്ന് ആക്രമിക്കാൻ കാത്തിരിക്കുകയാണോ? ഉപഭോക്താക്കൾക്ക് ശല്യമുണ്ടാക്കുന്നത് ഒരു കടയിലെ ജീവനക്കാരനെ സംബന്ധിച്ചിടത്തോളം എല്ലാ വിലക്കുകളിലും വച്ച് ഏറ്റവും വിലക്കപ്പെട്ട കാര്യമാണ്."

"ഞാൻ അതിന് ഒരു കടയിലെയും ജീവനക്കാരനല്ല."

"ശരി, ഞാൻ ആണല്ലോ, അതുകൊണ്ട് എനിക്ക് ഇത് അവഗണിക്കാൻ കഴിയില്ല. മാനേജർ ഇതിനെക്കുറിച്ച് മുമ്പേ തന്നെ നിങ്ങൾക്ക് മുന്നറിയിപ്പ് നൽകിയിരുന്നതല്ലേ? അദ്ദേഹം ഇപ്പോൾ കടയിലുണ്ട്, അതുകൊണ്ട് ഞാൻ പോയി വിളിക്കുന്നതാകും നല്ലത്."

ഷിറാഹ തന്റെ നട്ടുനിവർത്തി എഴുന്നേറ്റു നിന്നു, എന്നെ ഭയപ്പെടുത്താൻ ശ്രമിക്കുന്നതുപോലെ താഴേക്ക് നോക്കി.

"അവനെപ്പോലുള്ള പരാജിതനായ ഒരു കോർപ്പറേറ്റ് അടിമയ്ക്ക് എന്ത് ചെയ്യാനാകും? ഞാൻ തെറ്റൊന്നും ചെയ്തിട്ടില്ല. എനിക്ക് ഒരു സ്ത്രീയെ ഇഷ്ടമായാൽ, ഞാൻ അവളെ എന്റേതാക്കും. പുരുഷന്മാരും സ്ത്രീകളും തമ്മിലുള്ള ബന്ധത്തിൽ പുരാതനകാലം മുതൽ പാരമ്പര്യമായി തുടരുന്നത് ഇതല്ലേ?"

"ഷിറാഹ, ശക്തരായ പുരുഷന്മാർക്ക് സ്ത്രീകളെ ലഭിക്കുമെന്ന് നീ മുൻപ് പറഞ്ഞിട്ടില്ലേ? അങ്ങനെ ആണെങ്കിൽ നിങ്ങൾ ഇപ്പോൾ നിങ്ങൾക്ക് വിരുദ്ധമായി തന്നെയാണ് സംസാരിക്കുന്നത്."

"ശരിയാണ്, ഞാൻ ഇപ്പോൾ ജോലി ചെയ്യുന്നില്ല, പക്ഷേ എനിക്ക് ഒരു ലക്ഷ്യമുണ്ട്. ഞാൻ എന്റെ ബിസിനെസ്സ് ആരംഭിച്ചു കഴിഞ്ഞാൽ, സ്ത്രീകൾ എന്നെ തേടിയെത്തും."

"അപ്പോൾ, അതിന് ശരിയായ മാർഗ്ഗം നിങ്ങൾ ആദ്യം അതു ചെയ്യുന്നതായിരിക്കില്ലേ? അപ്പോൾ നിങ്ങളുടെ പിന്നാലെ തേടിവരുന്ന സ്ത്രീകളിൽ നിന്നും ആരെ വേണമെങ്കിലും നിങ്ങൾക്ക് തിരഞ്ഞെടുക്കാൻ കഴിയും?"

ഷിറാഹ അസ്വസ്ഥതയോടെ തല താഴ്ത്തി. "എന്തൊക്കെ ആയാലും, ശിലായുഗത്തിനു ശേഷം ഒന്നും മാറിയിട്ടില്ല. ആരും അത് മനസ്സിലാക്കുന്നില്ല എന്നതാണ് കാര്യം. ഒടുവിൽ നോക്കുമ്പോൾ, നാമെല്ലാവരും മൃഗങ്ങളാണ്," എന്ന് പറഞ്ഞ് അയാൾ വിഷയം തിരിച്ചു. "എന്നോട് ചോദിച്ചാൽ, ഇതൊരു പ്രവർത്തനരഹിതമായ സമൂഹമാണ്. ഈ സമൂഹം തകരാറായതുകൊണ്ട് തന്നെ, എന്നോട് അന്യായമായി പെരുമാറുന്നു."

അയാൾ പറഞ്ഞത് ഒരുപക്ഷേ ശരിയാകാം എന്ന് ഞാൻ കരുതി. പൂർണ്ണമായി പ്രവർത്തിക്കുന്ന ഒരു സമൂഹം എങ്ങനെയാ

യിരിക്കും എന്നത് എനിക്ക് സങ്കൽപ്പിക്കാൻ പോലും കഴിഞ്ഞില്ല. "സമൂഹം" യഥാർത്ഥത്തിൽ എന്താണ് എന്ന ബോധം പോലും എനിക്ക് നഷ്ടമാകാൻ തുടങ്ങി. ഇതെല്ലാം ഒരു മിഥ്യയാണെന്ന തോന്നലും എനിക്ക് ഉണ്ടായി.

ഷിറാഹ നിശബ്ദമായി അവിടെ നിന്ന് എന്നെ നോക്കി, പെട്ടെന്ന് കൈകൾ മുഖത്ത് അമർത്തി. ആദ്യം എനിക്ക് തോന്നിയത് അയാൾ തുമ്മാൻ പോകുകയാണെന്നാണ്, പക്ഷേ അയാളുടെ വിരലുകളിലൂടെ വെള്ളത്തുള്ളികൾ ഒലിച്ചിറങ്ങുന്നത് കണ്ടപ്പോൾ, അയാൾ കരയുകയാണെന്ന് എനിക്ക് മനസ്സിലായി. ആരെങ്കിലും ഞങ്ങളെ കണ്ടാൽ ആ സാഹചര്യം മോശമായി തോന്നുമെന്ന് എനിക്ക് തോന്നി. "എന്തായാലും, നമുക്ക് എവിടെയെങ്കിലും പോയി ഇരിക്കാം," ഞാൻ പറഞ്ഞു. ഞാൻ അയാളുടെ കൈ പിടിച്ച് അടുത്തുള്ള ഒരു ഫാമിലി റെസ്റ്റോറന്റിലേക്ക് കൊണ്ടുപോയി.

* * *

"നമ്മുടെ ഈ സമൂഹം വ്യത്യസ്തമായ ഒന്നിനെയും അനുവദിക്കില്ല. അതുകൊണ്ട് ഞാൻ എപ്പോഴും കഷ്ടപ്പെട്ടിട്ടുണ്ട്," പാനീയ കൗണ്ടറിൽ നിന്ന് ഒരു ടീബാഗ് ഉപയോഗിച്ച് ഉണ്ടാക്കിയ ജാസ്മിൻ ചായ കുടിച്ചുകൊണ്ട് ഷിറാഹ പറഞ്ഞു.

അയാൾക്ക് വേണ്ടി ജാസ്മിൻ ചായ വാങ്ങിയത് ഞാനാണ്, കാരണം അയാൾ ഒന്നും വാങ്ങാൻ ഉദ്ദേശിക്കാത്തവനെ പോലെ നിശബ്ദനായി ഇരിക്കുകയായിരുന്നു, ഞാൻ ആ ചായ അയാളുടെ മുന്നിൽ വെച്ചപ്പോൾ, ഒരു നന്ദി പോലും പറയാതെ അയാൾ അത് എടുത്തു കുടിക്കാൻ തുടങ്ങി.

"എല്ലാവർക്കും ഒരു പരിധിയുണ്ട്, അത് വരെ പോകണം അതല്ലേ ന്യായം? എന്നാൽ മുപ്പതുകളുടെ മധ്യത്തിലായിട്ടും ഞാൻ ഇപ്പോഴും എന്തിനാണ് സാധാരണ ജോലി ചെയ്യുന്നത്? എനിക്ക് ഇതുവരെ ഒരു കാമുകി ഇല്ലാത്തത് എന്തുകൊണ്ട്? ഞാൻ എപ്പോഴെങ്കിലും ലൈംഗിക ബന്ധത്തിൽ ഏർപ്പെട്ടിട്ടുണ്ടോ എന്ന് ചോദിക്കുമ്പോൾ തെണ്ടികൾ ഒരു നിമിഷം കണ്ണ് ചിമ്മാറുപോലും ഇല്ല, എന്നിട്ടോ വേശ്യകളെ എണ്ണത്തിൽ ഉൾപ്പെടുത്തരുതെന്ന് ചിരിച്ചുകൊണ്ട് അവർ എന്നോട് പറയും. ഞാൻ ആർക്കും ഒരു

ബുദ്ധിമുട്ടും ഉണ്ടാക്കാറില്ല, പക്ഷേ ഈ സമൂഹത്തിൽ ഞാനൊരു ന്യൂനപക്ഷമായതിനാൽ എന്നെ പീഡിപ്പിക്കുക എന്നതിനപ്പുറം മറ്റൊരു ചിന്തയും അവർക്കില്ല."

ഞാൻ അയാളെ ഒരു ലൈംഗിക കുറ്റവാളി എന്നതിൽ നിന്ന് ഒരുപടി താഴെയാണ് ഇപ്പോൾ കണക്കാക്കുന്നത് എന്ന് എനിക്ക് തോന്നി, പക്ഷേ ഇവിടെ സ്റ്റോറിലെ സ്ത്രീ തൊഴിലാളി കൾക്കും ഉപഭോക്താക്കൾക്കും അയാൾ വരുത്തിയ എല്ലാ ദുരിതങ്ങളെയും കുറിച്ച് ഒരു ചിന്തയുമില്ലാതെ സ്വന്തം ക്ലേശങ്ങളെ ലൈംഗികാതിക്രമത്തോട് ഉപമിക്കുകയാണ് അയാൾ. തന്നെ സ്വയം ഒരു ഇരയായി മാത്രം കാണിക്കാനും ഞാൻ അയാളെ കാണുമ്പോൾ ചിന്തിക്കാറുള്ള ഒരു കുറ്റവാളിയായി തോന്നാതിരി ക്കാനും ഉള്ള ഒരു വക്രബുദ്ധി അയാളുടെ ഉള്ളിലുള്ളതായി തോന്നിച്ചു.

"ശരിക്കും?" സ്വയം സഹതാപം കാണിക്കുന്നത് അയാൾക്ക് ഒരു ശീലമായിട്ടുണ്ടോ എന്ന് പോലും ഞാൻ ചിന്തിച്ചുകൊണ്ട് ചോദിച്ചു. "അത് വളരെ വിഷമമുണ്ടാക്കുന്ന കാര്യമാണ്."

സമൂഹം അയാളെപ്പോലെ തന്നെ അരോചകമായി എനിക്കും തോന്നി, പക്ഷേ എനിക്കുവേണ്ടി പ്രതിരോധിക്കാൻ പ്രത്യേകിച്ച് കാര്യങ്ങളൊന്നും എനിക്ക് ഉണ്ടായിരുന്നില്ല, അതിനാൽ ഷിറാഹ എന്തിനാണ് എന്നെ ഇങ്ങനെ കുറ്റപ്പെടുത്തുന്നതെന്ന് എനിക്ക് മനസ്സിലായില്ല. എന്നാൽ ജീവിതം അയാളെ സംബന്ധിച്ച് വളരെ ദുഷ്കരമാണെന്ന് ചിന്തിക്കാൻ ഞാൻ എന്റെ കൈയിലെ ചൂടുവെള്ളം കുടിച്ചു കൊണ്ട് മുതിർന്നു.

രുചികരമായ എന്തെങ്കിലും കുടിക്കേണ്ട ആവശ്യമുള്ളതായി എനിക്ക് തോന്നാത്തതിനാൽ ഞാൻ അതിൽ ചായപ്പൊടി ഒന്നും ചേർത്തിട്ടില്ലായിരുന്നു.

"എല്ലാ സമയവും മറ്റുള്ളവരുടെ ശല്യപ്പെടുത്തലുകൾ ഇല്ലാതെ സ്വസ്ഥമായി ജീവിക്കാനാണ് ഞാൻ കല്യാണം കഴിക്കാൻ ആഗ്രഹിക്കുന്നത്," എന്ന് ഷിറാഹ പറഞ്ഞു. "എനിക്ക് പണം കൈവശമുള്ള ഒരാളെ ആവശ്യമുണ്ട്. എന്റെ ഉള്ളിൽ ഒരു ഓൺലൈൻ ബിസിനെസ് തുടങ്ങാനുള്ള ആശയമുണ്ട്. മറ്റൊരാളും എന്റെ ആശയം തട്ടിയെടുക്കാൻ ഞാൻ ആഗ്രഹിക്കുന്നില്ല, അതുകൊണ്ട് ഞാൻ കൂടുതൽ വിശദാംശങ്ങളിലേക്ക് കടക്കു ന്നില്ല, പക്ഷേ അതിലേക്ക് പണം നിക്ഷേപിക്കാൻ കഴിയുന്ന

ഒരാളെയാണ് എനിക്ക് വേണ്ടത്. മറ്റൊരാൾക്കും ഇനി ഒരിക്കലും എന്നെ നോക്കി വിലപിക്കാൻ കഴിയാത്ത വിധം വിജയമായിരിക്കും എന്റെ ആശയം എന്ന് എനിക്ക് ഉറപ്പാണ്."

"അപ്പോൾ നിങ്ങളുടെ ജീവിതത്തിൽ ആളുകൾ ഇടപെടുന്നത് നിങ്ങൾക്ക് വെറുപ്പാണെങ്കിലും, അവർക്കൊക്കെ വിമർശിക്കാൻ കഴിയാത്ത ഒരു ജീവിതശൈലി നിങ്ങൾ മനഃപൂർവ്വം തിരഞ്ഞെടുക്കുകയാണ്, അല്ലേ?"

ഉറപ്പായും അത് സമൂഹത്തെ മൊത്തത്തിൽ സ്വീകരിക്കുന്നതിന് തുല്യമാണ്, ഞാൻ അത്ഭുതത്തോടെ ചിന്തിച്ചു.

"എനിക്ക് ക്ഷീണമുണ്ട്," ഷിറാഹ പറഞ്ഞു.

ഞാൻ തലയാട്ടി. "അങ്ങനെ തോന്നുന്നത് യുക്തിരഹിതമാണെന്നാണ് ഞാൻ കരുതുന്നത്. വിവാഹം കഴിക്കുന്നത് കൊണ്ട് അവരുടെയൊക്കെ പരാതി നിർത്താൻ സാധിക്കുമെങ്കിൽ, അതായിരിക്കും ഒരു പക്ഷേ ലളിതവും വിവേകപൂർണ്ണമായ കാര്യം, അല്ലേ?"

"കാര്യങ്ങൾ അത്ര എളുപ്പമുള്ളതാക്കി കണക്കാക്കരുത്! നിങ്ങൾക്ക് അറിയാമോ, ഇതൊക്കെ ഞങ്ങൾ ആണുങ്ങൾക്ക് സ്ത്രീകളേക്കാൾ വളരെ ബുദ്ധിമുട്ടാണ്. നിങ്ങൾ ഇതുവരെയും പൂർണ്ണമായ സ്വാശ്രയത്വമുള്ള ഒരു അംഗമായിട്ടില്ലെങ്കിൽ, ആദ്യം ഒരു ജോലി നേടുക എന്നതാണ്, ഇനി ജോലി നേടിയാലോ കൂടുതൽ പണം സമ്പാദിക്കുക എന്നതാണ്, കൂടുതൽ പണം സമ്പാദിച്ചാലോ ഒരു വിവാഹം കഴിക്കുക ശേഷം സന്താന സമ്പത്ത് ഉണ്ടാക്കുക എന്നതാണ് അതിന് വേണ്ടത്. സമൂഹം നമ്മളെ തുടർച്ചയായി വിലയിരുത്തിക്കൊണ്ട് വേട്ടയാടുകയാണ്. എന്നെ സ്ത്രീകളോടൊപ്പം ചേർത്ത് കാണരുത്. നിങ്ങൾക്കൊക്കെ എല്ലാത്തിനും ആവശ്യത്തിന് സമയം ലഭിക്കും," അയാൾ ദുഷിപ്പോടെ പറഞ്ഞു.

"അപ്പോൾ ശരിക്കും വിവാഹം എന്നത് ഒന്നിനും ഒരു പരിഹാരം അല്ല, അല്ലേ? അത് ശരിക്കും അർത്ഥശൂന്യമല്ലേ?" എന്ന് ഞാൻ പറഞ്ഞു. പക്ഷേ ഷിറാഹ മറുപടി ഒന്നും പറഞ്ഞില്ല, എന്നാൽ ദേഷ്യത്തോടെ സംസാരിച്ചുകൊണ്ടിരുന്നു.

"ഞാൻ ചരിത്ര പുസ്തകങ്ങൾ വായിച്ചു തുടങ്ങിയത് തന്നെ എപ്പോഴാണ് ഈ സമൂഹം തെറ്റായി മാറി തുടങ്ങിയത് എന്ന് കണ്ടുപിടിക്കാൻ ആണ്. പക്ഷേ എത്രയൊക്കെ ആയാലും അത് നൂറ് വർഷമോ, ഇരുനൂറ് വർഷമോ അല്ലെങ്കിൽ ഒരു ആയിരം

വർഷങ്ങളോ പിന്നോട്ട് പോയിട്ടും എല്ലാ കാലത്തും തെറ്റ് തന്നെ ആയിരുന്നു. അതിപ്പോൾ നിങ്ങൾ ശിലായുഗം വരെ പിന്നോട്ട് പോയാലും!"

ഷിറാഹ മുഷ്ടിചുരുട്ടി മേശയിൽ അടിച്ചപ്പോൾ, കപ്പിൽ നിന്ന് ജാസ്മിൻ ചായ തുവി മേശമേൽ വീണു.

"അങ്ങനെ ഞാൻ തിരിച്ചറിഞ്ഞു. ഈ സമൂഹം ഒരു തരിപോലും മാറിയിട്ടില്ല. ഗ്രാമത്തിനോട് ഇണങ്ങാത്ത ആളുകളെ അവർ പുറത്താക്കുന്നു : വേട്ടയാടാത്ത പുരുഷന്മാരെ, അതു പോലെ കുട്ടികൾക്ക് ജന്മം നൽകാത്ത സ്ത്രീകളെ എല്ലാം അവർ പുറത്താക്കുന്നു. ആധുനിക സമൂഹത്തെയും സ്വതന്ത്ര വ്യക്തിത്വ വാദത്തെയും കുറിച്ച് നമ്മൾ സംസാരിക്കുന്നതൊക്കെ കണക്കിലെടുക്കുമ്പോഴും, ആ ഗ്രാമത്തിലെ കാര്യങ്ങൾ ഉൾക്കൊള്ളാൻ ശ്രമിക്കാത്ത ഏതൊരാൾക്കും ഗ്രാമത്തിന്റെ അനാവശ്യ ഇടപെടലുകൾക്കും, ഭീഷണികൾക്കും, ഒടുവിൽ ഗ്രാമത്തിൽ നിന്ന് പുറത്താക്കപ്പെടാൻ സാധ്യതയുണ്ട്.

"ഷിറാഹാ, ശിലായുഗത്തെക്കുറിച്ച് സംസാരിക്കാൻ നിങ്ങൾക്ക് ഒരുപാട് ഇഷ്ടമാണ്, അല്ലേ?"

"അല്ല, എനിക്കത് ഇഷ്ടമല്ല. എനിക്ക് അത് വെറുപ്പാണ്! പക്ഷേ, നിങ്ങൾക്ക് അറിയാമല്ലോ നമ്മൾ ജീവിക്കുന്നത് അടിസ്ഥാനപരമായി ശിലായുഗം പോലെയുള്ള ഒരു ലോകത്തിലാണ്,സമകാലികസമൂഹത്തിന്റെഒരുപുറംചട്ടയോടെയാണെന്ന് മാത്രം. നന്നായി വേട്ടയാടി വീട്ടിലേക്ക് ഇരകളെ കൊണ്ടുവരുന്ന ശക്തരായ പുരുഷന്മാർക്ക് ചുറ്റും സ്ത്രീകൾ കൂട്ടംകൂടുന്നു, അവർ ഗ്രാമത്തിലെ ഏറ്റവും സുന്ദരിയായ പെൺകുട്ടികളെ വിവാഹം കഴിക്കുന്നു. വേട്ടയിൽ പങ്കുചേരാത്ത, അല്ലെങ്കിൽ ശ്രമിച്ചാലും വിജയിക്കാൻ കഴിയാത്തത്ര ദുർബ്ബലരായ പുരുഷന്മാർ വെറുക്കപ്പെടുകയും ചെയ്യുന്നു. ഈ ഒരു വ്യവസ്ഥിതിക്ക് ഒട്ടും മാറ്റം വന്നിട്ടില്ല."

"ഒഹ്," ഒടുവിൽ ഞാൻ അങ്ങനെ പറയേണ്ടി വന്നു. അയാൾ പറയുന്നതെല്ലാം പൂർണ്ണമായും തെറ്റാണെന്ന് എനിക്ക് പറയാൻ കഴിയില്ല. ഒരു പക്ഷേ അതും കൺവീനിയെൻസ് സ്റ്റോറിന്റെ കാര്യം പോലെ തന്നെയായിരിക്കും, ഞങ്ങളെപോലെയുള്ളവരെ നിരന്തരം മാറ്റി സ്ഥാപിക്കുകയും, അതേസമയം ആ സ്റ്റോർ അതേപടി തുടർന്ന് പോകുകയും ചെയ്യുന്നു.

ഈ സ്ഥലം ഒരിക്കലും മാറില്ല, അല്ലേ? കടയിലെ ആ വൃദ്ധയുടെ വാക്കുകൾ എന്റെ മനസ്സിൽ പ്രതിധ്വനിച്ചു

"ഫുരുകുറ, ഇതെല്ലാം കണ്ടിട്ട് നിങ്ങൾക്ക് എങ്ങനെ ഇത്ര അക്ഷോഭ്യയായി ഇരിക്കാൻ കഴിയുന്നു? നിങ്ങൾക്ക് നാണമില്ലേ?"

"എന്ത്? എന്തിന്?"

"നിങ്ങളുടെ ഈ പ്രായത്തിലും നിങ്ങൾ ജീവിതത്തിൽ ഒരു മുന്നേറ്റവും ലഭിക്കാനിടയില്ലാത്ത ഒരു ജോലിയിലാണ് നിലനിൽക്കുന്നത്, ഇക്കാലത്ത് നിങ്ങളെപ്പോലുള്ള ഒരു പ്രായമായ ജോലിക്കാരിയെ ആരും വിവാഹം കഴിക്കാൻ പോകുന്നില്ല. നിങ്ങൾ രണ്ടാംകിട സാധനങ്ങൾ പോലെയാണ്. കന്യകയാണെങ്കിൽ പോലും നിങ്ങൾ വിരൂപയാണ്. ശിലായുഗ കാലത്തെ പ്രസവിക്കാനുള്ള പ്രായം കഴിഞ്ഞ ഒരു സ്ത്രീയെപ്പോലെയാണ് നിങ്ങൾ, വിവാഹം കഴിക്കാൻ കഴിയാതെ ഗ്രാമത്തിൽ ചുറ്റിത്തിരിയുന്നവളെപ്പോലെ, ആർക്കും ഒരു പ്രയോജനവുമില്ലാതെ, വെറും ഒരു ഭാരമായി ജീവിക്കുന്നവൾ. ഞാൻ ഒരു പുരുഷനാണ്, അതുകൊണ്ട് എനിക്ക് എപ്പോൾ വേണമെങ്കിലും ഒരു തിരിച്ചുവരവ് സാധ്യമാണ്, പക്ഷേ നിങ്ങൾക്കൊരു പ്രതീക്ഷയും വേണ്ട, അല്ലേ, ഫുരുകുറ?"

ഇതുവരെ അയാൾ തന്റെ ജീവിതത്തിൽ ആളുകൾ ഇടപെടുന്നതിനെക്കുറിച്ച് വാചാലനായിരുന്നു, എന്നാൽ ഇവിടെ അയാളെ ബാധിച്ചിരുന്ന അതേ തരത്തിലുള്ള നിന്ദകൾ കൊണ്ട് അയാൾ എന്നെ ആക്രമിക്കുകയാണ് ചെയ്തത്. അയാളുടെ വാദം പൊളിഞ്ഞു വീഴുകയാണെന്ന് ഞാൻ കരുതി. ഒരുപക്ഷേ, തങ്ങൾ ആക്രമിക്കപ്പെടുന്നു എന്ന് കരുതുന്ന ആളുകൾക്ക് അതേ രീതിയിൽ മറ്റുള്ളവരെ ആക്രമിക്കുമ്പോൾ അൽപ്പം ആശ്വാസം കിട്ടുന്നുണ്ടാകാം.

"എനിക്ക് കാപ്പിയാണ് വേണ്ടത്!" താൻ ജാസ്മിൻ ചായയാണ് കുടിക്കുന്നത് എന്ന് അപ്പോൾ മാത്രം മനസ്സിലാക്കിയ അയാൾ കർക്കശത്തോടെ പറഞ്ഞു. ഞാൻ എഴുന്നേറ്റ്, കൗണ്ടറിലേക്ക് പോയി കുറച്ച് കാപ്പി ഒഴിച്ച്, അത് അയാളുടെ മുന്നിൽ കൊണ്ട് വച്ചു.

"ഓഹ്. ഇതുപോലുള്ള സ്ഥലങ്ങളിലെ കാപ്പി മിക്കപ്പോഴും തീരെ മോശമായിരിക്കും."

"ഷിറാഹാ, നിനക്ക് സൗകര്യപ്രദമായ ഒരു വിവാഹം മാത്രമേ വേണ്ടൂ എങ്കിൽ, എന്റെ കൂടെ ജീവിക്കാമോ?" രണ്ടാമത്തെ കപ്പ് ചൂടുവെള്ളം മേശപ്പുറത്ത് വെച്ച് ഞാൻ ഉറക്കെ പറഞ്ഞു.

"എന്താടി—" അയാൾ പൊട്ടിത്തെറിച്ചു.

"നിങ്ങളുടെ ജീവിതത്തിൽ ആളുകൾ ഇടപെടുന്നത് നിങ്ങൾക്ക് ഇത്രയധികം വെറുക്കപ്പെട്ടുന്നെങ്കിൽ, ഈ സമൂഹത്തിൽ നിന്ന് പുറത്താക്കപ്പെടാൻ നിങ്ങൾ ആഗ്രഹിക്കുന്നില്ലെങ്കിൽ, എത്രയും വേഗം നിങ്ങൾ കാര്യങ്ങൾ അവസാനിപ്പിച്ച് ഏറ്റവും മികച്ചത് ചെയ്ത് തീർക്കുന്നതാണ് തീർച്ചയായും നല്ലത്," ഞാൻ തുടർന്നു. "വേട്ടയാടലിനെക്കുറിച്ച് എനിക്കറിയില്ല — അതായത്, ഒരു ജോലി നേടുക എന്നത് പോലെ — പക്ഷേ വിവാഹം കഴിക്കുന്നത് ഏറ്റവും കുറഞ്ഞത് നിങ്ങളുടെ പ്രണയ ജീവിതത്തിലും ലൈംഗിക ചരിത്രത്തിലും ആളുകൾ കടന്നു കയറുന്നത് ഇല്ലാതാക്കും, അല്ലേ?"

"നീ എന്ത് ഭ്രാന്തൊക്കെയാണ് പറയുന്നത്? അത് മഹാ വിഡ്ഢിത്തമാണ്! എന്നോടു ക്ഷമിക്കു, പക്ഷേ ഒരു തരത്തിലും എനിക്ക് നിന്നോടൊപ്പം ഒരു ലൈംഗിക ജീവിതം സാധ്യമല്ല ഫുരുകുറ."

"അങ്ങനെയൊരു ജീവിതം? ഉം, അതിനും വിവാഹത്തിനും തമ്മിൽ എന്താണ് ബന്ധം? വിവാഹം എന്നത് കടലാസിലൊതുങ്ങുന്ന ഉടമ്പടി മാത്രമാണ്, മറ്റേത് ഒരു ശാരീരിക പ്രതിഭാസം മാത്രമാണ്."

ഷിറാഹ മൗനം പാലിച്ചു, അതുകൊണ്ട് ഞാൻ കൂടുതൽ വിശദീകരിച്ചു. "സമൂഹം ശിലായുഗത്തിലാണെന്ന് നിങ്ങൾ പറയുന്നത് ഏറെക്കുറെ ശരിയായിരിക്കാം. ഗ്രാമത്തിൽ ആവശ്യമില്ലാത്ത ആരെയും പീഡിപ്പിക്കുകയും ഒഴിവാക്കുകയും ചെയ്യുമായിരിക്കാം. ആത്യന്തികമായി, ഇത് ഒരു കൺവീനിയെൻസ് സ്റ്റോറിൽ നിന്ന് ഒരിക്കലും വ്യത്യസ്തമല്ല. സ്റ്റോറിന് ആവശ്യമില്ലാത്ത ആരുടെയും ഷിഫ്റ്റുകൾ കുറയ്ക്കുകയോ അല്ലെങ്കിൽ പിരിച്ചുവിടുകയോ ചെയ്യുന്നു."

"എന്താണ് നീ പറഞ്ഞു വരുന്നത്?"

"ഒരു കൺവീനിയെൻസ് സ്റ്റോറിൽ നിലനിൽക്കാൻ, നിങ്ങൾ സ്റ്റോറിലെ ഒരു തൊഴിലാളി ആകണം. കാര്യങ്ങൾ അത്രയും ലളിതമാണ്, നിങ്ങൾ ഒരു യൂണിഫോം ധരിച്ച്

സ്റ്റോറിലെ നിയമങ്ങൾ അനുസരിച്ച് പ്രവർത്തിച്ചാൽ മാത്രം മതി. നിങ്ങൾ ഇതൊക്കെ പറയുന്നതിനു മുൻപും, ശിലായുഗ സമൂഹത്തിലും ഇത് ഇങ്ങനെയൊക്കെ തന്നെയായിരുന്നു. ഒരു സാധാരണ വ്യക്തിയുടെ മുഖംമൂടി ധരിച്ച നിയമങ്ങൾ പിന്തുടരുന്നിടത്തോളം, ആരും നിന്നെ ഗ്രാമത്തിൽ നിന്ന് പുറത്താക്കുകയോ ഒരു ഭാരമായി കണക്കാക്കുകയോ ചെയ്യില്ല."

"നീ എന്തൊക്കെ മണ്ടത്തരങ്ങളാണ് പറയുന്നതെന്ന് എനിക്ക് മനസ്സിലാകുന്നില്ല."

"വേറൊരു അർത്ഥത്തിൽ പറഞ്ഞാൽ, എല്ലാവരുടെയും ഉള്ളിൽ ഉള്ള 'ഒരു സാധാരണ വ്യക്തി' എന്ന സാങ്കൽപ്പിക ജീവിയുടെ വേഷമാണ് നിങ്ങൾ ചെയ്യുന്നത്. എങ്ങനെയെന്നാൽ കൺവീനിയെൻസ് സ്റ്റോറിലെ എല്ലാവരും 'സ്റ്റോറിലെ ഒരു തൊഴിലാളി' എന്ന് വിളിക്കുന്ന സാങ്കൽപ്പിക ജീവിയുടെ വേഷം ചെയ്യുന്നതുപോലെ."

"പക്ഷേ അത് വേദനാജനകമാണ്. അതുകൊണ്ടാണ് എന്നെ അത് വളരെയധികം അലട്ടുന്നത്."

"ഷിറാഹ, ഒരു സമയം മുൻപ് വരെ നിങ്ങൾ അതിനൊപ്പം സഞ്ചരിച്ച ഒരാളാണ്, അല്ലേ? പക്ഷേ സമ്മർദ്ദത്തിന്റെ തള്ളൽ വരുമ്പോൾ അത് വളരെ ബുദ്ധിമുട്ടാണോ? പക്ഷേ, സ്വതന്ത്രനാകാൻ വേണ്ടി സമൂഹത്തിനെതിരെ പോരാടാൻ ജീവിതം സമർപ്പിക്കുന്ന ഏതൊരാൾക്കും കഷ്ടപ്പാടുകളെക്കുറിച്ച് വളരെ ആത്മാർത്ഥമായ ചിന്തയുണ്ടാകും."

പ്രത്യേകിച്ച് ഒന്നും പറയാനില്ലാത്തതുപോലെ ഷിറാഹ തന്റെ കാപ്പിയിലേക്ക് നോക്കിയിരുന്നു.

"പക്ഷേ ഇനിയും അത് അത്ര ബുദ്ധിമുട്ടാണെങ്കിൽ, അതിരു കടന്ന് പോകേണ്ട കാര്യമില്ല. നിങ്ങളിൽ നിന്ന് വ്യത്യസ്തമായി, എനിക്ക് ഈ പറഞ്ഞ രണ്ട് വഴികളിലും താൽപ്പര്യമില്ലാത്ത നിരവധി കാര്യങ്ങളുണ്ട്. എനിക്ക് എന്റേതായ പ്രത്യേക ലക്ഷ്യങ്ങളൊന്നുമില്ലാത്തതിനാൽ, സമൂഹം കാര്യങ്ങൾ ഒരു പ്രത്യേക രീതിയിൽ നടക്കണമെന്ന് ആവശ്യപ്പെടുന്നുണ്ടെങ്കിൽ, അതിനൊപ്പം പോകുന്നതിൽ എനിക്ക് യാതൊരു വിരോധവുമില്ല."

മറ്റുള്ളവർക്ക് വിചിത്രമായി തോന്നുന്ന നിങ്ങളുടെ ജീവിതത്തിലെ കാര്യങ്ങൾ നിങ്ങൾ ഒഴിവാക്കൂ, ചിലപ്പോൾ എന്നെ

"സുഖപ്പെടുത്താൻ" ആഗ്രഹിക്കുന്നുവെന്ന് എല്ലാവരും പറയുമ്പോൾ അവർ അർത്ഥമാക്കുന്നത് അതായിരിക്കാം.

ഈ കഴിഞ്ഞ രണ്ടാഴ്ചയായി ഞാൻ വിവാഹിതയാകാത്തതിന്റെ കാരണം പതിനാലു തവണ എന്നോട് ചോദിച്ചു. അതുപോലെ ഞാൻ ഇപ്പോഴും പാർട്ട് ടൈം ജോലി ചെയ്യുന്നത് എന്തുകൊണ്ടാണെന്ന ചോദ്യം പന്ത്രണ്ട് തവണയും. അതിനാൽ ഞാൻ ചോദ്യം ചെയ്യപ്പെട്ടിരുന്നു എന്ന് പലപ്പോഴും ഏറ്റവും അധികമായി എനിക്ക് തോന്നിയിരുന്ന കാര്യങ്ങൾ എന്റെ ജീവിതത്തിൽ നിന്ന് ഒഴിവാക്കണമെന്ന് ഞാൻ തീരുമാനിച്ചു.

ഉള്ളിന്റെയുള്ളിൽ എനിക്ക് എന്തെങ്കിലും തരത്തിലുള്ള മാറ്റം വേണമെന്നുണ്ടായിരുന്നു. ഏത് തരം മാറ്റവും, അത് നല്ലതായാലും ചീത്തയായാലും, ഞാൻ ഇപ്പോൾ കുടുങ്ങി കിടക്കുന്ന മുന്നേറ്റമില്ലാത്ത അവസ്ഥയെക്കാൾ എന്തുകൊണ്ടും നല്ലതായിരിക്കും. ഷിറാഹ ഇപ്പോഴും മറുപടി ഒന്നും പറഞ്ഞില്ല, മാത്രമല്ല അവൻ മുമ്പിലെ കാപ്പിയിലേക്ക് അതിന്റെ കറുത്ത ഉപരിതലത്തിൽ ഒരു ചുഴി രൂപപ്പെട്ടതുപോലെ ഗൗരവമായി നോക്കിക്കൊണ്ടിരുന്നു."

* * *

ഒടുവിൽ ഞാൻ എഴുന്നേറ്റു നിന്ന് പറഞ്ഞു, "അപ്പോൾ ശരി ഞാൻ പോകട്ടെ." എന്നാൽ അപ്പോൾ ഷിറാഹ അവ്യക്തമായി ചില വാക്കുകൾ പറയാൻ ശ്രമിച്ചു : "നിങ്ങൾക്കറിയാമോ, ഇപ്പോൾ ഞാൻ അതിനെക്കുറിച്ച് ചിന്തിക്കുമ്പോൾ..." അയാൾ പിന്നെ എന്താണോ പറയാൻ ശ്രമിച്ചത് അത് പറഞ്ഞു നീങ്ങാൻ കുറച്ചധികം സമയം എടുത്തു.

അയാൾ മുക്കിയും മൂളിയും പറയാൻ ശ്രമിച്ചതിൽ നിന്ന്, അയാൾ ഒരു അപ്പാർട്ട്മെന്റ് പങ്കിടുന്നുണ്ടെന്നും, പക്ഷേ വാടക കുടിശ്ശികയുള്ളത് കൊണ്ട് പുറത്താക്കലിന്റെ വക്കിലാണെന്നും വ്യക്തമായി. പണ്ട്, എന്തെങ്കിലും ബുദ്ധിമുട്ടുള്ള സാഹചര്യം നേരിടേണ്ടി വരുമ്പോഴെല്ലാം അയാൾ ഹൊക്കൈഡോയിലെ മാതാപിതാക്കളുടെ വീട്ടിലേക്ക് മടങ്ങുമായിരുന്നു, എന്നാൽ അഞ്ച് വർഷം മുൻപ് അയാളുടെ ഇളയ സഹോദരൻ വിവാഹിതനായ ശേഷം, ആ വീട് രണ്ട് കുടുംബങ്ങൾക്കും ഒരുമിച്ച് താമസിക്കാൻ വേണ്ടി മാറ്റങ്ങൾ വരുത്തി. ഇപ്പോൾ അയാളുടെ സഹോദരന്റെ ഭാര്യയും അവരുടെ മകനും കൂടി അവിടെ ഉള്ളതുകൊണ്ട്,

അയാൾക്ക് അവിടെ താമസിക്കാൻ പറ്റാതെയായി. മുൻപ് അയാൾ എപ്പോഴും അയാളുടെ ചിലവിനായി കുടുംബത്തെ പറഞ്ഞു പാട്ടിലാക്കി പണം കൈപ്പറ്റിയിരുന്നു, പക്ഷേ അയാളുടെ അനിയന്റെ ഭാര്യയ്ക്ക് ഇക്കാര്യത്തിൽ അയാളോട് തോന്നിയ അനിഷ്ടം പ്രകടമായി തുടങ്ങിയപ്പോൾ, അത് എളുപ്പമല്ലതായി.

"ആ കൊടിച്ചിപ്പട്ടി ഇടപെട്ടതിനുശേഷമാണ്, കാര്യങ്ങൾ കൂടുതൽ തകരാറിലായത്. അവൾ സംസാരിക്കാൻ നല്ല മിടുക്കിയാണ്, ഒരു ഇത്തിൾക്കണ്ണിയെപ്പോലെ എന്റെ സഹോദരന്റെ മേലെയും അങ്ങനെ എല്ലാവരുടെയും മേൽ അവൾക്ക് ആധിപത്യം സ്ഥാപിക്കാൻ കഴിഞ്ഞു. ഇതെല്ലാം പെട്ടെന്ന് ചെയ്യാനും അവൾക്ക് കഴിഞ്ഞു!"

അയാൾ ഏറെക്കാലമായി തന്റെ ഉള്ളിൽ അടച്ചുമൂടിയിരുന്ന വിരക്തിയും കോപവും എല്ലാം പ്രകടിപ്പിച്ച തന്റെ കാര്യങ്ങളെക്കുറിച്ച് തീരാതെ സംസാരിച്ചുകൊണ്ടിരുന്നു, കുറച്ചുനേരം കഴിഞ്ഞപ്പോൾ ഞാൻ കേൾക്കുന്നത് നിർത്തി ക്ലോക്കിലേക്ക് നോക്കി.

ഇപ്പോൾ തന്നെ സമയം ഏകദേശം പതിനൊന്നായി. പിറ്റേന്ന് എനിക്ക് ജോലിയുണ്ട്, ജോലിയിൽ കയറും മുൻപ് ഉറക്കം ലഭിക്കാതായാൽ ഉള്ള അപകടസാധ്യത എനിക്ക് നന്നായി അറിയാം. രണ്ടാമത്തെ മാനേജർ എന്നോട് പറഞ്ഞതു പോലെ, മണിക്കൂറുകളുടെ അടിസ്ഥാനത്തിൽ എനിക്ക് ലഭിക്കുന്ന വേതനം എന്റെ ശരീരം ജോലിക്ക് പോകാൻ അനുയോജ്യമാക്കുന്നതിനുള്ള അടിസ്ഥാന ആവശ്യം നിറവേറ്റുന്നതിനും കൂടിയാണ്.

"അപ്പോൾ, ഷിറാഹ, നിങ്ങൾ എന്റെ താമസ സ്ഥലത്തേക്ക് താമസം മാറ്റാൻ താൽപര്യപ്പെടുന്നുണ്ടോ? ഭക്ഷണത്തിന് പണം നല്കുന്നിടത്തോളം, നിങ്ങൾക്ക് അവിടെ താമസിക്കാം."

അയാൾക്ക് പോകാൻ പ്രത്യേകിച്ച് ഒരിടവും ഇല്ലെന്നും ഞാൻ ഒപ്പം ഇരുന്നാൽ ഈ സംസാരം വലിച്ചു നീട്ടിക്കൊണ്ട് ഇവിടെ ഈ റെസ്റ്റോറന്റ് കൗണ്ടറിനടുത്ത് രാവിലെ വരെ ഇരിക്കുമെന്നും എനിക്ക് അറിയാം. അയാൾ പിറുപിറുക്കാൻ തുടങ്ങി "ഉം..." പിന്നെ "ശരി, പക്ഷേ..." എന്നൊക്കെ സംശയിച്ചു നിന്നപ്പോൾ ഞാൻ അയാളെ നിർബന്ധിച്ച് വീട്ടിലേക്ക് കൊണ്ടുപോയി.

ഞങ്ങളുടെ അപ്പാർട്ട്മെന്റിന്റെ ഇടുങ്ങിയ സ്ഥലത്ത് എത്തിയപ്പോൾ, കുറച്ചു കാലമായി വീടില്ലാതെ തെരുവിൽ കഴിഞ്ഞത് പോലെ അയാളുടെ ശരീരത്തിൽ നിന്ന് ദുർഗന്ധം വമിക്കുന്നുണ്ടെന്ന് എനിക്ക് മനസ്സിലായി. ഞാൻ അയാളോട് കുളിക്കാൻ പറഞ്ഞു, ഒരു ടവ്വലും കൊടുത്ത് അയാളെ ബാത്ത്റൂമിലേക്ക് തള്ളിവിട്ട് വാതിലടച്ചു. ഷവറിൽ നിന്നും വെള്ളം വീഴുന്ന ശബ്ദം കേട്ടപ്പോൾ, ഞാൻ ആശ്വാസത്തോടെ ഒരു ദീർഘനിശ്വാസം വിട്ടു.

അയാൾ വളരെനേരം ബാത്ത്റൂമിലായിരുന്നു, ഞാൻ അയാളെ കാത്തിരിക്കുമ്പോൾ അറിയാതെ ഉറങ്ങിപ്പോയി. എണീറ്റപ്പോൾ എന്റെ സഹോദരിയെ ഒന്ന് വിളിക്കണമെന്ന് എനിക്ക് തോന്നി.

“ഹലോ?” എന്റെ സഹോദരിയുടെ ശബ്ദമാണ് അപ്പുറത്ത്. ഏകദേശം അർദ്ധരാത്രി ആയി, പക്ഷേ അവൾ ഇപ്പോഴും ഉറങ്ങിയിട്ടില്ലെന്ന് തോന്നി.

“ഇത്രയും വൈകിയ സമയത്ത് വിളിച്ചതിൽ ക്ഷമിക്കണം. കൊച്ച് യുടാരോ എങ്ങനെയിരിക്കുന്നു?”

“ഒരു കുഴപ്പവുമില്ല. അവൻ നല്ല ഉറക്കത്തിലാണ്, അതുകൊണ്ട് ഞാൻ ഇപ്പോൾ സ്വസ്ഥമായി ഇരിക്കുകയായിരുന്നു. എന്തുപറ്റി?”

എന്റെ സഹോദരിയുടെ വീട്ടിൽ ശാന്തമായി ഉറങ്ങിക്കിടക്കുന്ന അനന്തിരവന്റെ മുഖം എന്റെ മനസ്സിൽ തെളിഞ്ഞുവന്നു. എന്റെ സഹോദരിയുടെ ജീവിതം മുന്നോട്ട് നീങ്ങുന്നു. ഏത് വിധത്തിൽ ആയാലും മുൻപ് ഇല്ലാത്ത ഒരു ജീവൻ ഇപ്പോൾ അവളോടൊപ്പം ഉണ്ടല്ലോ. എന്റെ അമ്മയെപ്പോലെ എന്റെ ജീവിതത്തിൽ എന്തെങ്കിലും മാറ്റം അവളും പ്രതീക്ഷിക്കുന്നുണ്ടാകുമോ? ഒരു പരീക്ഷണമെന്ന നിലയിൽ, ഞാൻ അവളോട് നടന്ന കാര്യങ്ങൾ പറയാൻ തീരുമാനിച്ചു.

“ഈ അർദ്ധരാത്രിയിൽ നിന്നെ ഇപ്പോൾ വിളിക്കേണ്ട കാര്യമൊന്നുമില്ല, പക്ഷേ... സത്യം പറഞ്ഞാൽ, എന്റെ വീട്ടിൽ ഇപ്പോൾ ഒരു പുരുഷനുണ്ട്.”

“ഏഹ്!” അവളുടെ ഇടറിയ ശബ്ദം, എവിടെയോ ഒരു തടസ്സം നേരിട്ട പോലെയായിരുന്നു അത് കേട്ടത്, ശരിക്കും എക്കിൾ പോലെ തോന്നി. അവൾക്ക് സുഖമാണോ എന്ന് ഞാൻ

ചോദിക്കാൻ തുടങ്ങുകയായിരുന്നു, പക്ഷേ അവൾ അവളുടെ ആശയക്കുഴപ്പത്തിൽ ഏകദേശം ഒച്ചവയ്ക്കലിന്റെ വക്കിൽ എത്തിയ പോലെ എന്നെ തടസ്സപ്പെടുത്തിക്കൊണ്ട് പറഞ്ഞു. “എന്ത്, ശരിക്കും? തമാശയല്ലല്ലോ! എപ്പോൾ മുതൽ? എന്താണ് സംഭവിച്ചത്? അയാൾ എങ്ങനെയുള്ളവനാണ് എന്നറിയുമോ?”

സംഭ്രമം നിറഞ്ഞ അവളുടെ തുടരെയുള്ള ചോദ്യങ്ങളുടെ ആക്രമണത്തിൽ തളർന്നുപോയ ഞാൻ മറുപടി പറഞ്ഞു, “ഓ, അധിക സമയമായിട്ടില്ല. ജോലിസ്ഥലത്തുള്ള ഒരാളാണ്.”

“ആഹ്, എനിക്ക് ഒക്കെ മനസ്സിലായി. അഭിനന്ദനങ്ങൾ!”

“ശരിക്കും?” കൂടുതൽ വിശദാംശങ്ങൾ ഒന്നും ചോദിക്കാതെ അവൾ എന്നെ അഭിനന്ദിച്ചതിൽ ഞാൻ അൽപ്പം അമ്പരന്നു.

“അയാൾ എങ്ങനെയുള്ള ആളാണെന്ന് എനിക്കറിയില്ല, പക്ഷേ നീ എന്നോട് ഇങ്ങനെയൊരു കാര്യം പറയുന്നത് ഇതാദ്യമാണ്... എനിക്ക് അതിൽ വളരെ സന്തോഷമുണ്ട്! ഞാനുണ്ട് നിന്നോടൊപ്പം എല്ലാത്തിനും.”

“ശരിക്കും നീ എന്റെ കൂടെ നില്ക്കുമോ?”

“നീ അത് എന്നോട് പറഞ്ഞു എന്നതിന്റെ അർത്ഥം, നീ വിവാഹം കഴിക്കുന്നതിനെക്കുറിച്ച് ഇതിനകം തന്നെ ചിന്തിക്കുന്നുണ്ടെന്നല്ലേ? ഓ, ക്ഷമിക്കു. ഞാൻ തോക്കിൽ കയറി വെടി വയ്ക്കുകയാണോ?

ഇതിനുമുമ്പ് ഒരിക്കലും ഇത്രയധികംനേരം അവൾ എന്നോട് സംസാരിച്ചിട്ടില്ല. അവൾ എത്ര ആവേശഭരിതയാണെന്ന് കണ്ടപ്പോൾ, സമകാലിക സമൂഹം ഇപ്പോഴും ശിലായുഗത്തിൽ കുടുങ്ങിക്കിടക്കുകയാണെന്ന് അവളോട് പറയുന്നത് അത്ര ബുദ്ധിമുട്ടുള്ള കാര്യമല്ലെന്ന് എനിക്ക് തോന്നി. ജീവിക്കാനുള്ള നിയമാവലി ഇതിനകം സമൂഹത്തിൽ നിലവിലുണ്ട്. ആ നിയമങ്ങൾ എല്ലാവരുടെയും ഉള്ളിൽ ദൃഢമായി ഉറച്ചു പോയതാണ്. അതിനാൽ തന്നെ അത് അലിഖിതമായി തുടരുന്നതിൽ കുഴപ്പമില്ല. ഒരു “സാധാരണ വ്യക്തി” എന്ന് കരുതപ്പെടുന്ന പ്രത്യേക രൂപം ചരിത്രാതീത കാലം മുതൽ മാറ്റമില്ലാതെ എല്ലായ്പ്പോഴും അവിടെത്തന്നെ ഉണ്ടായിരുന്നു എന്നത് ഒടുവിൽ ഞാൻ മനസ്സിലാക്കി.

“കെയ്കോ, നിന്നെ ഓർത്ത് എനിക്ക് ഒരുപാട് സന്തോഷമുണ്ട്,

നീ ഇത്രയും കാലം കഷ്ടപ്പെട്ടുകയായിരുന്നു, പക്ഷേ ഒടുവിൽ നീ നിന്നെ മനസ്സിലാക്കുന്ന ഒരാളെ കണ്ടെത്തി..."

അവൾ സ്വയം ഒരു കഥ കെട്ടിച്ചമയ്ക്കുന്നതിൽ മുഴുകി. ഞാൻ "സുഖം പ്രാപിച്ചു" എന്ന് അവൾ ഇപ്പോൾ ഒരുപക്ഷേ അടുത്തതായി പറയും. എല്ലാം അത്ര ലളിതമായിരുന്നെങ്കിൽ, മുൻപ് അവൾ എനിക്ക് വ്യക്തമായ നിർദ്ദേശങ്ങൾ നൽകിയ പോലെ ഇക്കാര്യത്തിലും മുൻപേ നല്കിയിരുന്നെങ്കിൽ എന്ന് ഞാൻ ആഗ്രഹിച്ചു, അങ്ങനെ പറഞ്ഞിരുന്നെങ്കിൽ എങ്ങനെ സാധാരണക്കാരി ആകാമെന്ന് കണ്ടെത്താൻ ഞാൻ ഇത്രയും ദൂരം പോകേണ്ടി വരില്ലായിരുന്നു.

* * *

ഞാൻ ഫോൺ വെച്ചപ്പോൾ, ഷിറാഹ എന്താണ് ചെയ്യേണ്ടത് എന്നറിയാതെ അവിടെ നിൽക്കുകയായിരുന്നു.

"ഓ, നിങ്ങളുടെ കയ്യിൽ മാറാൻ വസ്ത്രമൊന്നുമില്ലല്ലോ, അല്ലേ? ഇത് ഉപയോഗിച്ചോളൂ. കട തുറന്ന സമയത്തുള്ള യൂണിഫോമാണ് ഇത്. ഡിസൈൻ മാറ്റിയപ്പോൾ എനിക്ക് പുതിയത് തന്നു. ഇത് യൂണിസെക്സ് ആണ്, അതിനാൽ ഇത് നിങ്ങൾക്ക് പാകമാകും."

ഷിറാഹ ഒരു നിമിഷം മടിച്ചുനിന്നു, പിന്നെ അയാൾ ആ പച്ച ടോപ്പ് എടുത്ത് നഗ്നമായ ശരീരത്തിൽ ഇട്ടു. അയാളുടെ കൈകളും കാലുകളും വളരെ നീളമുള്ളതിനാൽ ആ വസ്ത്രം അയാൾക്ക് ചെറുതായി തോന്നി, പക്ഷേ അയാൾക്ക് സിബ്ബ് ഇടാൻ കഴിയുമായിരുന്നു. അടിവസ്ത്രമായി അയാൾക്ക് ആ ടവൽ മാത്രമേ ഉണ്ടായിരുന്നുള്ളൂ, അതിനാൽ ഞാൻ വീട്ടിൽ ധരിക്കാൻ സൂക്ഷിച്ചിരുന്ന കുറച്ച് ചെറിയ പാന്റുകൾ അയാൾക്ക് നൽകി.

ഷിറാഹ കുളിച്ചിട്ട് എത്ര നാളുകളായി എന്ന് എനിക്കറിയില്ല, പക്ഷേ അയാൾ ഇപ്പോൾ ഊരിമാറ്റിയ അടിവസ്ത്രം സ്വർഗ്ഗത്തി ലേക്ക് വരെ ദുർഗന്ധം പടർത്താൻ പോന്നതായിരുന്നു. തൽക്കാലം ഞാൻ അവ വാഷിംഗ് മെഷീനിലേക്ക് ഇട്ടു, എന്നിട്ട് അയാൾക്ക് ഇഷ്ടമുള്ളിടത്ത് ഇരിക്കാൻ പറഞ്ഞു, അതിനാൽ അയാൾ ശ്രദ്ധയോടെ ഒരിടത്ത് ഇരുന്നു.

എന്റെ അപ്പാർട്ട്മെന്റ് പഴയ രീതിയിലുള്ളതായിരുന്നു,

അതിൽ ചെറിയ അടുക്കളയിലേക്ക് തുറക്കുന്ന ഒരു പരമ്പരാഗത രീതിയിലുള്ള ടാറ്റാമി മുറിയുണ്ടായിരുന്നു, ആ മുറിക്ക് പ്രത്യേക കുളിമുറിയും ടോയ്‌ലറ്റും ഉണ്ടായിരുന്നു. ഫാൻ നന്നായി പ്രവർത്തിച്ചിരുന്നില്ല, ഷിറാഹ കുളിമുറിയിൽ നിന്ന് പുറത്തുവന്നതിനുശേഷം, ആ മുറിയിലാകെ ഈർപ്പവും നീരാവിയും മൂടി നിന്നു.

"ഇവിടെ അൽപ്പം ചൂടുണ്ട്. ഞാൻ ജനാല തുറക്കട്ടെ?"

"ഉം, ശരി..."

ഷിറാഹ അസ്വസ്ഥനായി തോന്നി, അയാൾ എഴുന്നേൽക്കുകയും വീണ്ടും ഇരിക്കുകയും ചെയ്തുകൊണ്ടിരുന്നു.

"നിങ്ങൾക്ക് ടോയ്‌ലറ്റ് ഉപയോഗിക്കണമെങ്കിൽ, അത് അവിടെയാണ്. അത് നന്നായി ഫ്ലഷ് ചെയ്യുന്നില്ല, അതിനാൽ ലിവർ മുഴുവനായും തിരിക്കണം."

"എയ്, കുഴപ്പമില്ല."

"അപ്പോൾ തൽക്കാലത്തേക്ക്, നിങ്ങൾക്ക് പോകാൻ ഒരിടവുമില്ല, അല്ലേ? നിങ്ങളുടെ വാടക അപ്പാർട്ട്മെന്റിൽ നിന്ന് നിങ്ങളെ മിക്കവാറും പുറത്താക്കിയിട്ടുണ്ടാകാം."

"ആഹ്."

"ഞാൻ ആലോചിക്കുകയായിരുന്നു. നിനക്കറിയാമോ നീ ഇവിടെ ഉള്ളത് എനിക്ക് സൗകര്യപ്രദമായിരിക്കും. നമ്മൾ ഒരുമിച്ച് താമസിക്കുന്നതിനെപ്പറ്റിയുള്ള പ്രതികരണം എന്തായിരിക്കുമെന്ന് അറിയാൻ ഞാൻ ഇപ്പോൾ എന്റെ സഹോദരിയെ വിളിച്ചിരുന്നു, അവൾ ഉടൻ തന്നെ സ്വന്തം നിഗമനത്തിലെത്തുകയും ചെയ്തു, അവൾക്ക് സന്തോഷമായി. ഒരു പുരുഷനും സ്ത്രീയും ഒരുമിച്ച് ഒരു അപ്പാർട്ട്മെന്റിൽ ഒറ്റയ്ക്കാണ് താമസമെങ്കിൽ, ആളുകളുടെ ഭാവനകൾ കാടുകയറുകയും യാഥാർത്ഥ്യം പരിഗണിക്കാതെ അവർ സംതൃപ്തരാകുകയും ചെയ്യും എന്ന് ഉറപ്പായി."

"നീ നിന്റെ സഹോദരിയെ വിളിച്ചോ?" ഷിറാഹ ആശയക്കുഴപ്പത്തിലായപോലെ തോന്നി.

"നിനക്ക് ഒരു കാൻ കാപ്പി വേണോ? നാരങ്ങ വെള്ളവും ഇവിടെ ഉണ്ട്. ഞാൻ പുറം ചളുങ്ങിയ ടിന്നുകൾ മാത്രമേ വാങ്ങിയുള്ളൂ, അവയ്ക്ക് തണുപ്പുണ്ടാകാറില്ല."

"ചളുങ്ങിയ ടിന്നുകളോ?"

"ഓ, അതിനെക്കുറിച്ച് മുൻപ് ആരും നിങ്ങളോട് പറഞ്ഞിട്ടില്ലേ? ടിന്നുകളിൽ ഒരു ചുളിവ് ഉണ്ടാകുമ്പോൾ അവ കേടായ വസ്തുക്കളാണ്, പൊതുജനങ്ങൾക്ക് വിൽക്കാൻ കഴിയില്ല. അങ്ങനെ അല്ലാത്തവ പാലോ ചൂടുവെള്ളമോ മാത്രമേ ഉള്ളൂ."

"ഓ. ഞാൻ ഒരു ടിൻ കാപ്പി കുടിക്കാം."

എന്റെ മുറിയിലെ ഏക വീട്ടുപകരണം മടക്കി വയ്ക്കാൻ പറ്റുന്ന ഒരു ചെറിയ മേശ മാത്രമാണ്. ഞാൻ എന്റെ ചെറിയ മെത്ത മാറ്റി വച്ചിരുന്നില്ല, അതിനാൽ കൂടുതൽ സ്ഥലം ഉണ്ടാക്കാനായി ഞാൻ അത് ചുരുട്ടി റഫ്രിജറേറ്ററിനടുത്തേക്ക് ചേർത്ത് വച്ചു. എന്റെ അമ്മയോ സഹോദരിയോ താമസിക്കാൻ വരുമ്പോൾ എടുക്കാനായി അലമാരയിൽ മറ്റൊരു കിടക്കയുണ്ട്.

"എന്റെ കയ്യിൽ മറ്റൊരു മെത്ത കൂടി ഉണ്ട്, അതിനാൽ നിങ്ങൾക്ക് പോകാൻ ഒരു ഇടം ഇല്ലെങ്കിൽ തൽക്കാലം ഇവിടെ താമസിക്കാം. ഇത് അൽപ്പം ഇടുങ്ങിയതാണ്, എന്നിരുന്നാലും."

"താമസിക്കാനോ?" അയാൾ അസ്വസ്ഥതനായി ചോദിച്ചു. "ആഹ്, ശരി, പക്ഷേ... ഞാൻ വൃത്തിയുടെ കാര്യത്തിൽ കുറച്ച് പിടിവാശിയുള്ള ആളാണ്, അതുകൊണ്ട്... ഞാൻ ശരിയായി തയ്യാറാകാത്തിടത്തോളം, ഉം..." അയാൾ ഒരു ചെറിയ ശബ്ദത്തിൽ പറഞ്ഞു.

"വൃത്തി ഒരു പ്രശ്നമാണെങ്കിൽ, മിക്കവാറും നിങ്ങൾക്ക് ആ മെത്ത ഇഷ്ടപ്പെടാൻ സാധ്യതയില്ല. കുറച്ച കാലമായി അത് പുറത്തെടുക്കുകയോ ഉപയോഗിക്കുകയോ ചെയ്തിട്ടില്ല. മാത്രമല്ല ഇതൊരു പഴയ അപ്പാർട്ട്മെന്റാണ്, അതുകൊണ്ട് തന്നെ ഇവിടെ ധാരാളം പാറ്റകളുമുണ്ട്."

"ഓ, അങ്ങനെയല്ല... ഞാൻ വാടകയ്ക്ക് താമസിച്ചിരുന്ന അപ്പാർട്ട്മെന്റ് അത്ര വൃത്തിയുള്ളതൊന്നുമായിരുന്നില്ല, അതെന്നെ ഒട്ടും അലട്ടിയിരുന്നും ഇല്ല, പക്ഷേ എന്നാലും... ഞാൻ ഉദ്ദേശിച്ചത്, ചെയ്തു കഴിഞ്ഞ എന്തോ കാര്യത്തിന്റെ ഫലമോ അതുപോലെ ഉള്ള മറ്റെന്തോകൊണ്ടോ ഞാനിവിടെ ആയിപ്പോയതത് പോലെയാണ് തോന്നുന്നത്... നോക്കൂ ഒരു പുരുഷൻ എന്ന നിലയിൽ ഞാൻ ജാഗ്രത പാലിക്കണം. നിങ്ങളുടെ സഹോദരിയെ ഇങ്ങനെ ഓരോ കാര്യത്തിനും ഫോണിൽ വിളിക്കുന്നത് അൽപ്പം വിഷമം പിടിച്ച കാര്യമാണല്ലോ."

"ഞാൻ ചെയ്തതിൽ എന്തെങ്കിലും തെറ്റുണ്ടോ? അവളുടെ പ്രതികരണം എന്താണെന്ന് അറിയണം എന്ന് മാത്രമേ ഞാൻ ആഗ്രഹിച്ചുള്ളൂ."

"ഉം, അത് തന്നെ അൽപ്പം ഭയപ്പെടുത്തുന്നതാണ്. ഇത്തരത്തിലുള്ള ജീവിതങ്ങളെക്കുറിച്ചുള്ള കാര്യങ്ങളൊക്കെ ഞാൻ ഓൺലൈനിൽ വായിച്ചിട്ടുണ്ട്, പക്ഷേ അത് യഥാർത്ഥ ജീവിതത്തിൽ സംഭവിക്കുമെന്ന് ഞാൻ ഒരിക്കലും കരുതിയിരുന്നില്ല. ഇങ്ങനെ തുടരാൻ നിർബന്ധിക്കുന്നത് എന്നെ നിരാശപ്പെടുത്തുന്നു..."

"എന്ത്? നിങ്ങൾക്ക് പോകാൻ മറ്റൊരിടവുമില്ലെന്നാണ് ഞാൻ കരുതിയത്! ഞാൻ നിങ്ങൾക്കൊരു ബുദ്ധിമുട്ടിന് കാരണമാകുന്നുണ്ടെങ്കിൽ, നിങ്ങൾ ഇവിടെ നിന്നും പോകുന്നത് കൊണ്ട് എനിക്ക് ഒരു കുഴപ്പവുമില്ല. ഞാൻ വാഷിംഗ് മെഷീൻ ഇതുവരെ ഓണാക്കിയിട്ടില്ല, അതുകൊണ്ട് തന്നെ നിങ്ങളുടെ വസ്ത്രങ്ങൾ ഇപ്പോൾ വേണമെങ്കിലും തിരികെയെടുക്കാം."

"ഓ, പക്ഷേ," അയാൾ അവ്യക്തമായി പറഞ്ഞു. "നീ നിർബന്ധിച്ചാൽ..."

തലയും വാലുമൊന്നും ഇല്ലാതെ അയാൾ പറയുന്ന കാര്യങ്ങൾ എനിക്ക് മനസ്സിലാകുന്നുണ്ടായിരുന്നില്ല, മാത്രമല്ല ഈ സംസാരം എങ്ങും എത്താനും പോകുന്നില്ലായെന്ന് എനിക്ക് മനസ്സിലായി.

"ഉം, ക്ഷമിക്കണം, സമയം വൈകുന്നു," ഞാൻ പറഞ്ഞു. "ഞാൻ ഉറങ്ങാൻ പോകുന്നതിൽ നിങ്ങൾക്ക് വിരോധമുണ്ടോ? നിങ്ങൾക്ക് പോകണമെങ്കിൽ പോകാം, അല്ല നിങ്ങൾക്ക് ഇവിടെ നിൽക്കണമെന്നാണെങ്കിൽ ആ മെത്ത എടുത്ത് ശരിയാക്കിക്കോളൂ. നിങ്ങളുടെ ഇഷ്ടം പോലെ ചെയ്യൂ. നാളെ രാവിലെ എനിക്ക് കൺവീനിയെൻസ് സ്റ്റോറിൽ നേരത്തെ പോകണം. പതിനാറ് വർഷങ്ങൾക്ക് മുൻപ് രണ്ടാമത്തെ മാനേജറിൽ നിന്ന് ഞാൻ മനസ്സിലാക്കിയത് എന്റെ ജീവിതം കൈകാര്യം ചെയ്യാനുള്ള അടിസ്ഥാന ആവശ്യകത എന്റെ ശമ്പളത്തിൽ നിന്നാണ് എന്നാണ്, അതുകൊണ്ട് അപ്പോൾ ഞാൻ ജോലി ചെയ്യാൻ പ്രാപ്തയാകണം. ജോലിക്ക് പോകുന്നതിന് മുന്നേ എനിക്ക് ആവശ്യത്തിന് ഉറക്കം കിട്ടണം."

“ആഹ്, ആ കൺവീനിയെൻസ് സ്റ്റോർ...” ഷിറാഹ നിരർത്ഥകമായി പറഞ്ഞു.

ഇനിയും അയാൾ പറയുന്നതും കേട്ടിരുന്നാൽ നേരം വെളുക്കും, ഞാൻ മെത്ത വിരിച്ചു.

“എനിക്ക് നല്ല ക്ഷീണമുണ്ട്,” ഞാൻ അയാളോട് പറഞ്ഞു. “ഞാൻ രാവിലെ നേരത്തെ എഴുന്നേറ്റ് കുളിക്കും. അപ്പോൾ ഒരുപക്ഷേ കുറച്ച് ശബ്ദമുണ്ടായേക്കാം, പക്ഷേ അതൊന്നും കാര്യമാക്കേണ്ട.”

ഞാൻ പല്ല് തേച്ച ശേഷം അലാറം ക്ലോക്ക് വെച്ചു, പിന്നെ എന്റെ മെത്തയിൽ വീണു കണ്ണുകൾ അടച്ചു. ഇടയ്ക്കിടെ ഷിറാഹയിൽ നിന്ന് ഒരു തകരത്തിന്റെ കിരുകിരാ ശബ്ദം പോലത്തെ ശബ്ദം കേട്ടു, പക്ഷേ ക്രമേണ കൺവീനിയെൻസ് സ്റ്റോറിന്റെ ശബ്ദം എന്റെ തലയിൽ ഉയർന്നു കേട്ടുകൊണ്ടിരുന്നു, അത് ഞാൻ തിരിച്ചറിയുന്നതിനു മുൻപ് ഞാൻ ഉറക്കത്തിലേക്ക് വഴുതി വീണു.

* * *

പിറ്റേന്ന് രാവിലെ ഞാൻ ഉണർന്നപ്പോൾ, ഷിറാഹ അരഭാഗം അലമാരയ്ക്കുള്ളിലേക്ക് വച്ച് ഉറങ്ങുകയായിരുന്നു. ഞാൻ ബാത്ത്റൂമിൽ പോയപ്പോഴും അയാൾ അനങ്ങിയില്ല.

പതിവുപോലെ രാവിലെ 8:00 മണിക്ക് കടയിൽ എത്താൻ ഞാൻ വീട്ടിൽ നിന്ന് പുറപ്പെട്ടു, ഒരു കുറിപ്പ് അയാൾക്ക് വേണ്ടി എഴുതി വച്ചു : *നിങ്ങൾ പുറത്തു പോകുകയാണെങ്കിൽ, ദയവായി താക്കോൽ മെയിൽബോക്സിൽ വയ്ക്കുക.*

എന്റെ അപ്പാർട്ട്മെന്റിൽ അയാൾ മനസ്സില്ലാമനസ്സോടെ യാണ് താമസിക്കുന്നതെന്നാണ് എനിക്ക് തോന്നിയത്, അതുകൊണ്ട് തന്നെ ഞാൻ തിരിച്ച് വീട്ടിൽ എത്തുമ്പോൾ അയാൾ അവിടെ കാണുമെന്ന് ഞാൻ പ്രതീക്ഷിച്ചിരുന്നില്ല, പക്ഷേ അയാൾ അവിടെ ഉണ്ടായിരുന്നു.

അയാൾ ഒന്നും ചെയ്യാതെ ഇരിക്കുകയായിരുന്നു, മടക്കി വയ്ക്കാവുന്ന മേശമേൽ കൈമുട്ടുകൾ ഊന്നി, ഒരു ചുളിവ് വീണ ടിന്നിലെ വെളുത്ത നിറമുള്ള മുന്തിരി സോഡ കുടിക്കുകയായിരുന്നു.

“അഹ്, അപ്പോൾ നീ ഇപ്പോഴും ഇവിടെത്തന്നെയുണ്ടല്ലേ?”

എന്റെ ശബ്ദം കേട്ട് അയാൾ ചാടിയെഴുന്നേറ്റു. "ഉം..."

"എന്റെ സഹോദരി ദിവസം മുഴുവൻ എനിക്ക് ഇമെയിൽ അയച്ചുകൊണ്ട് ഇരിക്കുകയായിരുന്നു. അവൾ ഇങ്ങനെ ആവേശത്തോടെ എനിക്ക് വേണ്ടി എന്തെങ്കിലും ചെയ്യുന്നത് ഇത് ആദ്യമായാണ്."

"ഇതിൽ പ്രത്യേകിച്ച് അതിശയിക്കാനൊന്നുമില്ല. ഇത്രയും പ്രായം ചെന്നിട്ടും ഒരു കൺവീനിയെൻസ് സ്റ്റോറിൽ ജോലി ചെയ്യുന്നതിനേക്കാൾ, ഒരു പണയ വസ്തുവിനെ പോലെ അലമാരയിൽ ഇരിക്കുന്നതിനെക്കാൾ ഒരു കന്യക ഒരു പുരുഷനോടൊപ്പം താമസിക്കുന്നത് തന്നെയാണ് കൂടുതൽ അഭിമാനം എന്ന് നിന്റെ സഹോദരി പോലും കരുതുന്നു അത്രയെ ഉള്ളൂ."

ഇന്നലെ രാത്രി കാണിച്ച അസ്വസ്ഥതയുടെ ഒരു ലാഞ്ചനയും ഇല്ലാതെ അയാൾ തന്റെ സഹജമായ സ്വത്വത്തിലേക്ക് തിരിച്ച് എത്തിയിരുന്നു.

"ഓ... അപ്പോൾ ഞാൻ അഭിമാനമുള്ളവളാണെന്ന് നിങ്ങൾ കരുതുന്നില്ലേ?"

"നോക്കൂ, ഗ്രാമവുമായി പൊരുത്തപ്പെടാത്തവർക്ക് സ്വകാര്യതയുള്ള എല്ലാ അവകാശങ്ങളും നഷ്ടപ്പെടുന്നു. അവരുടെയൊക്കെ ഇഷ്ടം പോലെ നിങ്ങളെ ചവിട്ടിമെതിക്കും. ഒന്നുകിൽ നിങ്ങൾ വിവാഹം കഴിച്ച് കുട്ടികൾക്ക് ജന്മം നല്കുക അല്ലെങ്കിൽ ജോലി ചെയ്ത് പണം സമ്പാദിക്കുക, ഇങ്ങനെ ഏതെങ്കിലും രൂപത്തിൽ സമൂഹത്തിന് നല്കാത്തവർ എല്ലാം തന്നെ ദൈവനിഷേധിയായി കണക്കാക്കും. ഇതൊന്നും പോരാത്തതിന് സമൂഹം അവർക്ക് തോന്നുമ്പോഴൊക്കെ നിങ്ങളുടെ ജീവിതത്തിൽ കടന്നു കയറുകയും ചെയ്യും."

"ആഹ്."

"നീ യാഥാർത്ഥ്യത്തെ തിരിച്ചറിയണം, ഫുരുകുറ. വ്യക്തമായി പറഞ്ഞാൽ, നീ സമൂഹത്തിൽ ഇപ്പോൾ ഏറ്റവും താഴെത്തട്ടിലാണ് നില്ക്കുന്നത്. മിക്കവാറും നിന്റെ ഗർഭപാത്രം ഒരു ഗർഭധാരണത്തിന് അനുയോജ്യമല്ലാത്തത്ര പഴകിയതായിരിക്കാം, കൂടാതെ നൈമിഷിക ആഗ്രഹങ്ങൾ തൃപ്തിപ്പെടുത്താൻ വേണ്ടി പെരുമാറാനുള്ള ശാരീരിക ആകർഷണം പോലും നിനക്കില്ല. അതുപോലെ, പുരുഷന്മാരെ പോലെ പണം സമ്പാദിക്കുന്നതുമില്ല.

നിനക്ക് ശരിയായ ഒരു ജോലി പോലുമില്ലാതെ, നീ ഒരു പാർട്ട് ടൈം ജോലി ചെയ്യുക മാത്രമാണ് ചെയ്യുന്നത്. സത്യം പറഞ്ഞാൽ, നീ ഈ സമൂഹത്തിന് ഒരു ഭാരം മാത്രമാണ്, അടിഞ്ഞുകൂടിയ അവശിഷ്ടം മാത്രം."

"എനിക്കറിയാം.കൺവീനിയെൻസ്സ്റ്റോറിന്പുറത്തെങ്ങും ജോലി ചെയ്യാൻ എനിക്ക് കഴിവില്ല. ഞാൻ ശ്രമിച്ചിട്ടുണ്ടെങ്കിലും, എനിക്ക് അനുയോജ്യമായ മുഖം കൺവീനിയെൻസ് സ്റ്റോർ ജോലിക്കാരിയുടേതാണെന്ന് മനസ്സിലായി. അതിനാൽ, അതിനെ ആളുകൾ അംഗീകരിച്ചില്ലെങ്കിൽ, ഞാൻ എന്ത് ചെയ്യണമെന്ന് എനിക്ക് യാതൊരു ധാരണയും ഇല്ല."

"അതുകൊണ്ടാണ് ആധുനിക സമൂഹം പ്രവർത്തനക്ഷമ മല്ലാത്തതാകുന്നത്. ജീവിതശൈലിയിലെ വൈവിധ്യത്തെ ക്കുറിച്ച് നല്ലതായുള്ള വാക്കുകൾ അവർ പറയും, പക്ഷേ യാഥാർ ത്ഥ്യത്തിൽ ചരിത്രാതീത കാലം മുതൽ ഒന്നും മാറിയിട്ടില്ല. ജനനനിരക്ക് കുറയുന്നതിനൊപ്പം, സമൂഹം വേഗത്തിൽ ശിലാ യുഗത്തിലേക്ക് പിന്നോട്ട് പോകുകയാണ്, അത് ജീവിതത്തിന് ഭാവിയിൽ അസ്വസ്ഥത സൃഷ്ടിക്കും. നിലനിൽപ്പിന് വേണ്ടി മാത്രം സമൂഹത്തിന് ഒരു പ്രയോജനവുമില്ലാത്ത എന്തിനെയും പുച്ഛിക്കുക എന്ന നിലയിലേക്ക് സമൂഹം എത്തിയിരിക്കുന്നു."

ഷിറാഹ എന്നെ കുറ്റപ്പെടുത്തുക മാത്രമായിരുന്നില്ല; സമൂഹ ത്തോടുള്ള തന്റെ അമർഷം അയാൾ പരസ്യമായി പ്രകടിപ്പിക്കുക യായിരുന്നു. സമൂഹത്തിനോടാണോ അതോ എന്നോടാണോ അയാൾക്ക് കൂടുതൽ ദേഷ്യം എന്ന് എനിക്ക് ഉറപ്പില്ലായിരുന്നു. തന്റെ കൺമുന്നിൽ നടക്കുന്ന കാര്യങ്ങൾ അയാൾ വാക്കുകളിലൂടെ പ്രകടിപ്പിക്കാനുള്ള വിഫല ശ്രമം നടത്തുക മാത്രമാണ് ചെയ്തത്.

"ഫുരുകുറ, നിന്റെ വിവാഹാഭ്യർത്ഥന വെറും ഒരു ഭ്രാന്താണ് എന്നാണ് ഞാൻ ചിന്തിച്ചിരുന്നത്, പക്ഷേ അതേസമയം അത് അത്ര ഒരു മോശം ആശയവുമല്ല. ചിലപ്പോൾ എനിക്ക് നിന്നെ ഇതിലൂടെ സഹായിക്കാൻ കഴിഞ്ഞേക്കും. ഇനി ഞാൻ നിന്റെ കൂടെ താമസിച്ചാൽ, നീ ഒരു ദരിദ്രനോടൊപ്പം ജീവിക്കുന്നു എന്നതുകൊണ്ട് എല്ലാവരും നിന്നെ പുച്ഛത്തോടെ കാണും, പക്ഷേ, അതുകൊണ്ട് അവർക്ക് ഒരു വിധം സംതൃപ്തിയുണ്ടാകും. എന്നാൽ ഇപ്പോഴത്തെ നിലയിൽ അവർക്ക് മുമ്പത്തെ പോലെ നിന്റെ കാര്യങ്ങളിൽ തലയിടാൻ കഴിയില്ല. ഒരു ജോലിയോ

ഭർത്താവോ ഇല്ലാതെ, നിനക്ക് സമൂഹത്തിൽ ഒരു വിലയുമില്ല എന്നതാണ് സത്യം, അങ്ങനെ ഉള്ള ആളുകളെ ഗ്രാമത്തിൽ നിന്ന് പുറത്താക്കാറാണ് പതിവ്."

"ഉം ."

"കടയിൽജോലിക്ക്ചേരുമ്പോൾ,വിവാഹംമാത്രമായിരുന്നു എന്റെ ലക്ഷ്യമെന്നത് സത്യമാണ്, പക്ഷേ എന്റെ ഉത്തമ വിവാഹ പങ്കാളിയെന്ന സങ്കല്പത്തിൽ നിന്ന് നിങ്ങൾ വളരെ അകലെയാണ്, ഫുരുകുറ. ഒരു കൺവീനിയെൻസ് സ്റ്റോറിൽ ജോലി ചെയ്ത് വലിയ വരുമാനം ഒന്നും ഉണ്ടാക്കാൻ നിനക്കും ആകില്ല, എനിക്ക് സ്വന്തമായി ഒരു ബിസിനെസ്സ് തുടങ്ങാൻ നിന്നിലൂടെ കഴിയുകയുമില്ല, എന്തിന് നിന്നെപ്പോലെയുള്ള ഒരാളെ വെച്ച് എന്റെ ലൈംഗിക ആവശ്യങ്ങൾ നിറവേറ്റാൻ പോലും എനിക്ക് കഴിയില്ല."

ഷിറാഹ ബാക്കി വന്ന ചളുങ്ങിയ സോഡാ ടിൻ ഒരു ഷോട്ട് തിരിച്ചടിക്കുന്നതുപോലെ ഒറ്റ വലിക്ക് കുടിച്ചു തീർത്തു.

"പക്ഷേ, നമ്മൾ മുൻപ് പറഞ്ഞതുപോലെ, നമ്മുടെ താൽപ്പര്യങ്ങൾ ഒരുപോലെ ആയത് കൊണ്ട്, എനിക്ക് ഇവിടെ തുടരുന്നതിൽ യാതൊരു വിരോധവുമില്ല."

"ആഹ്."

ചളുങ്ങിയ ടിന്നുകൾ നിറഞ്ഞ ഒരു പേപ്പർ ബാഗിൽ നിന്ന് ഒരു ചോക്ലേറ്റ്-മെലൺ സോഡ എടുത്ത് ഞാൻ അയാളുടെ കൈയിൽ കൊടുത്തു.

"ഉം, അപ്പോൾ നിനക്കിതിൽ എന്താണ് ഗുണം, ഷിറാഹാ?"

അയാൾ കുറച്ച് നിമിഷങ്ങൾ മിണ്ടാതിരുന്നു, എന്നിട്ട് ഒരു ചെറിയ ശബ്ദത്തിൽ പറഞ്ഞു. "നീ എന്നെ ഒളിപ്പിക്കണം."

"എന്ത്?"

"സമൂഹത്തിൽ നിന്ന് നീ എന്നെ മറച്ചുവെക്കണം എന്നാണ് ഞാൻആഗ്രഹിക്കുന്നത്.എന്റെഅസ്തിത്വംനിന്റെസ്വന്തംആവശ്യ ങ്ങൾക്കായി ഇവിടെ ഉപയോഗിക്കുന്നതിൽ എനിക്ക് വിരോധ മില്ല,നിനക്ക്എന്നെക്കുറിച്ച്എന്ത്വേണമെങ്കിലുംസംസാരിക്കാം. ഞാൻ എനിക്ക് ലഭിക്കുന്ന മുഴുവൻ സമയവും ഇവിടെ മറഞ്ഞി രിക്കാൻ ആഗ്രഹിക്കുന്നു. എന്റെ കാര്യങ്ങളിൽ അപരിചിതർ തലയിടുന്നത് എനിക്ക് മടുത്തു, അത് ഒഴിവാക്കണം."

ഷിറാഹ എന്നെ നോക്കാതെ തന്റെ ചോക്ലേറ്റ്-മെലൺ സോഡ കുടിച്ചു.

“ഞാൻ പുറത്തു പോയാൽ എന്റെ ജീവിതം വീണ്ടും അക്രമത്തിന് ഇരയാകും. നീ ഒരു പുരുഷനാണെങ്കിൽ, ‘ജോലിക്ക് പോകുക’, ‘വിവാഹം കഴിക്കുക’ എന്നിവ എല്ലാമാണ് സമൂഹത്തിന് പ്രാധാന്യം. ഇനി ഒരിക്കൽ നീ വിവാഹിതനായാൽ, പിന്നെ ‘കൂടുതൽ സമ്പാദിക്കുക’, ‘കുട്ടികളെ ജനിപ്പിക്കുക’ എന്നിവയാണ് അടുത്ത ഘട്ടം! നീ ഗ്രാമത്തിന്റെ അടിമയാണ്. ജീവിതകാലം മുഴുവൻ ജോലി ചെയ്യാൻ സമൂഹം നിന്നോട് ആജ്ഞാപിക്കുന്നു. എന്റെ വൃഷണങ്ങൾ പോലും ഗ്രാമത്തിന്റെ സ്വത്താണ്! ലൈംഗികാനുഭവം ഇല്ലാത്തതുകൊണ്ട് മാത്രം അവർ നിന്നെ നിങ്ങളുടെ ബീജം പാഴാക്കുന്നതുപോലെയാണ് കാണുക.”

“അത് എത്രത്തോളം സമ്മർദ്ദകരമാണെന്ന് എനിക്ക് മനസ്സിലാകും.”

“നിനക്കറിയാമല്ലോ, നിന്റെ ഗർഭപാത്രം പോലും ഈ സമൂഹത്തിന്റെ സ്വന്തമാണ്. അതിലേക്ക് ഈ സമൂഹം ശ്രദ്ധിക്കാത്തതിന്റെ ഒരേയൊരു കാരണം, അത് ഉപയോഗ ശൂന്യമായതുകൊണ്ടാണ്. ഈ ജീവിതം മുഴുവൻ ഒന്നും ചെയ്യാതെ ചെലവഴിക്കാനാണ് എനിക്ക് ആഗ്രഹം. ഞാൻ മരിക്കുന്നതുവരെ, എന്റെ ജീവിതത്തിൽ ആരും ഇടപെടാതെ ജീവിക്കാനാണ് എന്റെ ആഗ്രഹം. അതാണ് എന്റെ ഏക ആഗ്രഹം,” അയാൾ പ്രാർത്ഥന പോലെ കൈകൾ കൂപ്പി പറഞ്ഞ് അവസാനിപ്പിച്ചു.

ഇയാളെ ഇവിടെ നിർത്തുന്നത് കൊണ്ട് എനിക്ക് എന്തെങ്കിലും ഗുണം ഉണ്ടാകുമോ എന്നതിനെക്കുറിച്ച് ഞാൻ ആലോചിച്ചു. എന്റെ അമ്മയും സഹോദരിയും, എന്തിന് ഞാൻ പോലും, എപ്പോഴും രോഗമുക്തയാകാതെ ഇരിക്കുന്ന അവസ്ഥയിൽ ഞങ്ങൾ ശരിക്കും മടുത്തു തുടങ്ങി. നല്ലതായാലും മോശമായാലും, എന്തെങ്കിലും മാറ്റം ഇപ്പോഴത്തെ അവസ്ഥയെക്കാൾ മെച്ചമാകുമെന്ന തോന്നൽ എനിക്ക് ഉണ്ടായി.

“ഷിറാഹ, ഇത് നിന്നെപ്പോലെ എനിക്ക് അത്ര ബുദ്ധിമുട്ടുള്ള കാര്യമല്ലായിരിക്കാം. പക്ഷേ ഒരു കാര്യം ഉറപ്പാണ് : ഇങ്ങനെ ജീവിതകാലം മുഴുവൻ ഈ കൺവീനിയെൻസ് സ്റ്റോറിൽ ജോലി ചെയ്യാൻ എനിക്ക് കഴിയില്ല. ഓരോ തവണയും ഓരോ പുതിയ മാനേജർ വരുമ്പോഴും, ഞാൻ എന്തിനാണ് ഒരേ ജോലി

പാർട്ട്-ടൈമായി മാത്രം ചെയ്യുന്നത് എന്ന ചോദ്യവുംകൊണ്ടാണ് അവർ വരുന്നത്. ഞാൻ എന്തെങ്കിലും കാരണം പറഞ്ഞ് അവരെ വിശ്വസിപ്പിക്കുന്നത് വരെ, അവർക്കെപ്പോഴും സംശയമാണ്. അവരെ വിശ്വസിപ്പിക്കാൻ പറ്റിയ ഒരു നല്ല കാരണം കണ്ടെത്താനാണ് ഞാൻ എപ്പോഴും ശ്രമിച്ചിരുന്നത്. നീ ആ കാരണമാകുമോ എന്നതിൽ എനിക്ക് വലിയ ഉറപ്പൊന്നുമില്ല."

"ഞാൻ ഇവിടെ ഉണ്ടാകുന്നിടത്തോളം സമൂഹം തൃപ്തരായിരിക്കും, നിനക്കിതു മുഴുവനായും ഗുണം ചെയ്യുന്ന കാര്യമാണ്."

അയാൾക്ക് അതിനെക്കുറിച്ച് വളരെ ആത്മവിശ്വാസമുള്ളതായി തോന്നി. അത് നിർദ്ദേശിച്ചത് ഞാനാണെങ്കിലും അയാളുടെ നിർബന്ധം എന്നെ സംശയാലുവാക്കി. പിന്നീട്, എന്റെ സഹോദരിയുടെ പ്രതികരണവും, ഞാൻ ഒരിക്കലും പ്രണയത്തിലായിട്ടില്ലെന്ന് പറഞ്ഞപ്പോഴുള്ള മിഹോയുടെയും മറ്റുള്ളവരുടെയും മുഖഭാവവും ഓർമ്മിച്ചപ്പോൾ, അത് ചെയ്യാൻ ശ്രമിക്കുന്നതിൽ തെറ്റില്ലെന്ന് ഞാൻ കരുതി.

"ഞാൻ പറയുന്ന ഇത് 'ഒരു കരാർ' ആണെന്ന്, പ്രതിഫലം ആവശ്യമില്ലാത്ത ഒന്ന്. എന്നെ ഇവിടെ നിർത്തി ഭക്ഷണം തന്നാൽ മാത്രം മതിയാകും."

"ആഹ്. ശരി, നിനക്ക് ഒന്നും സമ്പാദിക്കാൻ കഴിയാത്തിടത്തോളം ഞാൻ നിന്നോട് പണം ആവശ്യപ്പെടുന്നതിൽ അർത്ഥമില്ലെന്ന് ഞാൻ കരുതുന്നു. ഞാനും ദരിദ്രയാണ്, അതുകൊണ്ട് നിനക്കും പണം നൽകാൻ കഴിയില്ല. പക്ഷേ നീ അനാവശ്യമായി തിരക്ക് കാണിക്കുന്നില്ലെങ്കിൽ നിന്റെ ഭക്ഷണകാര്യം നോക്കാൻ എനിക്ക് കഴിയും."

"എന്ത്?"

"ഓ, ക്ഷമിക്കണം. ഞാൻ ആദ്യമായിട്ടാണ് ഒരു ജീവിയെ വീട്ടിൽ വളർത്തുന്നത്, അതിനാൽ ഒരു വളർത്തുമൃഗത്തെ വളർത്തുന്നത് പോലെ തോന്നുന്നു, നിനക്ക് മനസിലായോ."

എന്റെ സംസാര രീതി കേട്ട് ഷിറാഹ അസഹിഷ്ണുതയോടെ നോക്കി, പക്ഷേ അഹങ്കാരത്തോടെ പറഞ്ഞു, "അത് മതിയാകും." പിന്നെ കൂട്ടിച്ചേർത്തു, "പിന്നെ ഭക്ഷണത്തെക്കുറിച്ച് ഒരു കാര്യം പറയട്ടെ, രാവിലെ മുതൽ ഞാൻ ഒന്നും കഴിച്ചിട്ടില്ല."

"ഓ, ശരിയാണല്ലോ, ഫ്രിഡ്ജിൽ കുറച്ച് ആഹാരം ബാക്കിയുണ്ട്, ദയവായി ചൂടാക്കി കഴിച്ചോളൂ."

ഞാൻ കുറച്ച് പ്ലേറ്റുകൾ എടുത്ത് മേശമേൽ നിരത്തി, വേവിച്ച അരിയും സോയ സോസും ചേർത്ത് വേവിച്ച പച്ചക്കറികളും നടുവിൽ വച്ചു.

ഷിറാഹ നെറ്റി ചുളിച്ചു. "ഇതെന്താണ്?"

"മുള്ളങ്കി കിഴങ്ങ്, ബീൻസ് മുളപ്പിച്ചത്, ഉരുളക്കിഴങ്ങ്, പിന്നെ അരിയും."

"നീ എപ്പോഴും ഇതുപോലുള്ള സാധനങ്ങളാണോ കഴിക്കാറ്?"

"ഇത് പോലുള്ള സാധനങ്ങളോ?"

"നിനക്ക് പാചകം അത്ര വശമില്ല അല്ലേ?"

"ഞാൻ ഭക്ഷണം കഴിക്കുന്നതിന് മുൻപ് ചൂടാക്കി കഴിക്കും. എനിക്ക് പ്രത്യേകിച്ച് രുചി വേണമെന്നൊന്നും നിർബന്ധമില്ല, ഉപ്പ് കൂടുതൽ വേണമെന്ന് തോന്നിയാൽ ഞാൻ സോയ സോസ് ചേർക്കുമെന്നേയുള്ളൂ."

ഞാൻ അത് അയാൾക്ക് വ്യക്തമായി വിശദീകരിച്ചു കൊടുത്തു, പക്ഷേ അയാൾക്ക് അത് മനസ്സിലായതുപോലെ തോന്നിയില്ല. മനസ്സില്ലാമനസ്സോടെ ഒരു ഫോർക്കിൽ നിറയെ ഭക്ഷണമെടുത്ത് വായിലേക്ക് വച്ചു, അയാൾ വിരൽ ഞൊടിച്ചു കൊണ്ടു പറഞ്ഞു, "ഇത് നായ്ക്കൾക്കുള്ള ഭക്ഷണം പോലെയുണ്ട്!"

അത് അങ്ങനെതന്നെയാണല്ലോ എന്ന് ഞാനും വിചാരിച്ചു. അതുകൊണ്ടാണ് ഞാൻ അങ്ങനെ പറഞ്ഞതും. ഞാൻ ഒരു മുള്ളങ്കി കിഴങ്ങിന്റെ ഒരു കഷണം ഫോർക്ക് കൊണ്ട് കുത്തി എന്റെ വായിൽ വച്ചു.

* * *

ഷിറാഹയെ എന്റെ കൂടെ താമസിപ്പിക്കാൻ തീരുമാനിച്ചപ്പോൾ ഞാൻ ഒരു തട്ടിപ്പുകാരനെയാണോ കൂടെ കൂട്ടുന്നതെന്ന് എനിക്ക് തോന്നിയിരുന്നു, കാലം കടന്നുപോകുംതോറും അയാളുടെ പ്രവചനങ്ങൾ അതിശയകരമാംവിധം കൃത്യമായി തീർന്നു. അയാൾ കൂടെയുണ്ടായിരുന്നത് എനിക്ക് സൗകര്യപ്രദമായി. എനിക്ക് അത് ബോധ്യപ്പെടാൻ അധികനാളെടുത്തില്ല.

എന്റെ സഹോദരി കഴിഞ്ഞാൽ, അടുത്തതായി ഞാൻ അയാളെക്കുറിച്ച് ആരോടെങ്കിലും പറഞ്ഞത് മിഹോയുടെ

വീട്ടിൽ നടന്ന ഒരു ഒത്തുചേരലിലായിരുന്നു. ഞങ്ങൾ എല്ലാവരും കേക്ക് കഴിക്കാൻ ഇരിക്കുകയായിരുന്നു, ഞാൻ വെറുതെ അയാൾ എന്നോടൊപ്പം താമസിക്കുന്നു എന്ന് പറഞ്ഞു പോയി.

അപ്പോൾ അവരുടെയെല്ലാം ആവേശത്തിമിർപ്പ് കണ്ട്, അവർക്ക് ഭ്രാന്തുപിടിച്ചോ എന്ന് പോലും ഞാൻ ചിന്തിച്ചു.

"പറയൂ ..., എന്ത്? എപ്പോൾ മുതൽ?"

"അയാൾ എങ്ങനെയുണ്ട്?"

"കൊള്ളാം, അത് അതിശയമായിരിക്കുന്നല്ലോ! കെയ്കോ, നിന്റെ ജീവിതത്തിന് എന്ത് സംഭവിക്കുമെന്ന് എനിക്ക് വളരെ ആശങ്കയുണ്ടായിരുന്നു. ഇപ്പോൾ ഞാൻ നിന്നെയോർത്ത് വളരെ സന്തോഷിക്കുന്നു!"

"നന്ദി," ഞാൻ ലളിതമായി പറഞ്ഞു, അവരുടെയെല്ലാം സന്തോഷം കണ്ടപ്പോൾ എനിക്ക് അത് അൽപ്പം വിചിത്രമായി തോന്നി.

"ശരി, അയാളെക്കുറിച്ച് ഞങ്ങളോട് പറയൂ. അയാളുടെ ജോലി എന്താണ്? എന്താണ് ചെയ്യുന്നത്?"

"അയാൾ ഒന്നും ചെയ്യുന്നില്ല. സ്വന്തമായി ഒരു ബിസിനെസ്സ് ആരംഭിക്കാൻ ആഗ്രഹിക്കുന്നു എന്ന് അയാൾ പറഞ്ഞിട്ടുണ്ട്, പക്ഷേ അതൊക്കെ വെറും വാചകത്തിൽ മാത്രമേ ഉള്ളൂ. അയാൾ എന്റെ വീട്ടിൽ വെറുതെ അലസമായി ഇരുന്ന് സമയം കളയുകയാണ്."

എല്ലാവരും മുന്നോട്ടാഞ്ഞിരുന്നു, പെട്ടെന്ന് എല്ലാവരും ഗൗരവമായി.

"അതേ! ചില പുരുഷന്മാർ അങ്ങനെയാണ്... പക്ഷേ അവർ നല്ല ദയയുള്ളവരും, ആത്മാർത്ഥതയുള്ളവരും, ആകർഷകരുമായിരിക്കും, അല്ലേ? എന്റെ സുഹൃത്ത് അത്തരമൊരു വ്യക്തിയുമായി പ്രണയത്തിലായി. പക്ഷേ, അയാളിൽ എന്താണ് നല്ലതെന്ന് ഇപ്പോഴും എനിക്കറിയില്ല."

"ഒരു പ്രണയബന്ധത്തിൽ നിന്ന് മോചിതയായ എന്റെ ഒരു സുഹൃത്ത്, അവളെ ആശ്രയിച്ച് ജീവിച്ചിരുന്ന ഒരാളുമായി ബന്ധത്തിലായി. അയാൾ എന്തെങ്കിലും വീട്ടുജോലികൾ ചെയ്തിരുന്നെങ്കിൽ, ഒരു വീട്ടമ്മയെപ്പോലെ ആണെന്നെങ്കിലും പറയാമായിരുന്നു. പക്ഷേ, അയാൾ ഒരു ചെറുവിരൽ പോലും

അനക്കിയില്ല. എന്നാൽ അവൾ ഗർഭിണിയായതോടെ അയാളുടെ സമീപനം പൂർണ്ണമായും മാറി. ഇപ്പോൾ അവർ വളരെ സന്തോഷത്തോടെ കഴിയുന്നു."

"അതെ, തീർച്ചയായും! അത്തരമൊരു പുരുഷനുമായി കഴിയുമ്പോൾ ചെയ്യാൻ കഴിയുന്ന ഏറ്റവും നല്ല കാര്യം ഗർഭിണിയാകുക എന്നതാണ്."

ഞാൻ ഒരിക്കലും പ്രണയത്തിലായിട്ടില്ലെന്ന് പറഞ്ഞപ്പോഴേക്കാളും കൂടുതൽ സന്തോഷം ഇപ്പോൾ എല്ലാവർക്കും തോന്നുന്നതായി എനിക്ക് തോന്നി. എന്റെ സാഹചര്യത്തെക്കുറിച്ച് എല്ലാം അറിയാമെന്ന മട്ടിലാണ് അവർ പെരുമാറിയത്. മുമ്പത്തെ ഞാൻ—ഒരിക്കലും പ്രണയത്തിലായിട്ടില്ലാത്ത, ലൈംഗിക ബന്ധം ഉണ്ടായിട്ടില്ലാത്ത, ഒരു ശരിയായ ജോലി പോലും ചെയ്തിട്ടില്ലാത്ത—ചിലപ്പോൾ മനസ്സിലാക്കാൻ ബുദ്ധിമുട്ടുള്ളവളായിരുന്നു. പക്ഷേ ഇപ്പോഴത്തെ ഞാൻ—ഷിറാഹയെ കൂടെ താമസിപ്പിക്കുന്നവൾ എന്ന നിലയിൽ—എന്നെക്കുറിച്ചുള്ള എല്ലാം, എന്റെ ഭാവിയടക്കം, അവർക്ക് വ്യക്തമായിരുന്നു.

എന്റെ സുഹൃത്തുക്കൾ എന്നെക്കുറിച്ചും ഷിറാഹയെക്കുറിച്ചും സംസാരിക്കുന്നത് കേട്ടപ്പോൾ, അവർ തികച്ചും അപരിചിതരായ രണ്ട് പേരെക്കുറിച്ച് സംസാരിക്കുന്നതുപോലെ തോന്നി. ഞങ്ങൾ അവരുടെ ഇടയിൽ മെനഞ്ഞ ഒരു കഥ പോലെയായി എന്ന് തോന്നി. അതിലെ കഥാപാത്രങ്ങൾക്ക് ഞങ്ങളുടേതുപോലെയുള്ള പേരുകൾ ഉണ്ടായിരുന്നു, പക്ഷേ ആ കഥാപാത്രങ്ങൾക്ക് ഞാനും ഷിറാഹയും തമ്മിൽ യാതൊരു ബന്ധവുമില്ല താനും.

ഞാൻ അവരുടെ ഇടയ്ക്ക് കയറി സംസാരിക്കാൻ ശ്രമിച്ചപ്പോൾ അവർ പറഞ്ഞു : "നോക്കൂ, ഞങ്ങൾ പറയുന്നത് കേൾക്കൂ!" "അതെ, അതാണ് ശരി. എന്തൊക്കെ പറഞ്ഞാലും, നീ പ്രണയിക്കുന്നത് ആദ്യമായാണ്, കെയ്കോ. ഇത്തരത്തിലുള്ള ആളെക്കുറിച്ച് ഞങ്ങൾ വളരെയധികം കേട്ടിട്ടുണ്ട്—കേട്ട് കേട്ട് ഞങ്ങൾ മടുത്തു!" "നീയും അങ്ങനെ ഒരാളുമായി ചെറുപ്പത്തിൽ പുറത്തു പോയിട്ടില്ലേ, മിഹോ?" അവർ അത്രയും ആസ്വദിച്ചുകൊണ്ടിരുന്നതുകൊണ്ട്, ചോദിച്ച കാര്യങ്ങൾക്ക് മാത്രം മറുപടി നൽകാനും അതിലപ്പുറം കൂടുതലൊന്നും പറയേണ്ടതില്ലെന്നും ഞാൻ തീരുമാനിച്ചു.

എല്ലാവരും ആദ്യമായി ഞാനും അവരുടെ കൂട്ടത്തിലെ

ഒരാളായി കണ്ടു തുടങ്ങി എന്നും, എല്ലാവരും അവരിലേക്ക് എന്നെ സ്വാഗതം ചെയ്യുന്നതുമായി എനിക്ക് തോന്നി.

ഇതുവരെ അവർ എന്നെ ഒരു അന്യയായി കരുതിയിരുന്നുവെന്ന് വേദനയോടെ അറിയാമായിരുന്നിട്ടും, അവർ ആവേശത്തോടെ മുന്നോട്ട് പോകുന്നത് ഞാൻ ആസ്വദിച്ചു. സുഗവാര എപ്പോഴും ഉപയോഗിക്കുന്ന അതേ സ്വരത്തിൽ സംസാരിക്കുകയും തലയാട്ടുകയും ഇടയ്ക്കിടെ "ആഹ്, അങ്ങനെയാണോ?" എന്ന് മന്ത്രിക്കുകയും ചെയ്തു.

* * *

ഞാൻ ഷിറാഹയെ ദത്തെടുത്തതിനുശേഷം, കൺവീനിയെൻസ് സ്റ്റോറിൽ എന്റെ കാര്യങ്ങൾ കൂടുതൽ സുഗമമായി നടന്നു. പക്ഷേ അയാളുടെ ഭക്ഷണത്തിന് വേണ്ടി എനിക്ക് കൂടുതൽ പണം ചിലവാക്കേണ്ടി വന്നു. വെള്ളിയാഴ്ചകളും ഞായറാഴ്ചകളും എല്ലായ്പ്പോഴും എന്റെ അവധി ദിവസങ്ങളായിരുന്നു, പക്ഷേ ഈ ഷിഫ്റ്റുകളിൽ കൂടി ജോലി ചെയ്യാൻ ആവശ്യപ്പെടുന്നതിനെക്കുറിച്ചുള്ള ചിന്ത എന്റെ മുന്നോട്ടുള്ള ചുവടുകൾക്ക് കൂടുതൽ കുതിപ്പ് നൽകി.

പുറത്തെ ചവറ്റുകുട്ടകൾ വൃത്തിയാക്കുന്നത് പൂർത്തിയാക്കി ഞാൻ പുറകിലെ മുറിയിലേക്ക് പോയി. അപ്പോഴേക്ക് മാനേജർ രാത്രി ഷിഫ്റ്റ് അവസാനിപ്പിച്ച് അവിടേക്ക് വന്ന് ജോലിക്കാരുടെ പട്ടിക തയ്യാറാക്കുകയായിരുന്നു, അതിനാൽ ഞാൻ ശാന്തമായി അദ്ദേഹത്തോട് കാര്യം പറഞ്ഞു.

"അതേ, വെള്ളിയാഴ്ചയും ഞായറാഴ്ചയും ഉള്ള ഷിഫ്റ്റുകളിൽ നിങ്ങൾ ഇതിനകം ആളുകളുടെ പേര് ചേർത്തോ? ഞാൻ കുറച്ചു കൂടി സമ്പാദിക്കാൻ ശ്രമിക്കുകയാണ്, അതുകൊണ്ട് കൂടുതൽ ഷിഫ്റ്റുകൾ ജോലി ചെയ്യാൻ എനിക്ക് സന്തോഷമേ ഉള്ളൂ."

"നീ ഒരു അത്ഭുതമാണ്, മിസ് ഫുരുകുറ! നീ എപ്പോഴും ഉത്സാഹവതിയാണ്. പക്ഷേ, ഒരു ദിവസം പോലും അവധിയില്ലാതെ ആഴ്ച മുഴുവൻ ജോലി ചെയ്യുന്നത് നിയമ ലംഘനമാണ്, നിനക്കത് അറിയാവുന്നതല്ലേ. മറ്റൊരു ജോലിക്ക് പോകുന്നതിനെക്കുറിച്ച് ചിന്തിച്ചുകൂടെ? ഇപ്പോൾ എല്ലാ കടകളിലും ജോലിക്കാർ കുറവാണ്, അതുകൊണ്ട് നിന്നെപ്പോലെ ഒരാളെ കിട്ടിയാൽ അവർ ഒരിക്കലും നിരാശരാകില്ലെന്ന് എനിക്കുറപ്പുണ്ട്."

"നന്ദി, അത് ഒരു വലിയ സഹായമായിരിക്കും."

"അസുഖം വരാതിരിക്കാൻ ശ്രദ്ധിക്കുക, കേട്ടോ? ഓ, ഇതാ, നിന്റെ ഈ മാസത്തെ ശമ്പള സ്ലിപ്പ്," എന്ന് പറഞ്ഞു, എന്റെ ശമ്പള സ്ലിപ്പ് എനിക്ക് കൈമാറി.

ഞാൻ അത് എന്റെ ബാഗിൽ വയ്ക്കാൻ തുടങ്ങിയപ്പോഴാണ് അയാൾ നെടുവീർപ്പോടെ പിറുപിറുക്കുന്നത് കേട്ടത്, "ആഹ്, ഷിറാഹയുടെയും സാധനങ്ങൾ ഇവിടെയുള്ളത് അവന് കൊടുക്കണം. അവൻ ഇതുവരെ അയാളുടെ സാധനങ്ങൾ ഇവിടെ നിന്നും എടുത്തിട്ടില്ല, എനിക്ക് അവനെ കോണ്ടാക്റ്റ് ചെയ്യാൻ കഴിയുന്നില്ല."

"എന്താ, അയാളുടെ ഫോണിൽ വിളിക്കാൻ പറ്റില്ലേ?"

"അത് ബെല്ലടിക്കുന്നതല്ലാതെ അവൻ എടുക്കുന്നില്ല. അവൻ ശരിക്കും ഒരു ഗുണവും ഇല്ലാത്തവനാണ്. ഞാനവനോട് പറഞ്ഞതാണ് അവന്റെ സ്വകാര്യ വസ്തുക്കൾ ജോലിക്ക് കൊണ്ടുവരരുതെന്ന്, പക്ഷേ അവൻ അത് കേട്ടില്ല, ഇപ്പോൾ ലോക്കറിൽ നിറയെ അവന്റെ ബാക്കി സാധനങ്ങളാണ്."

"ഞാനതൊക്കെ എടുത്ത് അയാൾക്ക് കൊണ്ട് കൊടുത്തോട്ടെ?"

രാത്രി ഷിഫ്റ്റിൽ പുതിയൊരാൾ ജോലിക്ക് കയറേണ്ടതായിരുന്നു. ലോക്കർ ഇപ്പോഴും നിറഞ്ഞിരുന്നാൽ പ്രശ്നമാകുമെന്ന് ഞാൻ കരുതി, അതിനാലാണ് അറിയാതെ അങ്ങനെ ഒരു ചോദ്യം എന്റെ വായിൽ നിന്നും വീണത്.

"എന്താ? ഷിറാഹക്ക് കൊണ്ടുകൊടുക്കാം എന്നല്ലേ നീ ഇപ്പോൾ പറഞ്ഞത്?" അയാൾ അത്ഭുതത്തോടെ ചോദിച്ചു. "മിസ് ഫുരുകുറ, എന്താണ് ഇതൊക്കെ? നിങ്ങൾ തമ്മിൽ ഇപ്പോഴും കാണാറുണ്ടോ?"

ശ്ശെ... ഞാൻ ചിന്തിച്ചുകൊണ്ട് തലയാട്ടി.

എന്നെ അറിയാത്തവരോട് നീ എന്നെക്കുറിച്ച് സംസാരിക്കുന്നതിൽ എനിക്ക് യാതൊരു വിരോധമില്ല, പക്ഷേ ഞാൻ ഇവിടെയുണ്ടെന്ന് കൺവീനിയെൻസ് സ്റ്റോറിലെ ആരും അറിയരുതെന്ന്എനിക്കുണ്ട്. അതാണ്ഷിറാഹ പറഞ്ഞിരുന്നത്.

എന്നെ അറിയുന്ന എല്ലാവരിൽ നിന്നും നീ എന്നെ മറച്ചു പിടിക്കണം എന്ന് ഞാൻ ആഗ്രഹിക്കുന്നു. ഞാൻ ആർക്കും ഒരു

പ്രശ്നവും ഉണ്ടാക്കിയിട്ടില്ല, പക്ഷേ അവരെല്ലാം വിചാരിക്കുന്നത് എന്റെ ജീവിതത്തിലേക്ക് കടന്നു കയറാം എന്നാണ്. എനിക്ക് സ്വസ്ഥമായി ഇരിക്കണം, അത് മാത്രമേ ഉള്ളൂ.

അയാൾ ശ്വാസമടക്കി പിറുപിറുത്തുകൊണ്ടിരുന്നതൊക്കെ ഞാൻ ഓർത്തുകൊണ്ടിരിക്കുമ്പോഴായിരുന്നു ഓട്ടോമാറ്റിക് ഡോർ തുറക്കുന്ന ശബ്ദം സിസിടിവി മോണിറ്ററിലൂടെ കേട്ടത്. ഞാൻ സ്ക്രീനിലേക്ക് നോക്കിയപ്പോൾ പുരുഷ ഉപഭോക്താക്കളുടെ ഒരു സംഘം കടയിലേക്ക് പ്രവേശിക്കുന്നതായിരുന്നു കണ്ടത്. ഒറ്റയടിക്ക് കട തിരക്കിലായി. കഴിഞ്ഞ ആഴ്ച ജോലിയിൽ ചേർന്ന ടുവാൻ, ക്യാഷ് കൗണ്ടറിൽ ഒറ്റയ്ക്കായിരുന്നു, അതുകൊണ്ട് അവനെ സഹായിക്കാൻ ഉടനെ അവിടേയ്ക്ക് പോകുന്നതാണ് നല്ലതെന്ന് എനിക്ക് തോന്നി.

"ഹേയ്, ഹേയ്, തിടുക്കപ്പെടേണ്ട. അത്ര എളുപ്പത്തിൽ നിനക്ക് രക്ഷപ്പെടാൻ കഴിയില്ല!" മാനേജർ കളിയായി ശബ്ദമുയർത്തി പറഞ്ഞു.

ഞാൻ സ്ക്രീനിലേക്ക് വിരൽ ചൂണ്ടി. "നോക്കൂ ടുവാന് കൗണ്ടറിൽ സഹായം ആവശ്യമുണ്ട്," ഞാൻ അയാളോട് അങ്ങനെ പറഞ്ഞുകൊണ്ട് ഓടി.

ഞാൻ അവിടെ എത്തിയപ്പോഴേക്കും മൂന്ന് ഉപഭോക്താക്കൾ കാത്തുനിൽക്കുന്നുണ്ടായിരുന്നു, കൂടാതെ ക്യാഷ് കൗണ്ടർ പ്രവർത്തിപ്പിക്കുമ്പോൾ ടുവാൻ പരിഭ്രാന്തനായിരുന്നു.

"നോക്കൂ, ഇത് ഞാൻ എന്തുചെയ്യണം?"

ഒരു വൗച്ചർ എങ്ങനെ കൈകാര്യം ചെയ്യണമെന്ന് അയാൾക്ക് അറിയില്ലായിരുന്നു. ഞാൻ അത് വേഗത്തിൽ കൈകാര്യം ചെയ്ത് അവനോട് പറഞ്ഞു : "ഇതൊരു പണം തിരികെ നൽകുന്ന വൗച്ചറാണ്. അവർക്ക് അവരുടെ ചില്ലറ കൊടുക്കൂ, മനസ്സിലായോ?" ശേഷം ഞാൻ മറ്റേ കൗണ്ടറിലേക്ക് ഓടി.

"നിങ്ങളെ കാത്തുനിർത്തിയതിൽ ക്ഷമിക്കണം! അടുത്ത ഉപഭോക്താവ്, ദയവായി ഇവിടെ നില്ക്കൂ."

കാത്തിരിക്കുന്നതിൽ അൽപ്പം അതൃപ്തിയുള്ളതായി തോന്നിച്ച ഒരാൾ അടുത്ത് വന്ന് ദേഷ്യത്തോടെ പറഞ്ഞു, "അയാൾ പുതിയ ആളാണോ? എനിക്ക് അല്പം തിരക്കുണ്ട്."

"ക്ഷമിക്കണം!" ഞാൻ തല കുനിച്ചുകൊണ്ട് പറഞ്ഞു.

ടുവാൻ ഇതുവരെ ക്യാഷ് കൗണ്ടർ പ്രവർത്തിപ്പിച്ച് പരിചയപ്പെട്ടിരുന്നില്ല, മിസ്സിസ് ഇസുമി അവനെ ശ്രദ്ധിക്കണമായിരുന്നു. ഞാൻ ചുറ്റും നോക്കിയപ്പോൾ അവൾ കാർട്ടൺ പാനീയങ്ങൾ ഓർഡർ ചെയ്യുന്ന തിരക്കിലായിരുന്നു, പണം നൽകാൻ കാത്തിരിക്കുന്ന ഇത്രയധികം ഉപഭോക്താക്കൾ ഉണ്ടെന്ന് അവൾക്കറിയില്ലായിരുന്നു.

ക്യാഷ് കൗണ്ടറിൽ തിരക്ക് ശാന്തമായതിനു ശേഷം, ഇന്നത്തെ പ്രമോഷനായി ഡീപ്പ്-ഫ്രൈഡ് ചിക്കൻ സ്ക്യൂവറുകൾ ഇതുവരെ തയ്യാറാക്കിയിട്ടില്ലെന്ന് ഞാൻ ശ്രദ്ധിച്ചു. അതിനാൽ ഞാൻ വേഗത്തിൽ പിന്നിലെ റൂമിലുള്ള ഫ്രീസറിൽ നിന്ന് കുറച്ച് എടുക്കാൻ ഓടി.

മാനേജരും മിസ്സിസ് ഇസുമിയും പിൻമുറിയിൽ എന്തോ സംസാരിക്കുകയായിരുന്നു, കണ്ടിട്ട് രസകരമായ എന്തോ ആണെന്ന് തോന്നുന്നു.

"ഇന്ന് നമ്മൾ നൂറ് ചിക്കൻ സ്ക്യൂവറുകൾ വില്ക്കാനാണ് ലക്ഷ്യമിട്ടിരുന്നത്, അല്ലേ? പക്ഷേ ഉച്ചഭക്ഷണ സമയത്തെ തിരക്കിന് ഇതുവരെ ഒന്നും തയ്യാറായിട്ടില്ല, ചെറിയ പരസ്യ ബോർഡും ഇനിയും വെച്ചിട്ടില്ല!" ഞാൻ അവരോട് പറഞ്ഞു.

അവർ രണ്ടുപേരുടെയും പ്രതികരണത്തിനായി ഞാൻ കാത്തു, "ഓ, അത് ശരിയാണല്ലോ!" പക്ഷേ, മിസ്സിസ് ഇസുമി എന്റെ നേരെ ചാഞ്ഞു നിന്ന് പറഞ്ഞു, "ഹേയ്, മിസ് ഫുരുകുറ, നിങ്ങളെയും ഷിറാഹയെയും കുറിച്ച് ഞാൻ എന്താണ് കേൾക്കുന്നത്? അത് സത്യമാണോ?"

"എന്ത്? പക്ഷേ മിസ്സിസ് ഇസുമി, സ്ക്യൂവറുകൾ—"

"അല്പം നിൽക്കൂ, ഇത് എത്ര നാളായി നടക്കുന്നു? നിങ്ങൾ തമ്മിൽ നല്ല പൊരുത്തമാണ്! വരൂ, ഞങ്ങളോട് പറയൂ. നിങ്ങളിൽ ആരാണ് ആദ്യമായി ഈ ബന്ധത്തിന് മുൻകൈ എടുത്തത്? അത് ഷിറാഹയായിരുന്നോ?"

"ഓ, അവൾക്ക് അതൊക്കെ പുറത്തുപറയാൻ വളരെ നാണമുണ്ടാകും... അവളെ എപ്പോഴെങ്കിലും മദ്യപിക്കാൻ കൊണ്ടുപോകേണ്ടി വരും ഇതൊക്കെ ഒന്ന് അറിയണമെങ്കിൽ. ഷിറാഹയെയും കൊണ്ടുവരണം, ഫുരുകുറ!"

"പക്ഷേ, സ്ക്യൂവറുകൾ!"

"വിഷയം മാറ്റാതിരിക്കു! വരൂ, ഞങ്ങളോട് പറയൂ!"

ദേഷ്യത്തോടെ ഞാൻ അവരോട് അലറി : "നോക്കൂ, ഞങ്ങൾക്കിടയിൽ എന്തെങ്കിലും ഉണ്ടെന്നല്ല! അയാൾ ഇപ്പോൾ എന്റെ വീട്ടിൽ താമസിക്കുന്നു, അത്രയേ ഉള്ളൂ. പ്രധാന കാര്യം, നമ്മൾ ഇതുവരെ ചിക്കൻ സ്ക്യൂവറുകൾ തയ്യാറാക്കാൻ തുടങ്ങിയിട്ടില്ല എന്നതാണ്!"

"എന്ത്?" മിസ്സിസ് ഇസുമി അലറി. "നിങ്ങൾ ഒരുമിച്ച് *താമസിക്കുകയാണെന്നോ?*"

"ശരിയാണോ?" മാനേജർ ചോദിച്ചു.

അവർ വളരെ ആവേശഭരിതരായി തോന്നി, കൂടുതൽ ഒന്നും പറയുന്നതിൽ അർത്ഥമില്ലെന്ന് എനിക്ക് മനസ്സിലായി, ഞാൻ ഫ്രീസറിനടുത്തേക്ക് തിരക്കിട്ട് ഓടി, ചിക്കൻ സ്ക്യൂവറുകളുടെ പെട്ടികൾ പുറത്തെടുത്തു, എന്റെ കൈകൾ നിറയെ ചിക്കൻ സ്ക്യൂവറുകളുമായി ക്യാഷ് കൗണ്ടറിലേക്ക് നീങ്ങി.

അവരുടെ പ്രതികരണം എന്നെ ഞെട്ടിച്ചു കളഞ്ഞു. ഒരു കൺവീനിയെൻസ് സ്റ്റോർ ജീവനക്കാരെന്ന നിലയിൽ, സാധാരണയായി 130 യെൻ വിലയുള്ള ചിക്കൻ സ്ക്യൂവറുകൾ 110 യെൻ എന്ന പ്രത്യേക വിലയ്ക്ക് വിൽപ്പനയ്ക്കിടയാക്കുന്ന പ്രമോഷനേക്കാൾ സ്റ്റോർ ജീവനക്കാരെക്കുറിച്ചുള്ള പരദൂഷണത്തിന് അവർ മുൻഗണന നൽകുന്നത് എനിക്ക് വിശ്വസിക്കാൻ പോലും കഴിഞ്ഞില്ല. ഇവർ രണ്ടുപേർക്കും എന്താണ് സംഭവിച്ചത്?"

പെട്ടികളുമായി തിരക്കിട്ട് ഓടിയെത്തിയപ്പോൾ എത്രമാത്രം ഞാൻ അസ്വസ്ഥയാണെന്ന് ടുവാൻ ശ്രദ്ധിച്ചിരിക്കണം, കാരണം അവൻ അവ എടുക്കാൻ എന്നെ സഹായിച്ചു.

"കൊള്ളാം, ഒരുപാട് ഉണ്ടല്ലോ! ഇതെല്ലാം ഇവിടെ ഡിസ്കൗണ്ടിൽ വയ്ക്കാനുള്ളതാണോ?" അവൻ തന്റെ മുറി ജാപ്പനീസ് ഭാഷയിൽ ചോദിച്ചു.

"അതെ, ഇവയെല്ലാം ഡിസ്കൗണ്ടിലാണ്. ഇന്ന് നൂറ് എണ്ണം വിൽക്കുക എന്നതാണ് നമ്മുടെ ലക്ഷ്യം. കഴിഞ്ഞ തവണ നമുക്ക് തൊണ്ണൂറ്റി ഒന്ന് എണ്ണം മാത്രമേ വിൽക്കാൻ കഴിഞ്ഞുള്ളൂ, അതിനാൽ ഇന്ന് നമുക്ക് ലക്ഷ്യത്തിലെത്താൻ കഴിയണം. വൈകുന്നേരത്തെ ഷിഫ്റ്റിലുള്ള സവാഗുച്ചി ഇന്ന് ഉപയോഗിക്കാൻ

പറ്റിയ ഒരു വലിയ പരസ്യ ബോർഡ് നമുക്ക് ഒരുക്കിയിട്ടുണ്ട്. എല്ലാ ജീവനക്കാരും ഒത്തുപിടിച്ചാൽ, നമുക്ക് ഇതെല്ലാം വിൽക്കാൻ കഴിയും. അതാണ് ഇപ്പോൾ ഈ സ്റ്റോറിന് ഏറ്റവും പ്രധാനപ്പെട്ടത്," ഏതോ കാരണത്താൽ ശ്വാസംമുട്ടിയ പോലെ ഞാൻ പറഞ്ഞു.

"ഒത്തുപിടിക്കാനോ?" എന്റെ വേഗതയേറിയ ജാപ്പനീസ് ഭാഷ പിന്തുടരാൻ കഴിയാതെ അയാൾ തല ഒരു വശത്തേക്ക് തിരിച്ചുകൊണ്ട് ചോദിച്ചു.

"നോക്കൂ, ഇത് നടത്തി എടുക്കണമെങ്കിൽ നമ്മൾ ഒരുമിച്ച് പ്രവർത്തിക്കണം! ടുവാൻ, ദയവായി, ഇതെല്ലാം ഇപ്പോൾ തന്നെ തയ്യാറാക്കൂ!"

"മുഴുവനും? ഓ വൗ!" അവൻ തലയാട്ടിക്കൊണ്ട് അവ തയ്യാറാക്കാൻ തുടങ്ങി.

ഞാൻ ഫാസ്റ്റ് ഫുഡ് ഡിസ്പ്ലേ പെട്ടിക്കടുത്തേക്ക് ഓടിച്ചെന്ന് സവാഗുച്ചി കുറഞ്ഞത് രണ്ട് മണിക്കൂർ ഓവർടൈം ചെലവഴിച്ച് നിർമ്മിച്ച ത്രിമാന പരസ്യ ബോർഡ് സജ്ജമാക്കാൻ തുടങ്ങി. കാർഡ്ബോർഡും നിറമുള്ള ഡ്രോയിംഗ് പേപ്പറും ഉപയോഗിച്ചാണ് അത് നിർമ്മിച്ചത്. അതിൽ ഇങ്ങനെ എഴുതിയിരുന്നു : ഇന്നത്തെ ഐറ്റം! ജ്യൂസി ഫ്രൈഡ്-ചിക്കൻ സ്ക്വയറുകൾ 110 യെന്നിന്! ഓഫർ ഇന്ന് മാത്രം!

ഞാൻ ചവിട്ടുപടികളുള്ള ഏണിയിൽ കയറി ആ പരസ്യ ബോർഡ് സീലിംഗിൽ തൂക്കി, അവിടെ അത് മനോഹരമായി കാണപ്പെട്ടു. ഇത് ഉപയോഗിച്ച് നമുക്ക് തീർച്ചയായും നൂറ് സ്ക്വയറുകൾ വിൽക്കാൻ കഴിയുമെന്ന് ഞങ്ങളെ സഹായിക്കാൻ വേണ്ടി ഇതുണ്ടാക്കുമ്പോൾ സവാഗുച്ചി പറഞ്ഞിരുന്നു.

"ഞങ്ങൾ എല്ലാവരും സ്റ്റോർ തൊഴിലാളികളാണ് ഞങ്ങളുടെ പൊതു ലക്ഷ്യം കൈവരിക്കാൻ ഞങ്ങളെല്ലാം ഒരുമിച്ച് ശ്രമിക്കുമ്പോൾ, മാനേജറും മിസ്സ് ഇസുമിയും എന്താണ് ചെയ്യുന്നതെന്ന് മനസ്സിലാകുന്നില്ല! അവർക്ക് എന്താണ് തോന്നിയത്?"

"ഇറഷൈമാസേ! സുപ്രഭാതം!" ഒരു ഉപഭോക്താവ് കടയിലേക്ക് വന്നപ്പോൾ ഞാൻ വിളിച്ചു പറഞ്ഞു. "ഇന്ന് വെറും നൂറ്റിപ്പത്ത് യെന്നിന് ഡീപ്പ്-ഫ്രൈഡ് ചിക്കൻ സ്ക്വയറുകൾ ലഭ്യമാണ്! എങ്ങനെയുണ്ട് വാങ്ങുന്നോ?"

ട്ടവാൻ തയ്യാറാക്കിയ സ്ക്യൂവറുകൾ അട്ടക്കി വയ്ക്കുകയായിരുന്നു, എന്റെ സ്വരത്തിനൊപ്പം അവനും പറഞ്ഞു. "വറുത്ത ചിക്കൻ സ്ക്യൂവറുകൾ! എങ്ങനെയുണ്ടെന്ന് നോക്കൂ?"

മാനേജരും മിസ്സിസ് ഇസുമിയും ഇപ്പോഴും പുറകിലെ മുറിയിൽ നിന്ന് പുറത്തുവന്നിട്ടില്ല. മിസ്സ് ഇസുമിയുടെ നിഗൂഢമായ ചിരി കേൾക്കുന്നുണ്ട്.

"ഇപ്പോൾ കുറഞ്ഞ വിലയിൽ! ഫ്രൈഡ്-ചിക്കൻ സ്ക്യൂവറുകൾ! ഒന്ന് പരീക്ഷിച്ച നോക്കൂ!"

ട്ടവാൻ ഇപ്പോഴും ഈ ജോലിക്ക് പരിചയമാകാത്തവനാകാം, പക്ഷേ ഇന്നത്തെ സ്പെഷ്യൽ വാങ്ങാൻ ഉപഭോക്താക്കളെ ആകർഷിക്കാൻ എന്നോടൊപ്പം ചേർന്നത് കൊണ്ട് തന്നെ അവൻ വിലപ്പെട്ട സഹപ്രവർത്തകനായി തീർന്നു.

* * *

വീട്ടിലേക്കുള്ള വഴിയിൽ ഞാൻ ഒരു ചെറിയ സൂപ്പർമാർക്കറ്റിൽ കയറി മുളപ്പിച്ച പയറും, ചിക്കനും, പിന്നെ കാബേജും വാങ്ങി, പക്ഷേ ഞാൻ വീട്ടിലെത്തിയപ്പോൾ ഷിറാഹയെ അവിടെയെങ്ങും കാണാനില്ലായിരുന്നു.

അയാൾ പോയി കാണും എന്ന് കരുതി ഞാൻ ഭക്ഷണം പാകം ചെയ്യാൻ ഒരുങ്ങിയപ്പോഴാണ്, ബാത്ത്റൂമിൽ നിന്ന് ഒരു ശബ്ദം കേട്ടത്.

"ഓ, നിങ്ങളാണോ, ഷിറാഹ?"

അയാളെ നോക്കാനായി ഞാൻ ബാത്ത്റൂം വാതിൽ തുറന്നപ്പോൾ കണ്ടത്, നനവില്ലാത്ത ബാത്ത്ടബ്ബിൽ പൂർണ്ണമായും വസ്ത്രം ധരിച്ചിരുന്ന് ടാബ്‌ലെറ്റിൽ സിനിമ കണ്ടുകൊണ്ടിരിക്കുന്ന ഷിറാഹയെയാണ്.

"നീ എന്തിനാണ് ഇവിടെ ഇങ്ങനെ ഇരിക്കുന്നത്?"

"ഞാൻ ആദ്യം അലമാര പരീക്ഷിച്ച നോക്കി, പക്ഷേ അവിടെ പ്രാണികളുണ്ട്, നിങ്ങൾക്കറിയാമോ. ഇവിടെ പ്രാണികളൊന്നുമില്ല, അതിനാൽ എനിക്ക് ശാന്തമായി ഇരിക്കാം," അദ്ദേഹം മറുപടി പറഞ്ഞു. "ഇന്നും വേവിച്ച പച്ചക്കറികൾ തന്നെയാണോ?"

"അതെ, അതുതന്നെ. ഇന്ന് ഞാൻ മുളപ്പിച്ച പയറും, ചിക്കനും, പിന്നെ കാബേജുമാണ് പാകം ചെയ്യുന്നത്."

"ഓ, ശരി," അയാൾ മുഖമുയർത്തിനോക്കാതെ പറഞ്ഞു. "നീ ഇന്ന് വൈകിയാണ് വീട്ടിലെത്തിയത്, അല്ലേ? എനിക്ക് വിശക്കുന്നുണ്ട്."

"ഞാൻ ഇറങ്ങാൻ തുടങ്ങിയപ്പോൾ ആ മാനേജരും മിസ്സിസ് ഇസുമിയും കൂടി എന്നോട് സംസാരിക്കാൻ തുടങ്ങി, എന്നെ പോകാൻ അനുവദിച്ചില്ല. അയാളുടെ അവധി ദിവസമായിരുന്നിട്ടും മാനേജർ ദിവസം മുഴുവൻ കടയിലായിരുന്നു. ഒരു വൈകുന്നേരം മദ്യപിക്കാൻ നിങ്ങളെയും കൂട്ടികൊണ്ടുവരാൻ പറഞ്ഞ് അയാൾ എന്നെ നിരന്തരം ശല്യപ്പെടുത്തുകയായിരുന്നു."

"എന്ത്? നീ അവരോട് എന്നെക്കുറിച്ച് പറഞ്ഞോ?"

"ക്ഷമിക്കണം. അത് അറിയാതെ എന്റെ നാവിൽ നിന്ന് വീണുപോയി. ഓ, ഇതാ. നിങ്ങളുടെ സാധനങ്ങളും നിങ്ങളുടെ ഏറ്റവും പുതിയ ശമ്പള സ്ലിപ്പും ഞാൻ കൊണ്ടുവന്നിട്ടുണ്ട്."

"ഓ." ഷിറാഹ ഒന്നും പറയാതെ കുറച്ച നേരം ടാബ്ലെറ്റ് മുറുകെ പിടിച്ചിരുന്നു. പിന്നെ : "ഞാൻ പറയരുതെന്ന് പറഞ്ഞിട്ടും നീ അവരോട് പറഞ്ഞു."

"ക്ഷമിക്കണം. ഞാൻ അങ്ങനെ ഒന്നും മനപ്പൂർവ്വം ചെയ്തതല്ല."

"നീ അങ്ങോട്ട് പോയി പിടികൊടുത്തു, ഫുരുകുറ."

"എന്ത്?" ഞാൻ അമ്പരപ്പോടെ അയാളെ നോക്കി.

"ഇനി ആക്ഷേപിക്കാൻ വേണ്ടി എന്നെ വലിച്ചിഴച്ചുകൊണ്ടു പോകാൻ ആ തെണ്ടികൾ പരമാവധി ശ്രമിക്കും. പക്ഷേ ഞാൻ പോകില്ല. ഒരു തരത്തിലും. ഞാൻ ഇവിടെ ഒളിച്ചിരിക്കും. അതായത് അവർക്ക് ആക്ഷേപിക്കാനുള്ളവരുടെ പട്ടികയിൽ അടുത്തത് നീയാണ്, ഫുരുകുറ."

"ഞാനോ?"

"എന്തിനാണ് നീ ഒരു തൊഴിലില്ലാത്ത പുരുഷനെ നിന്റെ അപ്പാർട്ട്മെന്റിൽ താമസിക്കാൻ അനുവദിക്കുന്നത്? ഭാര്യയും ഭർത്താവും രണ്ടുപേരും ജോലി ചെയ്യുന്നതിൽ തെറ്റില്ലല്ലോ, പക്ഷേ അത് ഒരു സാധാരണ ജോലി ആയിരിക്കരുത്! നിങ്ങൾ വിവാഹം കഴിക്കാൻ പോകുകയാണോ? കുട്ടികളുടെ കാര്യത്തിൽ എന്താണ് തീരുമാനം? ശരിയായ, നല്ലൊരു ജോലി നേടൂ! പ്രായപൂർത്തിയായ ഒരാളെന്ന നിലയിൽ നിന്റെ പങ്ക് നിറവേറ്റൂ!

അവരെല്ലാം ഇപ്പോൾ നിന്റെ പുറകിലായിരിക്കും, നിനക്കത് മനസ്സിലാകും."

"കടയിലുള്ള ആരും മുൻപ് എന്നോട് അങ്ങനെ സംസാരിച്ചിട്ടില്ല."

"കാരണം നീ അതിൽ നിന്നൊക്കെ വളരെ അകലെയായിരുന്നു. മുപ്പത്തിയാറ് വയസ്സുള്ള, അവിവാഹിതയായ ഒരു കൺവീനിയെൻസ് സ്റ്റോർ ജീവനക്കാരി, കന്യകയും, എല്ലാ ദിവസവും ഉത്സാഹത്തോടെ ജോലി ചെയ്യുന്നു, പരമാവധി ഉച്ചത്തിൽ ഓഫർ വിളിച്ചു പറയുന്നു, ഊർജ്ജസ്വലയാണ്. എന്നിട്ടും, ശരിയായ ഒരു ജോലി അന്വേഷിക്കുന്നതിനുള്ള ലക്ഷണങ്ങൾ കാണിക്കുന്നില്ല. നിന്നെ ഒരു അന്യഗ്രഹ വസ്തുവായാണ് എല്ലാവരും കണക്കാക്കുന്നത്. നിന്നെ വളരെ വിചിത്രമായി കാണുന്നതിനാൽ ആരും അത് നേരിട്ട് പറയാൻ മെനക്കെടുന്നില്ല. പക്ഷേ, അവർ അത് നിന്റെ പുറകിൽ നിന്ന് പറഞ്ഞു കൊണ്ടിരിക്കും. എന്നാൽ ഇനി മുതൽ അവർ അത് നിന്റെ മുഖത്തുനോക്കി പറഞ്ഞു തുടങ്ങും."

"എന്ത്?"

"സാധാരണക്കാരെന്ന് കരുതപ്പെടുന്നവർ, അങ്ങനെ അല്ലാത്തവരെ വിചാരണ ചെയ്യുന്നതിൽ ആസ്വദിക്കാറുണ്ട്, അറിയാമല്ലോ. പക്ഷേ, നീ ഇപ്പോൾ എന്നെ പുറത്താക്കുകയാണെങ്കിൽ, അവർ നിന്നെ അതിലും നിർദ്ദയമായി വിധിക്കും. അതിനാൽ, എന്നെ കൂടെ നിർത്തുകയല്ലാതെ നിനക്ക് മറ്റ് ഒരു മാർഗ്ഗവുമില്ല." ഷിറാഹ ഒരു മങ്ങിയ ചിരി ചിരിച്ചു. "സ്ത്രീകൾ ആയതുകൊണ്ട് മാത്രം ഇത്തിക്കണ്ണികളാകാൻ അനുവാദമുള്ള സ്ത്രീകളോട് എനിക്ക് എപ്പോഴും പ്രതികാരം ചെയ്യണമെന്നുണ്ടായിരുന്നു. ഒരിക്കൽ ഞാൻ തന്നെ ഒരു ഇത്തിൾക്കണ്ണിയാകുമെന്ന് എപ്പോഴും ഞാൻ വിചാരിച്ചിരുന്നു. അങ്ങനെ ചെയ്താൽ അവരെ ഒരു പാഠം പഠിപ്പിക്കാം. എന്തായാലും, ഫുരുകുറ, ഞാൻ നിന്നെ ആശ്രയിച്ചാണ് ജീവിക്കാൻ പോകുന്നത് – അതിന് എന്ത് വിലകൊടുക്കേണ്ടി വന്നാലും."

അയാൾ എന്തിലേക്കാണ് പറഞ്ഞു പോകുന്നത് എന്ന് എനിക്ക് ഒരു പിടിയും ഉണ്ടായിരുന്നില്ല.

"എന്തും ആയികൊള്ളട്ടെ, നിങ്ങൾക്ക് ആഹാരം തരട്ടെ? ഞാൻ അത് വേവിക്കാൻ വെച്ചു, അത് ഇപ്പോൾ തന്നെ ശരിയാകും."

"ഞാനത് ഇവിടെ ഇരുന്നു കഴിച്ചോളാം. ദയവായി ഇങ്ങോട്ട് കൊണ്ടുവരൂ."

ഞാൻ അയാൾ പറഞ്ഞതുപോലെ ചെയ്തു, വേവിച്ച പച്ചക്കറികളും ചോറും ഒരു പ്ലേറ്റിൽ ഇട്ട് ബാത്ത്റൂമിലേക്ക് കൊണ്ടുപോയി.

"നീ വെളിയിൽ ഇറങ്ങുമ്പോൾ ആ വാതിൽ അടച്ചേക്കുമോ?"

ഞാൻ അയാൾ പറഞ്ഞതുപോലെ ബാത്ത്റൂമിന്റെ വാതിൽ അടച്ചു. ഞാൻ മേശയ്ക്കടുത്ത് കുറച്ച് നേരം ഒറ്റയ്ക്കിരുന്നു, പിന്നെ ഭക്ഷണം കഴിക്കാൻ തുടങ്ങി.

ഞാൻ ചവയ്ക്കുന്ന ശബ്ദം അസാധാരണമാംവിധം ഉച്ചത്തിലായിരുന്നു. അതിന് കാരണം, കുറച്ച് നേരം മുൻപ് വരെ ഞാൻ കൺവീനിയെൻസ് സ്റ്റോറിന്റെ ശബ്ദങ്ങൾക്കിടയിൽ ആയിരുന്നു എന്നതാകാം. കണ്ണുകൾ അടച്ച് കടയുടെ ചിത്രം മനസ്സിൽ വരച്ചപ്പോൾ, എന്റെ മനസ്സിൽ ആ ശബ്ദങ്ങൾക്ക് വീണ്ടും ജീവൻ വച്ചു.

ആ ശബ്ദം സംഗീതം പോലെ എന്റെ ശരീരത്തിലൂടെ ഒഴുകി. കടയിലെ കാര്യങ്ങൾ കാണുന്നതിന്റെയും കട പ്രവർത്തിക്കുന്നതിന്റെയും ശബ്ദങ്ങൾ എന്റെ ഉള്ളിൽ ആഴത്തിൽ പതിഞ്ഞതുപോലെ ഞാൻ ആ ശബ്ദങ്ങളോട് ലയിച്ചു, നാളെ വീണ്ടും ജോലി ചെയ്യാൻ ശരീരത്തിന് ഊർജ്ജം ലഭിക്കാനായി, എന്റെ മുന്നിലുള്ള ഭക്ഷണം ഞാൻ ശരീരത്തിലേക്ക് നിറച്ചു.

* * *

ഷിറാഹയെക്കുറിച്ചുള്ള വാർത്ത കടയിൽ കാട്ടുതീ പോലെ പടർന്നു. മാനേജരെ കാണുമ്പോഴെല്ലാം അദ്ദേഹം എന്നോട് ഇതേപ്പറ്റി ചോദിച്ച് ശല്യപ്പെടുത്താൻ തുടങ്ങി : "ഷിറാഹ എങ്ങനെയുണ്ട്? എപ്പോഴാണ് നിങ്ങൾ അവനെ നമ്മുടെ കൂടെയൊന്ന് കൂടാൻ കൊണ്ടുവരുന്നത്?"

എട്ടാമത്തെ മാനേജരോട് എനിക്ക് എപ്പോഴും വലിയ ബഹുമാനമുണ്ടായിരുന്നു. അദ്ദേഹം കഠിനാധ്വാനിയായ ഒരു വ്യക്തിയായിരുന്നു, അദ്ദേഹത്തെ നല്ലൊരു സഹപ്രവർത്തകനായി ഞാൻ കരുതിയിരുന്നു, പക്ഷേ ഇപ്പോൾ ഞങ്ങൾ കണ്ടുമുട്ടുമ്പോഴെല്ലാം അദ്ദേഹത്തിന് ഷിറാഹയെക്കുറിച്ച് മാത്രമേ ചോദിക്കാനുള്ളൂ, അത് വളരെ അസഹനീയമായിരുന്നു.

ഇതുവരെ ഞങ്ങൾക്കിടയിൽ ഉണ്ടായിരുന്ന സംഭാഷണങ്ങൾ എല്ലാം അർത്ഥവത്തായ തൊഴിലാളി-മാനേജർ ചർച്ചകളായിരുന്നു: "ഇപ്പോൾ ചൂട് കാലാവസ്ഥയാണ്, അതിനാൽ ചോക്ലേറ്റ് ഡെസർട്ടുകളുടെ വിൽപ്പന കുറവാണ്", അല്ലെങ്കിൽ "റോഡിന്റെ അറ്റത്ത് പുതിയ ഫ്ലാറ്റ് ബ്ലോക്ക് വന്നിട്ടുണ്ട്, അതുകൊണ്ട് വൈകുന്നേരങ്ങളിൽ നമുക്ക് കൂടുതൽ കച്ചവടം കിട്ടുന്നുണ്ട്," അല്ലെങ്കിൽ "അടുത്ത ആഴ്ചയ്ക്ക് ശേഷം പുറത്തിറങ്ങുന്ന പുതിയ ഉൽപ്പന്നത്തിന് വലിയ പരസ്യപ്രചാരണം നടക്കുകയാണ്, അതിനാൽ നമുക്ക് അതിൽ നല്ല വിൽപ്പന പ്രതീക്ഷിക്കാം." എന്നാൽ ഇപ്പോൾ, അദ്ദേഹം എന്നെ ഒരു സ്റ്റോർ തൊഴിലാളിയെന്ന നിലയിൽ കാണുന്നതിന് പകരം, ഒരു സ്ത്രീ എന്ന നിലയിൽ മാത്രം കാണുന്നുവെന്ന തോന്നലാണ് എനിക്ക്.

"മിസ് ഫുരുകുറ, നിങ്ങൾക്ക് എന്തെങ്കിലും വിഷമമുണ്ടെങ്കിൽ, എനിക്ക് കേൾക്കുന്നതിൽ വിരോധമില്ല!" അദ്ദേഹം പറഞ്ഞു. "തീർച്ചയായും, അടുത്ത തവണ നിങ്ങൾ ഒറ്റയ്ക്ക് ആണെങ്കിലും ഞങ്ങളോടൊപ്പം ഒന്ന് കൂടാൻ പുറത്തു വരണം. ഷിറാഹയും കൂടെ വരുന്നത് നല്ലതായിരിക്കും. അവനെ കുറച്ച് ബുദ്ധിയുള്ളവനാക്കാൻ ഞാൻ ശ്രമിക്കാം!"

ഷിറാഹയെ എപ്പോഴും വെറുത്തിരുന്ന സുഗവാര പോലും ഇങ്ങനെ പറഞ്ഞു : "എനിക്കും അവനെ കാണണമെന്നുണ്ട്! അവനെ കൂടെ കൊണ്ടുവരൂ!"

അവരെല്ലാം ഇടയ്ക്കിടെ ഒരുമിച്ച് കൂടുന്നവരായിരുന്നുവെന്ന് എനിക്ക് ഇതുവരെയും അറിയില്ലായിരുന്നു. ഭർത്താവിനെ കുട്ടികളെ നോക്കാൻ ഏൽപ്പിച്ച് മിസ്സിസ് ഇസുമി പോലും ചിലപ്പോൾ അവരോടൊപ്പം ചേരാറുണ്ട്.

"നിനക്കറിയാമോ, എപ്പോഴെങ്കിലും നിന്നോടൊപ്പം പുറത്തു പോകണമെന്ന് ഞാൻ ആഗ്രഹിച്ചിരുന്നു, മിസ് ഫുരുകുറ!"

അതുകൊണ്ട് അവരെല്ലാം ഷിറാഹയെ എങ്ങനെയെങ്കിലും ഒരു രാത്രി ഇതിലേക്ക് വലിച്ചിഴച്ച് കൊണ്ടുവന്ന് ഉപദേശങ്ങൾ നൽകാനായി പദ്ധതി മെനയുകയായിരുന്നു. പുറത്തുപോകുമ്പോൾ സഹിക്കേണ്ടി വരുന്നത് ഇതൊക്കെ ആണെന്നും, എന്ത് കൊണ്ടാണ് അയാൾ ഒളിച്ചിരിക്കാൻ ആഗ്രഹിക്കുന്നത് എന്നും എനിക്ക് മനസ്സിലായി തുടങ്ങുകയായിരുന്നു.

ഷിറാഹ പോയപ്പോൾ ഉപേക്ഷിക്കേണ്ടിയിരുന്ന സിവി പോലും ആ മാനേജർ എടുത്തോണ്ട് വന്ന് മിസ്സിസ് ഇസുമിയോടൊപ്പം ഇരുന്ന് അതിൽ പരതാൻ തുടങ്ങി.

“ഇതാ നോക്കൂ. അയാൾ യൂണിവേഴ്സിറ്റിയിൽ നിന്ന് പഠിത്തം ഉപേക്ഷിച്ച് ടെക്നിക്കൽ സ്കൂളിൽ പോയി, പിന്നെ അയാൾ അതും ഉപേക്ഷിച്ചു!”

“അപ്പോൾ അയാളുടെ ഒരേയൊരു യോഗ്യത ഇംഗ്ലീഷിലുള്ള പ്രാവീണ്യം മാത്രമാണ്. മാത്രമല്ല അയാൾക്ക് ഡ്രൈവിംഗ് ലൈസൻസ് പോലുമില്ല!”

അവരെല്ലാവരും അയാളെ താഴ്ത്തി കാണിക്കുന്നതിൽ ആനന്ദിക്കുകയായിരുന്നു. വിൽപ്പനയ്ക്കുണ്ടായിരുന്ന നൂറ് യെൻ അരി ഉരുളകളേക്കാളും, കടയിൽ വന്ന ചീസ് ഫ്രാങ്ക്ഫർട്ടറുകളേക്കാളും, ഉപഭോക്താക്കൾക്ക് ഞങ്ങൾ വാഗ്ദാനം ചെയ്തിരുന്ന എല്ലാ മുൻകൂട്ടി പാകം ചെയ്ത ഭക്ഷണങ്ങളുടെയും കിഴിവ് വൗച്ചറുകളേക്കാളും അവൻ പ്രധാനമാണെന്ന് അവർ കരുതിയിരിക്കാം.

അത് കടയുടെ ശബ്ദത്തിൽ മറ്റ് ശബ്ദങ്ങൾ ഇടകലർന്നതുപോലെയായിരുന്നു. അതൊരു ഭീകരമായ അപശ്രുതി പോലെ ആയിരുന്നു – എല്ലാവരും ഒരേ ഈണത്തിൽ സംഗീത ഉപകരണങ്ങൾ വായിക്കുമ്പോൾ പെട്ടെന്ന് ഓരോരുത്തരും തനതായ ഉപകരണങ്ങൾ എടുത്ത് അവ്യക്തമായി വായിക്കാൻ തുടങ്ങിയതുപോലെ.

പക്ഷേ ഏറ്റവും ഭയാനകമായ കാര്യം, പുതിയ ജോലിക്കാരനായ ടുവാൻ പെട്ടെന്ന് കടയിലേക്ക് ഇഴുകിച്ചേരുകയും മറ്റ് എല്ലാ തൊഴിലാളികളെയും പോലെയാകാൻ തുടങ്ങുകയും ചെയ്തു. കടയുടെ മുൻ പതിപ്പിൽ ഇത് ഒരു മാറ്റവും വരുത്തുമായിരുന്നില്ല, പക്ഷേ ഇപ്പോൾ, എല്ലാവരുടെയും വിചിത്രമായ അവസ്ഥ കാണുമ്പോൾ, കടയിലെ ജീവനക്കാരനിൽ നിന്ന് തികച്ചും വ്യത്യസ്തമായ ഒന്നായി അവൻ രൂപാന്തരപ്പെടുന്നതായി തോന്നി.

അവൻ മുൻപ് വളരെ പരിശ്രമത്തോടെ ജോലി ചെയ്തിരുന്നുവെങ്കിലും, ഇപ്പോൾ ഫ്രാങ്ക്ഫർട്ടറുകൾ പാചകം ചെയ്യുന്നത് നിർത്തി ചോദിച്ചു, “നിങ്ങളുടെ ഭർത്താവ് മുൻപ് ഇവിടെ ജോലി ചെയ്തിരുന്നു അല്ലേ, മിസ് ഫുരുകുറ?” ഇപ്പോൾ അവന്റെ ശബ്ദത്തിൽ മിസ്സ് ഇസുമിയുടെ സംസാര രീതി ഉണ്ടായിരുന്നു.

“അയാളെന്റെ ഭർത്താവൊന്നും അല്ല,” ഞാൻ പെട്ടെന്ന് മറുപടി പറഞ്ഞു. “കൂടുതൽ കൃത്യമായി പറഞ്ഞാൽ, ഇന്ന് ചൂട് കൂടുതലാണ്, അതിനാൽ തണുത്ത പാനീയങ്ങൾ കൂടുതലായി വിറ്റുപോകും. ശീതീകരിച്ച മുറിയിലെ കാർഡ്ബോർഡ് ബോക്സിൽ നിന്ന് മിനറൽ വാട്ടർ ബോട്ടിലുകൾ എടുത്ത് വീണ്ടും നിറയ്ക്കാൻ ദയവായി ശ്രദ്ധിക്കണം. തണുത്ത ഗ്രീൻ ടീയുടെ കാർട്ടണുകളും നന്നായി വിറ്റുപോകും, അതിനാൽ ആ ഷെൽഫുകളിൽ ഒരു കണ്ണ് വേണം, ചെയ്യുമോ?”

“മിസ് ഫുരുകുറ, നിങ്ങൾക്ക് ഒരു കുഞ്ഞ് ജനിക്കാൻ പോകുന്നുണ്ടോ? എന്റെ സഹോദരി വിവാഹിതയാണ്, മൂന്ന് കുട്ടികളുണ്ട്. അവരെല്ലാം ഇപ്പോഴും ചെറുതും വളരെ ഭംഗിയുള്ളവരുമാണ്.”

ടുവാൻ വേഗത്തിൽ ഒരു സ്റ്റോർ തൊഴിലാളിയെന്ന നിലയിൽ നിന്ന് മാറിക്കൊണ്ടിരിക്കുകയായിരുന്നു. മറ്റുള്ളവരുടെയും അവസ്ഥ വ്യത്യസ്തമായിരുന്നില്ല. അവർ ഇപ്പോഴും അതേ യൂണിഫോം ധരിക്കുകയും അതേ ജോലി ചെയ്യുകയും ചെയ്തിരുന്നെങ്കിലും, മുമ്പത്തെപ്പോലെ സ്റ്റോർ തൊഴിലാളികളായി എനിക്ക് തോന്നുന്നില്ലായിരുന്നു.

കടയിൽ വരുന്ന ഉപഭോക്താക്കൾ മാത്രമാണ് മാറ്റമില്ലാതെ തുടർന്നത്, അതാണ് അവർക്കനുയോജ്യമായ ഒരു സ്റ്റോർ ജീവനക്കാരിയായി തുടരാൻ എന്നെ പ്രേരിപ്പിച്ചത്. എന്റെ അതേ കോശങ്ങളിൽ നിന്നുള്ളവരായിരിക്കും ബാക്കിയുള്ള ജീവനക്കാരെല്ലാം എന്ന് ഞാൻ കരുതിയിരുന്നു. പക്ഷേ നിലവിലെ വിചിത്രമായ അന്തരീക്ഷത്തിൽ ഒരു ഗ്രാമീണ മാനസികാവസ്ഥ കടന്നുകയറി. അവർ സാധാരണക്കാരായ പുരുഷന്മാരിലേക്കും സ്ത്രീകളിലേക്കും വേഗത്തിൽ മടങ്ങുകയായിരുന്നു. ഇപ്പോൾ ഉപഭോക്താക്കൾ മാത്രമാണ് എന്നെ ഒരു കൺവീനിയെൻസ് സ്റ്റോർ ജീവനക്കാരിയായി മാത്രം കാണുന്നത്.

* * *

ഞാൻ അവളെ വിളിച്ചതിന് ഒരു മാസം കഴിഞ്ഞ്, ഒരു ഞായറാഴ്ച എന്റെ സഹോദരി ഷിറാഹയെ ഉപദേശിക്കാൻ എത്തി.

അവൾ പൊതുവെ പാവവും സൗമ്യയുമായ ഒരു വ്യക്തിയാണ്, പക്ഷേ ഇങ്ങോട്ട് വരാൻ അവൾ തന്നെ ആവശ്യപ്പെട്ടതിനാൽ അവൾ വളരെ പിരിമുറുക്കത്തിലായിരുന്നു. “എനിക്ക് ഒരു കാര്യം

പറയാനുണ്ട്. അത് നിന്റെ നന്മയ്ക്കാണ് പറയുന്നത് കെട്ടോ," അവൾ പറഞ്ഞു.

ഷിറാഹയോട് പുറത്ത് കാത്തിരിക്കാൻ ഞാൻ പറഞ്ഞു, പക്ഷേ അയാൾ പറഞ്ഞു, "കുഴപ്പമില്ല. എനിക്ക് പ്രശ്നമില്ല," അപ്പാർട്ട്മെന്റിൽ തന്നെ നില്ക്കാൻ അയാൾ തീരുമാനിച്ചു. ആരെങ്കിലും കഠിനമായി വിമർശിക്കുമ്പോൾ അതിനെ എത്ര ത്തോളം അയാൾ വെറുക്കുന്നുവെന്ന് ചിന്തിച്ചാൽ, ഇത് അതിശയി പ്പിക്കുന്നതായിരുന്നു.

"എന്റെ ഭർത്താവ് യുടാരോയെ നോക്കിക്കോളും. ഇടയ്ക്കിടെ അദ്ദേഹവും അതൊക്കെ ചെയ്യേണ്ടതല്ലേ?" അവൾ വാതിലിലൂടെ അകത്തേക്ക് കടക്കുമ്പോൾ പറഞ്ഞു.

"അതെയോ. ഇവിടെ കുറച്ച് ഇടം കുറവാണ്, പക്ഷേ സ്വന്തം വീടായി കരുതിക്കോളൂ."

ഏറെക്കാലത്തിന് ശേഷം മകൻ ഒപ്പമില്ലാതെ ഞാൻ അവളെ കാണുന്നത് ഇതാദ്യമായിരുന്നു, മാത്രമല്ല അവളെ കണ്ടാൽ എന്തോ നഷ്ടപ്പെട്ടവളെ പോലെയാണ് തോന്നിയത്.

"നീ ഇവിടം വരെ വരേണ്ടിയിരുന്നില്ല. നീ എന്നെ വിളിച്ചി രുന്നെങ്കിൽ, ഞാൻ പതിവുപോലെ നിങ്ങളുടെ അപ്പാർട്ട്മെന്റിൽ വരുമായിരുന്നല്ലോ."

"അത് സാരമില്ല. ഇന്നെനിക്ക് നിന്നോട് കുറച്ച് സംസാരി ക്കാനുണ്ട്. ഞാൻ നിനക്ക് ശല്യമാകുന്നില്ലല്ലോ, അല്ലേ?" അവൾ മുറിയിലാകെ കണ്ണോടിച്ചു. "അഹ്, പക്ഷേ നിന്നോടൊപ്പം താമസിക്കുന്ന ആളുടെ കാര്യമോ? അയാൾ ഇന്ന് പുറത്താണോ? ഞാൻ അയാളെ ഭയപ്പെടുത്തിയിട്ടില്ലല്ലോ."

"എന്ത്? അല്ല, അയാൾ ഇവിടെയുണ്ട്."

"അതെയോ! പക്ഷേ അയാൾ എവിടെയാണ്? ഞാൻ ഒരു ഹലോ പറയട്ടെ!" അവൾ തുള്ളിച്ചാടികൊണ്ടു പറഞ്ഞു.

"അതിനെക്കുറിച്ച് ആലോചിച്ച് വിഷമിക്കേണ്ട. അത് അത്ര ആവശ്യമുള്ള കാര്യമൊന്നും അല്ല. ഹോ എന്തെങ്കിലും കഴിക്കാൻ കൊടുക്കേണ്ട സമയം ആയി." ഞാൻ പാചകം ചെയ്തുവെച്ച പാത്രത്തിൽ നിന്ന് കുറച്ച് വേവിച്ച ഉരുളക്കിഴങ്ങും കാബേജും എടുത്ത് അടുക്കളയിൽ സൂക്ഷിച്ചിരുന്ന ഒരു വാഷ് ബേസിനിൽ കുറച്ച് ചോറും ഇട്ടു, അത് ബാത്ത്റൂമിലേക്ക് കൊണ്ടുപോയി.

ഷിറാഹ ബാത്ത് ടബ്ബിൽ തിരുകി വച്ച കുഷ്യനുകളിൽ ഇരുന്ന് സ്മാർട്ട്ഫോണിൽ കളിക്കുകയായിരുന്നു. ഞാൻ അയാളുടെ ആഹാരം അയാൾക്ക് നേരെ നീട്ടി, അയാൾ അത് വാങ്ങി.

"ബാത്ത്റൂമിലോ? അയാളെന്താ കുളിമുറിയിലാണോ താമസിക്കുന്നേ?"

"അതെ, ഞങ്ങൾ ഒരുമിച്ച് ഈ മുറിയിൽ താമസിക്കാൻ സ്ഥലക്കുറവ് ഉള്ളതിനാൽ, ഞാൻ അയാളെ അവിടെയാണ് നിർത്തിയിരിക്കുന്നത്." എന്റെ സഹോദരി അതിശയത്തോടെ നോക്കി, അതിനാൽ ഞാൻ കൂടുതൽ വിശദീകരിച്ചു. "ഈ അപ്പാർട്ട്മെന്റ് വളരെ പഴയതല്ലേ? ഷിറാഹയുടെ അഭിപ്രായത്തിൽ, ഈ പഴയ കുളിമുറിയിൽ കയറുന്നതിലും നല്ലതാണ് പൈസ കൊടുത്ത് പൊതു കുളിമുറി ഉപയോഗിക്കുന്നത്. എന്റെ പുറത്തുള്ള കുളിക്കും അയാളുടെ ഭക്ഷണത്തിനും വേണ്ട ചെലവിനായി അയാൾ ചെറിയ പൈസ തരുന്നുണ്ട്. കാര്യങ്ങൾ കുറച്ച് ബുദ്ധിമുട്ടാണ്, പക്ഷേ അയാൾ ഇവിടെ ഉണ്ടാകുന്നത് എനിക്ക് സൗകര്യപ്രദമാണ്. എല്ലാവരും എന്നെ ഓർത്ത് സന്തോഷിക്കുന്നു. അവർ എല്ലാവരും എന്നെ അഭിനന്ദിക്കുന്നു. എന്റെ ഈ പുതിയ സാഹചര്യം ഗംഭീരമാണെന്ന് അവർ വിശ്വസിച്ചിരിക്കുന്നു, അതുകൊണ്ട് തന്നെ അവർ എന്റെ കാര്യങ്ങളിൽ തലയിടുന്നത് നിർത്തിയിരിക്കുന്നു. അതിനാൽ അയാൾ ഉപകാരപ്രദനാണ്."

അവൾ തല താഴ്ത്തി. ഒരുപക്ഷേ ഇത്തവണ അവൾക്ക് ഞാൻ പറഞ്ഞത് മനസ്സിലായിരിക്കാം, ഇപ്പോൾ ഞാൻ അത് അവളോട് ശ്രദ്ധാപൂർവ്വം വിശദീകരിച്ചു എന്നാണ് ഞാൻ കരുതുന്നത്.

"ഓ, ഞാൻ മറന്നു, വില്പന തീയതി കഴിഞ്ഞ കുറച്ച് കസ്റ്റാർഡ് പുഡ്ഡിംഗുകൾ ഞാൻ വാങ്ങിയിട്ടുണ്ടായിരുന്നു. നിനക്ക് ഒന്ന് വേണോ?"

"ഇതൊക്കെ ഇങ്ങനെയായിരിക്കുമെന്ന് ഞാൻ ഒരിക്കലും കരുതിയിരുന്നില്ല," അവൾ ഇടറിയ ശബ്ദത്തിൽ പറഞ്ഞു.

അത്ഭുതത്തോടെ ഞാൻ അവളെ നോക്കിയപ്പോൾ അവൾ കരയുന്നതായി തോന്നി.

"എന്തിനാ വിഷമിക്കുന്നത്? ഓ, ഞാൻ പോയി കുറച്ച് ടിഷ്യൂ എടുത്ത് വരാം!" സുഗവാരയുടെ സംസാര ശൈലിയിൽ ഞാൻ ഉടനെ പറഞ്ഞു. എന്നിട്ട് ഞാൻ എഴുന്നേറ്റു നീങ്ങി.

"കെയ്യോ, നീ എന്നെങ്കിലും നന്നാവുമോ...?" എന്നെ ശകാരിക്കാൻ പോലും മെനക്കെടാതെ അവൾ തലകുനിച്ചിരുന്നു. "എനിക്ക് ഇനി ഇത് സഹിക്കാൻ കഴിയില്ല. ഞങ്ങൾ എങ്ങനെ യാണ് നിന്നെ ഇനി സാധാരണ നിലയിലാക്കേണ്ടത്? എത്രകാലം ഞാൻ ഇതൊക്കെ സഹിക്കണം?"

"എന്ത്? നീ ഇത്രകാലം എന്നെ സഹിക്കുകയായിരുന്നു എന്നാണോ പറയുന്നത്? അങ്ങനെ ആണെങ്കിൽ, എന്നെ കാണാൻ ഇത്രയും ബുദ്ധിമുട്ട് സഹിച്ച് വരേണ്ടതില്ലായിരുന്നല്ലോ?" ഞാൻ അവളോട് തുറന്നുപറഞ്ഞു.

കണ്ണുനീർ ഒഴുക്കിക്കൊണ്ട് അവൾ എഴുന്നേറ്റു. "കെയ്യോ, നീ എന്റെ കൂടെ ഒരു കൗൺസിലറെ കാണാൻ വരാമോ? ദയവായി പറയുന്നത് കേൾക്കൂ? നമുക്ക് അങ്ങനെ ഒരാളുടെ സഹായം തേടാം. അത് മാത്രമാണ് ഏക മാർഗ്ഗം."

"ചെറുപ്പത്തിൽ ഞാൻ അങ്ങനെ ഒരാളെ കാണാൻ പോയിരുന്നു, പക്ഷേ അത് ഒരു ഗുണവും ചെയ്തില്ല, അല്ലേ? ഞാൻ എന്തിൽ നിന്നാണ് സുഖം പ്രാപിക്കേണ്ടതെന്ന് പോലും എനിക്കറിയില്ല."

"കൺവീനിയൻസ് സ്റ്റോറിൽ ജോലി ചെയ്യാൻ തുടങ്ങിയതു മുതൽ നീ കൂടുതൽ കൂടുതൽ വിചിത്രമായി മാറിക്കൊണ്ടിരിക്കുന്നു. നീ സംസാരിക്കുന്ന രീതി, വീട്ടിൽ പോലും കടയിൽ പെരുമാറുന്നതുപോലെ വിളിച്ചു പറയുന്നതും, നിന്റെ മുഖഭാവങ്ങൾ പോലും വിചിത്രമാണ്. ഞാൻ നിന്നോട് അപേക്ഷിക്കുകയാണ്. ദയവായി നീ സാധാരണ നിലയിലാകാൻ ശ്രമിക്കൂ!" അവൾ കൂടുതൽ ശക്തമായി കരയാൻ തുടങ്ങി.

"അപ്പോൾ, ഞാൻ കൺവീനിയൻസ് സ്റ്റോറിൽ പോകാതിരുന്നാൽ ഞാൻ സുഖം പ്രാപിക്കുമോ? അല്ലെങ്കിൽ അവിടെ തന്നെ ജോലി ചെയ്യുന്നതാണോ നല്ലത്? അതോ ഞാൻ ഷിറാഹയെ പുറത്താക്കണോ? അതോ ഇവിടെ അയാളോടൊപ്പം താമസിക്കുന്നത് തന്നെയാണോ നല്ലത്? നോക്കൂ, നീ പറയുന്നതെന്തും ഞാൻ ചെയ്യാം. എങ്ങനെ ആയാലും എനിക്ക് വിരോധമില്ല, എന്താണ് വേണ്ടതെന്ന് കൃത്യമായി പറഞ്ഞാൽ മാത്രം മതി."

"എനിക്ക് ഇനി അറിയില്ല..."

എന്റെ ചോദ്യങ്ങൾക്ക് മറുപടി നൽകാതെ അവൾ നിയന്ത്രണംവിട്ട് കരഞ്ഞുകൊണ്ടിരുന്നു. ഒന്നും ചെയ്യാനില്ലാത്തത് കൊണ്ട് ഞാൻ ഫ്രിഡ്ജിൽ നിന്ന് ഒരു കസ്റ്റാർഡ് പുഡ്ഡിംഗ് എടുത്ത് കഴിച്ചുകൊണ്ട്, അവിടെ ഇരുന്നു വിതുമ്പുന്ന അവളെ നോക്കി ഇരുന്നു.

അപ്പോഴാണ് കുളിമുറിയുടെ വാതിൽ തുറക്കുന്ന ശബ്ദം കേട്ടത്. ഞാൻ അത്ഭുതത്തോടെ തിരിഞ്ഞു നോക്കിയപ്പോൾ ഷിറാഹ അവിടെ നിൽക്കുന്നത് കണ്ടു.

"ക്ഷമിക്കണം. സത്യം പറഞ്ഞാൽ, നിന്റെ സഹോദരിയും ഞാനും തമ്മിൽ വഴക്കുണ്ടായി. ഞാൻ എന്നെത്തന്നെ ലജ്ജിപ്പിക്കുന്ന ഒരു അവസ്ഥയിലാണ് ഈ സംഭാഷണം എത്തിയത്, നീ ശരിക്കും ഞെട്ടി അല്ലേ?"

ഞാൻ അന്ധാളിച്ച് അയാളെ നോക്കി. അയാൾ ഇത്രയും മൃദുവായി സംസാരിക്കുന്നത് ആദ്യമായാണല്ലോ.

"എന്റെ മുൻ കാമുകിയുമായി ഞാൻ ഫേസ്ബുക്ക് വഴി സംസാരിച്ചിരുന്നു. ഞങ്ങൾ ഒരുമിച്ച് കൂടാനായി ഇടയ്ക്കൊക്കെ പുറത്ത് പോയിരുന്നു എന്നതാണ് വസ്തുത. കെയ്കോ അത് അറിഞ്ഞപ്പോൾ അവൾക്ക് ശരിക്കും ദേഷ്യം വന്നു. ആ ദേഷ്യത്തിൽ അവൾ എന്നെ കൂടെ ഉറങ്ങാൻ അനുവദിക്കാതെ ഈ കുളിമുറിയിൽ അടച്ചിടുകയും ചെയ്തു."

അയാൾ പറയുന്നതിന്റെ അർത്ഥം ആലോചിച്ചുകൊണ്ടിരുന്നതുപോലെ എന്റെ സഹോദരി കുറച്ചുനേരം അയാളെ നോക്കി നിന്നു. പിന്നെ അവൾ അയാളുടെ കൈ പിടിച്ച് എഴുന്നേറ്റു, അവൾക്ക് അപ്പോൾ പള്ളിയിലെ പുരോഹിതനെ കണ്ടുമുട്ടിയ ഒരു വിശ്വാസിയുടെ മുഖമായിരുന്നു.

"അപ്പോൾ അങ്ങനെയാണ് കാര്യങ്ങളുടെ കിടപ്പ്... എനിക്ക് മനസ്സിലായി, അങ്ങനെ വരട്ടെ!"

"നിങ്ങൾ അപ്പാർട്ട്മെന്റിലേക്ക് വരികയാണെന്ന് കേട്ടപ്പോൾ, ഞാൻ മാറി നില്ക്കുന്നതാണ് നല്ലതെന്ന് വിചാരിച്ചു. ഉപദേശങ്ങൾ കേൾക്കാൻ എനിക്ക് തീരെ താല്പര്യം ഇല്ലായിരുന്നു."

"അതെ... തീർച്ചയായും! നീ ജോലിയില്ലാതെ അലസമായി സമയം കളയുന്നതായി എന്റെ സഹോദരിയിൽ നിന്ന് കേട്ടപ്പോൾ, അവളെ ഏതോ ഒരു വിചിത്ര സ്വഭാവമുള്ള ആൾ

ചതിക്കുകയാണോ എന്നതിനെക്കുറിച്ച് എനിക്ക് ആശങ്കയുണ്ടായിരുന്നു... പക്ഷേ ഇപ്പോൾ നീ വിശ്വസ്തനല്ലെന്നും കൂടി കേൾക്കുന്നു! അതെന്തായാലും ക്ഷമിക്കാനാകാത്തതാണ്!"

അവൾ അയാളോട് അടുത്ത് തുടങ്ങിയപ്പോൾ സന്തോഷവതിയായി തോന്നി.

അപ്പോൾ അങ്ങനെയായിരുന്നു കാര്യങ്ങൾ അല്ലേ: ഇപ്പോൾ അയാളും 'നമ്മളിൽ ഒരാളാണ്' എന്ന തോന്നൽ അവൾക്ക് അയാളെയും ഉപദേശിക്കാം എന്ന് തോന്നിപ്പിച്ചു. അവൾക്ക് എന്തൊക്കെ പ്രശ്നങ്ങൾ ഉണ്ടെങ്കിലും, എല്ലാം കുഴപ്പമില്ലാതെയാണ് പോകുന്നത് എങ്കിലും, തന്റെ സഹോദരി ഒരു വിചിത്ര സ്വഭാവക്കാരിയാണെന്ന് അറിയുന്നതിനേക്കാളും, അവളെ എല്ലാവരേയും പോലെ സാധാരണക്കാരിയാണെന്ന് കരുതുന്നതിലാണ് കൂടുതൽ സന്തോഷം. അവളെ സംബന്ധിച്ചിടത്തോളം, മറ്റ് എന്തൊക്കെ കുഴപ്പങ്ങൾ ഉണ്ടെങ്കിലും, മറ്റുള്ളവരെപ്പോലെ സാധാരണയായിരുന്നാൽ എങ്ങനെയും ഉൾക്കൊള്ളാവുന്നതാണ്.

"കെയ്ക്കോയുടെ സഹോദരി എന്ന നിലയിൽ, എനിക്ക് നിങ്ങളോട് ശരിക്കും ദേഷ്യമുണ്ട്, ഷിറാഹ!"

അവളുടെ സംസാരരീതി പതിയെ മാറുന്നത് ഞാൻ ശ്രദ്ധിച്ചു. ഇങ്ങനെ ആകാൻ ഈ കാലയളവിൽ അവൾ എങ്ങനെയൊക്കെയുള്ള ആളുകളുമായാണ് ഇടപഴകിയിരുന്നത് എന്ന് ഞാൻ അപ്പോൾ ഓർത്തു.

അവൾ ഇപ്പോൾ സംസാരിക്കുന്ന രീതി അവരുടെയൊക്കെ സംസാരരീതികളുമായി സാമ്യമുള്ളതാണെന്ന് എനിക്ക് ഉറപ്പാണ്.

"എനിക്കറിയാം. കാര്യങ്ങൾ പതുക്കെയാണെങ്കിലും, ഞാൻ ഒരു ജോലി അന്വേഷിക്കുകയാണ്, മാത്രമല്ല തീർച്ചയായും ഞങ്ങൾ ഉടൻ വിവാഹം കഴിക്കുന്നതിനെക്കുറിച്ച് ചിന്തിക്കുകയാണ്."

"ഇപ്പോഴത്തെ സ്ഥിതിയിൽ, ഈ ബന്ധം മാതാപിതാക്കളെ അറിയിക്കാൻ എനിക്ക് കഴിയില്ലെന്ന് പറയേണ്ടതില്ലല്ലോ!"

ഞാൻ എന്റെ ജീവിതത്തിന്റെ അതിരുകളിൽ എത്തിച്ചേർന്നപോലെ തോന്നി. ഒരു കടയിലെ ജോലിക്കാരിയായി ഞാൻ തുടരുന്നത് ആരും തന്നെ ആഗ്രഹിക്കുന്നില്ല.

ഞാൻ ജോലി തുടങ്ങിയപ്പോൾ എന്റെ സഹോദരി വളരെ സന്തോഷവതിയായിരുന്നു, പക്ഷേ ഇപ്പോൾ ജോലി ഉപേക്ഷിക്കുന്നത് ഒരു സാധാരണ കാര്യമാണെന്ന് അവൾ പറയുന്നു. അവളുടെ കരച്ചിൽ അടങ്ങിയിരുന്നു, പക്ഷേ അവളുടെ മൂക്ക് ഒലിച്ചുകൊണ്ടേയിരുന്നു, അവളുടെ മേൽച്ചുണ്ടും നനഞ്ഞിരുന്നു. എന്നിട്ടും അത് തുടയ്ക്കാതെ അവൾ ഷിറാഹയെ ശകാരിക്കുന്നതിൽ വ്യാപൃതയായി. എന്റെ കൈയിൽ പകുതി കഴിച്ച പുഡ്ഡിംഗ് വച്ചുകൊണ്ട് എന്റെ സഹോദരിയുടെ മൂക്ക് തുടയ്ക്കാൻ പോലും കഴിയാതെ ഞാൻ അവരെ രണ്ടുപേരെയും മാറി മാറി നോക്കി.

* * *

പിറ്റേന്ന് ജോലി കഴിഞ്ഞ് ഞാൻ വീട്ടിലെത്തിയപ്പോൾ മുന്നിലെ ഹാളിൽ ചില ചുവന്ന ഷൂസ് കണ്ടു.

എന്റെ സഹോദരി തിരിച്ചുവന്നോ അതോ ഷിറാഹ അയാളുടെ കാമുകിയെ വീട്ടിലേക്ക് കൂട്ടിക്കൊണ്ട് വന്നോ എന്ന് ചിന്തിച്ചുകൊണ്ട് ഞാൻ അകത്തേക്ക് കേറി, പക്ഷേ അയാൾ മേശക്ക് എതിർവശത്തായി അയാളെ നോക്കി ഇരിക്കുന്ന തവിട്ടു നിറ മുടിക്കാരിക്ക് മുന്നിൽ മുട്ടുകുത്തി നിൽക്കുകയായിരുന്നു

"ഉം... ഞാനൊന്ന് ചോദിച്ചോട്ടേ, ആരാണ് നിങ്ങൾ?"

എന്റെ ശബ്ദം കേട്ട് ആ സ്ത്രീ പെട്ടെന്ന് മുഖമുയർത്തി നോക്കി. അവൾ ഇപ്പോഴും ചെറുപ്പമായിരുന്നു പക്ഷേ കൂടുതൽ മേക്കപ്പ് ഉപയോഗിച്ചിരുന്നു.

"അപ്പോൾ നീയാണോ ഇയാളോടൊപ്പം താമസിക്കുന്നത്?"

"അഹ് അതെ, അത് ഞാനാണ്."

"ഞാൻ ഇയാളുടെ ഇളയ സഹോദരന്റെ ഭാര്യയാണ്. വാടക നൽകാതെ ഒളിച്ചോടിയതും, വിളിച്ചാൽ ഒരു കോളിനും മറുപടി നൽകാത്തതും കാരണം ഇയാളുടെ റൂംമേറ്റ് ഞങ്ങളെ വിളിച്ചിരുന്നു. ഇയാൾ ഞങ്ങളുടെ കോളുകൾ പോലും എടുക്കുന്നില്ലായിരുന്നു. ഒരു പൂർവ്വ വിദ്യാർത്ഥി സംഗമത്തിനായി ടോക്കിയോയിലേക്ക് വന്നതാണ് ഞാൻ, അപ്പോൾ ബാക്കിയുണ്ടായിരുന്ന വാടക കുടിശിക എന്റെ അമ്മായിയമ്മയുടെ പേരിൽ അടയ്ക്കുകയും, ഇയാൾ വരുത്തിയ എല്ലാ കുഴപ്പങ്ങൾക്കും ക്ഷമ ചോദിക്കുകയും ചെയ്തു. നിനക്കറിയാമോ, ഇത് ഇങ്ങനെയാകുമെന്ന് എനിക്ക് നേരത്തെ

തന്നെ അറിയാമായിരുന്നു. ഇയാൾ പണത്തിന്റെ കാര്യത്തിൽ എപ്പോഴും അത്യാഗ്രഹിയും, അതുപോലെ ശ്രദ്ധയില്ലാത്തവനുമാണ്. ഉപജീവനത്തിനായി എന്തെങ്കിലും ജോലി ചെയ്യാൻ ഇയാൾക്ക് യാതൊരു ഉദ്ദേശ്യവുമില്ല. പക്ഷേ, ഞാൻ ആണയിട്ടു പറയുന്നു, ഇതെല്ലാം ഇയാൾ തന്നെ എനിക്ക് തിരികെ തരേണ്ടി വരും."

അവർക്കിടയിലുള്ള മേശപ്പുറത്ത് IOU എന്ന് എഴുതിയ ഒരു കടലാസ് കഷണം ഉണ്ടായിരുന്നു.

"എങ്ങനെയെങ്കിലും ഒരു ജോലി നേടി ഇതൊക്കെ തിരിച്ചു തരൂ! എന്റെ ഭർത്താവിന്റെ സഹോദരന് വേണ്ടി ഞാൻ ഇത്രയധികം കഷ്ടപ്പെടേണ്ടി വരുന്നത് എന്തിനാണെന്ന് എനിക്ക് മനസ്സിലാകുന്നില്ല."

"ഉം... ഞാൻ ഇവിടെയുണ്ടെന്ന് നിനക്കെങ്ങനെ മനസ്സിലായി?" ഷിറാഹ ചെറിയ ശബ്ദത്തിൽ ചോദിച്ചു.

ഷിറാഹ എന്നോട് അയാളെ ഒളിപ്പിക്കാൻ ആവശ്യപ്പെട്ടതിന്റെ ഒരു കാരണം വാടക നൽകാതെ അയാൾ ഒളിച്ചോടിയതുകൊണ്ടാണെന്ന് എനിക്ക് മനസ്സിലായി.

അയാളുടെ ചോദ്യം കേട്ട് അവൾ നെടുവീർപ്പിട്ടുകൊണ്ട് ചിരിച്ചു. "മുൻപ് നിങ്ങൾ വാടക നൽകാൻ വൈകിയപ്പോൾ പണം കടം വാങ്ങാനായി വീട്ടിലേക്ക് വന്നിരുന്നില്ലേ? അങ്ങനെയൊന്ന് സംഭവിക്കുന്നത് വല്ലപ്പോഴും മാത്രമാണ് എന്ന് അപ്പോൾ എനിക്ക് മനസ്സിലായി, അതിനാൽ എന്റെ ഭർത്താവിനെക്കൊണ്ട് നിങ്ങളുടെ മൊബൈൽ ഫോണിൽ ഒരു ട്രാക്കിംഗ് ആപ്പ് ഇൻസ്റ്റാൾ ചെയ്യിച്ചു. അങ്ങനെയാണ് നിങ്ങൾ എവിടെയാണെന്ന് ഞാൻ കണ്ടെത്തിയത്. നിങ്ങൾ എന്തെങ്കിലും ഷോപ്പിംഗിനായി പുറത്ത് ഇറങ്ങുന്നതുവരെ കാത്തിരിക്കുക എന്നത് മാത്രമാണ് എനിക്ക് ചെയ്യാൻ ഉണ്ടായിരുന്നത്."

അവൾക്ക് അയാളെ ഒട്ടും തന്നെ വിശ്വാസമില്ലെന്ന് എനിക്ക് അപ്പോൾ മനസ്സിലായി.

"ഞാൻ നിങ്ങൾക്ക് പണം തിരികെ നൽകും... ശരിക്കും, ഞാൻ നൽകും," അയാൾ തല താഴ്ത്തി പറഞ്ഞു.

"നിങ്ങൾ അങ്ങനെയൊക്കെ പറയും എനിക്കറിയാം. അത് പോട്ടെ ഈ സ്ത്രീയുമായുള്ള നിങ്ങളുടെ ബന്ധം എന്താണ്?"

അവൾ എന്നെ നോക്കി തിരിഞ്ഞു ചോദിച്ചു. "ഒരു ജോലി പോലും ഇല്ലാതെ പിന്നെ എങ്ങനെയാണ് നിങ്ങൾ ഒരുമിച്ച് ജീവിക്കുന്നത്? നിങ്ങൾക്ക് അതിനുള്ള സമയമുണ്ടെങ്കിൽ, നിങ്ങൾക്ക് ജോലി ചെയ്യാനും സമയമുണ്ട്. അതുകൊണ്ട് പുറത്തു പോയി ശരിക്കുള്ള ഒരു ജോലി കണ്ടെത്തു. നിങ്ങൾ ഒരു മുതിർന്ന ആളാണ്, എന്തായാലും ഒരു ജോലി കിട്ടുമല്ലോ."

"ഞങ്ങൾ ഒരു ബന്ധത്തിലാണ്, കൂടാതെ വിവാഹം കഴിക്കാനും പോകുന്നു. അവൾ ജോലി ചെയ്യുകയും ആ സമയം ഞാൻ വീട്ടു കാര്യങ്ങൾ നോക്കുകയും ചെയ്യുമെന്ന് ഞങ്ങൾ തീരുമാനിച്ച കാര്യമാണ്. അവളുടെ ജോലിമാറ്റം തീരുമാനമായി കഴിഞ്ഞാൽ, അവളുടെ ശമ്പളത്തിൽ നിന്ന് ഞാൻ പണം തിരികെ നൽകും."

ഓ, അപ്പോൾ അയാൾക്ക് ഒരു കാമുകി ഉണ്ടെന്ന് ഞാൻ കരുതി, പക്ഷേ ഇന്നലെ അവനും എന്റെ സഹോദരിയും തമ്മിലുള്ള സംസാരം ഞാൻ ഓർത്തപ്പോൾ, അയാൾ പറയുന്നത് എന്നെപ്പറ്റിയാണ് എന്ന് എനിക്ക് മനസ്സിലായി.

"കാര്യങ്ങൾ അങ്ങനെയാണോ? നീ ഇപ്പോൾ എന്ത് ജോലിയാണ് ചെയ്യുന്നത്?" അവൾ സംശയത്തോടെ എന്നെ നോക്കി ചോദിച്ചു.

"ഓ, ഉം, ഞാൻ ഒരു കൺവീനിയെൻസ് സ്റ്റോറിൽ ജോലി ചെയ്യുന്നു," ഞാൻ മറുപടി പറഞ്ഞു.

അവൾ എന്നെ നോക്കി, അവളുടെ കണ്ണുകളും മൂക്കും വായും എല്ലാം പിളർന്ന വൃത്താകൃതിയിലായി. മുൻപ് അങ്ങനെയൊരു മുഖം എവിടെയോ കണ്ടതായി ഞാൻ ഓർക്കുകയായിരുന്നു, അവൾ എന്നോട് അലറുന്നതിന് മുൻപ് വരെ :

"എന്ത്! ഈ മനുഷ്യന് ജോലി പോലുമില്ലാതെയും നിങ്ങൾ രണ്ടുപേരും ഒരുമിച്ച് താമസിക്കുന്നു?"

"ഉം... അതെ."

"എന്നിരുന്നാലും, നിങ്ങൾക്ക് ഇതുപോലെ തുടരാൻ കഴിയില്ല, അല്ലേ? നിങ്ങൾക്ക് നിങ്ങളെത്തന്നെ മടുക്കും! ഞാൻ ഉദ്ദേശിക്കുന്നതെന്തെന്നാൽ, നോക്കൂ, ഞാൻ പരുഷമായി ആണ് പെരുമാറിയതെങ്കിൽ ക്ഷമിക്കണം, പക്ഷേ നിങ്ങൾ ഒരു കോഴിക്കുഞ്ഞുമൊന്നുമല്ലല്ലോ? നിങ്ങൾക്കെന്താ ശരിയായ ഒരു ജോലി കിട്ടാത്തത്?"

"ശരിയാണ്... ഞാൻ കുറച്ച് ഇന്റർവ്യൂകളിൽ പങ്കെടുത്തിരുന്നു, പക്ഷേ കൺവീനിയെൻസ് സ്റ്റോറിൽ മാത്രമാണ് എനിക്ക് ജോലി ചെയ്യാൻ കഴിഞ്ഞത്."

അവൾ എന്നെ അമ്പരപ്പോടെ നോക്കി. "ഒരു തരത്തിൽ നിങ്ങൾ പരസ്പരം യോജിക്കുന്നു, പക്ഷേ... നോക്കൂ, ഇത് എന്നെ ബാധിക്കുന്ന കാര്യമല്ലെന്ന് എനിക്കറിയാം, പക്ഷേ നിങ്ങൾ ഒന്നുകിൽ ഒരു ജോലി നേടണം അല്ലെങ്കിൽ വിവാഹം കഴിക്കണം, ഒന്നില്ലെങ്കിൽ മറ്റൊന്ന്. ഞാൻ പറയുന്നത് ഗൗരവമായി തന്നെയാണ്. ഈ രണ്ട് കാര്യങ്ങളും ചെയ്യുന്നതാണ് നിങ്ങൾക്ക് നല്ലത്. അല്ലെങ്കിൽ നിങ്ങൾ എപ്പോഴെങ്കിലും പട്ടിണികിടന്ന് മരിക്കും, നിങ്ങൾക്കറിയാമോ. നിങ്ങൾ ഇപ്പോൾ ശരിക്കും ജീവിതത്തിന്റെ മുൾമുനയിലാണ് ജീവിക്കുന്നത്."

"എനിക്ക് മനസ്സിലാകുന്നുണ്ട്."

"എന്റെ ഭാഗത്ത് നിന്ന് നോക്കുമ്പോൾ ഇയാളുടെ കാര്യത്തിൽ നിന്നെ എന്താണ് ആകർഷിക്കുന്നത് എന്നത് എനിക്ക് ഒരിക്കലും മനസ്സിലാകുന്നില്ല, പക്ഷേ നിങ്ങൾ ഇയാളെ ശരിക്കും സ്നേഹിക്കുന്നുണ്ടെങ്കിൽ, അതുതന്നെ ഒരു ശരിയായ ജോലി നേടാനുള്ള ഏറ്റവും നല്ല കാരണമാണ്. സമൂഹത്തിൽ പരാജയപ്പെട്ട രണ്ട് പേർക്ക് ഒരു കട തൊഴിലാളിയുടെ വേതനം കൊണ്ട് മാത്രം അതിജീവിക്കാൻ ഒരു സാധ്യതയുമില്ല. ഞാൻ ഗൗരവമായിട്ടാണ് പറയുന്നത്!"

"ശരി."

"ഇതിന് മുൻപ് ആരും നിങ്ങളോടു ഇതൊന്നും പറഞ്ഞിട്ടില്ലേ? പിന്നെ നിങ്ങളുടെ ആരോഗ്യ ഇൻഷുറൻസിന്റെ സ്ഥിതി എന്താണ്? നിങ്ങൾ അതിനായി രജിസ്റ്റർ എങ്കിലും ചെയ്തിട്ടുണ്ടോ? ഞാൻ ഇതൊക്കെ നിങ്ങളുടെ നല്ലതിന് വേണ്ടി മാത്രമാണ് പറയുന്നത്, നിങ്ങൾക്ക് മനസിലാകുമല്ലോ! ഞങ്ങൾ ഇപ്പോൾ കണ്ടുമുട്ടിയതേയുള്ളൂ, അതുകൊണ്ട് തന്നെ ഇതൊന്നും പറയേണ്ട കാര്യമെനിക്കില്ലായിരിക്കാം, പക്ഷേ നിങ്ങളുടെ നന്മയോർത്ത് പറയുന്നതാണ് നല്ലൊരു ജീവിതം ഉണ്ടാക്കിയെടുക്കാൻ ശ്രമിക്കൂ."

അവൾ എന്നോട് ചേർന്ന് നിന്ന് ഇതൊക്കെ സംസാരിക്കാൻ ബുദ്ധിമുട്ടുന്നത് കണ്ടപ്പോൾ, ഷിറാഹ പറഞ്ഞതിനേക്കാൾ എത്രയോ നല്ലവളാണ് അവൾ എന്ന് എനിക്ക് തോന്നി.

"ഇതെല്ലാം ഞങ്ങൾ ചർച്ച ചെയ്തതാണ്. ഞങ്ങൾക്ക് കുട്ടികളുണ്ടാകുന്നതുവരെ,ഞാൻവീടിന്റെകാര്യങ്ങൾനോക്കുകയുംനല്ലൊരു ഓൺലൈൻ ബിസിനെസ്സ് തുടങ്ങാനുള്ള കാര്യങ്ങളിൽ ശ്രദ്ധ കേന്ദ്രീകരിക്കുകയും ചെയ്യും. ഞങ്ങൾക്ക് ഒരു കുട്ടിയുണ്ടായാൽ, ഞാൻ ജോലിക്ക് പോകുകയും, കുടുംബം നോക്കുകയും ചെയ്യും."

"ആദ്യം ഈ വിഡ്ഢിത്തങ്ങൾ പറയുന്നത് നിർത്തി ഒരു നല്ല ജോലി നേടൂ. എന്തൊക്കെ ആയാലും, അത് നിങ്ങൾ രണ്ടുപേരുടെയും ഇഷ്ടമാണ്, മാത്രമല്ല നിങ്ങളുടെ ജീവിതത്തിൽ ഞാൻ കൈ കടത്തേണ്ട ആവശ്യവുമില്ല, പക്ഷേ..."

"ഞാൻ അവളോട് കൺവീനിയെൻസ് സ്റ്റോർ വിട്ട് നല്ലൊരു ജോലി അന്വേഷിക്കുന്നതിൽ ശ്രദ്ധ കേന്ദ്രീകരിക്കാൻ പറഞ്ഞിട്ടുണ്ട്. ഞങ്ങൾ ഇതിനകം തന്നെ ആ തീരുമാനം എടുത്തിട്ടുണ്ട്."

ഏയ്? ഞാൻ പെട്ടെന്ന് ഒരു ചിന്തയിൽ എത്തി.

"നിങ്ങൾക്ക് ഒരു പങ്കാളി ഉണ്ടെന്ന കാര്യം ഏതെങ്കിലും വിധത്തിൽ ഒരു പുരോഗതിയാണെന്ന് ഞാൻ കരുതുന്നു," അവൾ കുറച്ച് വിമുഖതയോടെ പറഞ്ഞു. "എന്തായാലും, കൂടുതൽ നേരം ഇവിടെ നിൽക്കാൻ ഞാൻ ആഗ്രഹിക്കുന്നില്ല, അതുകൊണ്ട് ഇപ്പോൾ ഞാൻ പോകുന്നു." അവൾ എഴുന്നേറ്റു. "ഇന്ന് ഇവിടെ നടന്നതൊക്കെ ഞാൻ നിങ്ങളുടെ അമ്മയോട് പറയും, നിങ്ങൾക്ക് വേണ്ടി ഞങ്ങൾ എത്ര പണം ചിലവഴിച്ചു എന്നതുൾപ്പെടെ, അതു കൊണ്ട് അതിൽ നിന്ന് രക്ഷപ്പെടാമെന്ന് നിങ്ങൾ കരുതേണ്ട, മനസ്സിലായോ?"

അതും പറഞ്ഞ് അവൾ പോയി.

വാതിൽ അടയുന്ന ശബ്ദവും ഭാര്യാസഹോദരിയുടെ അകന്നു പോകുന്ന കാലടി ശബ്ദവും ഷിറാഹ ശ്രദ്ധയോടെ കേട്ടു. അവൾ പോയി എന്ന് ഉറപ്പായപ്പോൾ അയാൾ സന്തോഷത്തോടെ ആർത്തു. "അവസാനം... ഞാൻ രക്ഷപ്പെട്ടു! തൽക്കാലം എല്ലാം ശരിയായി. നീ ഗർഭിണിയാകുന്ന കാര്യം ആലോചിക്കുകയേ വേണ്ട, എന്തൊക്കെ ആയാലും നിന്നെപ്പോലുള്ള ഒരു സ്ത്രീയോടൊപ്പം കിടക്ക പങ്കിടാൻ എനിക്ക് ഒരിക്കലും സാധിക്കില്ല."

ആവേശത്തിൽ അയാൾ എന്റെ തോളിൽ പിടിച്ചു. "ഫുരുകുറ, നീ ഭാഗ്യവതിയാണെന്ന് അറിയാമോ? നീ എന്നോട് നന്ദി പറയേണ്ടിയിരിക്കുന്നു. നീ അവിവാഹിതയും, കന്യകയും,

സ്ഥിരതയില്ലാത്ത ജോലി ചെയ്യുന്ന കൺവീനിയെൻസ് സ്റ്റോർ ജീവനക്കാരിയുമെന്ന നിലയിൽ മൂന്നു വിധത്തിലുള്ള 'വൈകല്യങ്ങൾ' അനുഭവിക്കുന്ന അവസ്ഥയിൽ നിന്ന്, ഇപ്പോൾ സമൂഹത്തിലെ വിവാഹിതയായ അംഗമായി മാറാൻ കഴിയുന്നു. എല്ലാവരും നിന്നെ ലൗകിക ജീവിതത്തിൽ സജീവവും ബഹുമാന്യയുമായ ഒരു മനുഷ്യയായി കണക്കാക്കും. അതാണ് അവരെ ഏറ്റവും സന്തോഷിപ്പിക്കുന്ന നിന്റെ ചിത്രം. അത്ഭുതകരമല്ലേ?"

ജോലി കഴിഞ്ഞ് തിരിച്ചെത്തിയ നിമിഷം മുതൽ ഷിറാഹയുടെ കുടുംബകാര്യങ്ങളിൽ കുടുങ്ങിയിരുന്നതിനാൽ, ഞാൻ വളരെ ക്ഷീണിതയായിരുന്നു അതുകൊണ്ട് തന്നെ ഞാൻ അപ്പോൾ അയാളുടെ വാചകമടി കേട്ടിരിക്കാനുള്ള മാനസികാവസ്ഥയിലായിരുന്നില്ല.

"ഉം, ഇന്ന് ഒരു തവണ മാത്രം ഞാൻ എന്റെ ഷവറിൽ ഒന്ന് കുളിക്കട്ടെ?"

അയാൾ ബാത്ത് ടബ്ബിൽ നിന്ന് മെത്ത പുറത്തെടുത്തു, അങ്ങനെ ഈ ആഴ്ചയിൽ ആദ്യമായി ഞാൻ പുറത്ത് പോയി നാണയം ഉപയോഗിച്ച് പ്രവർത്തിക്കുന്ന പൊതു കുളിമുറിയിൽ കുളിക്കുന്നതിന് പകരം വീട്ടിൽ കുളിച്ചു. അതിനിടയിൽ അയാൾ ബാത്ത്റൂം വാതിലിനു പുറത്ത് നിന്ന് നിർത്താതെ സംസാരിച്ചു കൊണ്ടിരുന്നു. "എന്നെ കണ്ടുമുട്ടിയത് നിന്റെ ഭാഗ്യമാണ്, ഫുരുകറ. നീ മുമ്പത്തെപ്പോലെ തന്നെ ജീവിച്ചിരുന്നെങ്കിൽ ഒറ്റപ്പെട്ടവളും നിരാലംബയുമായി മരിക്കുമായിരുന്നു. അതിനേക്കാൾ എത്രയോ നല്ലതാണ് എന്നെ എന്നെന്നേക്കുമായി ഒളിപ്പിച്ചു വയ്ക്കുന്നത്!"

അയാളുടെ ശബ്ദം നേർത്തു വന്നു. പിന്നീട് ഞാൻ കേട്ടത് വെള്ളത്തിന്റെ സ്വരം മാത്രം, അത് എന്റെ കാതുകളിൽ അവശേഷിച്ചിരുന്ന കൺവീനിയെൻസ് സ്റ്റോറിലെ ശബ്ദങ്ങളുടെ അവസാന കണികകളെയും പതുക്കെ ഇല്ലാതാക്കി.

എന്റെ ശരീരത്തിൽ നിന്ന് സോപ്പ് കഴുകി കളഞ്ഞു ടാപ്പ് മുറുകെ അടച്ചപ്പോൾ, വളരെക്കാലത്തിനുശേഷം ആദ്യമായി എന്റെ കാതുകളിൽ നിശബ്ദത അനുഭവപ്പെട്ടു.

ഇതുവരേയ്ക്കും, കൺവീനിയെൻസ് സ്റ്റോറിലെ ആ ശബ്ദങ്ങൾ എന്റെ കാതുകളിൽ മുഴങ്ങുന്നുണ്ടായിരുന്നു. പക്ഷേ ഇപ്പോൾ ആ ശബ്ദങ്ങൾ എവിടെയോ പോയി മറഞ്ഞു.

പണ്ടേ മറന്നുപോയ ആ നിശബ്ദത, ഞാൻ ഇതുവരെ കേട്ടിട്ടില്ലാത്ത സംഗീതം പോലെ എനിക്ക് തോന്നി. അതിൽ മുഴുകി ഞാൻ നിശ്ചലയായി നിൽക്കുമ്പോൾ, ഷിറാഹയുടെ ഭാരം മൂലം തറ കിലുങ്ങുന്ന ശബ്ദം അതിനെ ഇല്ലാതാക്കി.

* * *

എല്ലാം വളരെ പെട്ടന്നായിരുന്നു, എന്റെ ജോലിയുടെ പതിനെട്ട് വർഷക്കാലം വെറും ഒരു മിഥ്യ പോലെ, കൺവീനിയെൻസ് സ്റ്റോറിലെ എന്റെ അവസാന ദിവസം അങ്ങനെ വന്നു ചേർന്നു.

ഞാൻ രാവിലെ 6:00 മണിക്ക് തന്നെ കടയിൽ പോയി സുരക്ഷാ ക്യാമറ മോണിറ്റർ നോക്കി വിലയിരുത്തിക്കൊണ്ട് സമയം ചിലവിട്ടു.

ടുവാൻ ഇപ്പോൾ ക്യാഷ് കൗണ്ടറിൽ പരിചിതനായി അതുകൊണ്ട് അവൻ കോഫീ ടിന്നുകളും സാൻഡ്‌വിച്ചുകളും പ്രാവിണ്യത്തോടെ വേഗത്തിൽ സ്കാൻ ചെയ്തു, ഉപഭോക്താവ് ആവശ്യപ്പെട്ടാൽ രസീത് സുതാര്യമായി നൽകുകയും ചെയ്തു.

സാധാരണ ഇവിടെ നിന്ന് ജോലി വിട്ടു പോകുമ്പോൾ ഒരു മാസത്തെ അറിയിപ്പ് ഞങ്ങൾ നൽകേണ്ടതാണ്, പക്ഷേ ഇപ്പോഴത്തെ സാഹചര്യങ്ങൾ കണക്കിലെടുത്ത് രണ്ടാഴ്ച കഴിഞ്ഞപ്പോൾ അവർ എന്നെ പോകാൻ അനുവദിച്ചു.

രണ്ടാഴ്ച മുൻപ് ഞാൻ പോകാൻ ആഗ്രഹിക്കുന്നുവെന്ന് മാനേജരോട് പറഞ്ഞപ്പോൾ അദ്ദേഹം പ്രതികരിച്ചത് ഞാൻ ഓർത്തു.

“ശരിക്കും? ഒടുവിൽ അത് സംഭവിച്ചു! അപ്പോൾ ഷിറാഹ ഒരു പുരുഷനെപ്പോലെ നിന്നോട് പെരുമാറി തുടങ്ങിയിരിക്കുന്നു, അല്ലേ?”

അവിടെ നിന്ന് ആളുകൾ പോയാൽ ജോലി ഭാരം കൂടുമെന്നതിനാൽ എപ്പോഴും അദ്ദേഹം അസ്വസ്ഥനാകുമായിരുന്നു, പകരം മറ്റൊരാളെ കണ്ടെത്താൻ സഹായിക്കണമെന്ന് അദ്ദേഹം എപ്പോഴും ആവശ്യപ്പെടും. പക്ഷേ ഈ തവണ, അദ്ദേഹം അതീവ സന്തോഷത്തിലായിരുന്നു. ഒരുപക്ഷേ ഇപ്പോൾ യഥാർത്ഥ സ്റ്റോർ മാനേജർമാർ എവിടെയും ഇല്ലാതായിരിക്കാം. എന്റെ മുന്നിൽ ഇപ്പോൾ നില്ക്കുന്നത് മനുഷ്യനായി പിറന്ന ഒരു പുരുഷനാണ്,

സ്വന്തം വർഗ്ഗത്തിലെ മറ്റൊരാൾ പ്രജനനം നടത്തുമെന്ന് അർത്ഥമില്ലാതെ പ്രതീക്ഷിക്കുന്ന ഒരുവൻ.

പെട്ടെന്ന് ആളുകൾ പോകുമ്പോൾ കാണിക്കുന്ന തൊഴിൽ പരമായ കഴിവുകളുടെ അഭാവത്തെക്കുറിച്ച് എപ്പോഴും ദേഷ്യത്തോടെ അഭിപ്രായം പറഞ്ഞിരുന്ന മിസ്സിസ് ഇസുമിയും എന്നെ അഭിനന്ദിച്ചു. "ഞാൻ എല്ലാം അറിഞ്ഞു! നിന്നെ ഓർത്ത് എനിക്ക് ഒരുപാട് സന്തോഷമുണ്ട്!"

ഞാൻ എന്റെ യൂണിഫോം അഴിച്ചുമാറ്റി എന്റെ നെയിം ബാഡ്ജ് ഊരി എടുത്ത്, അത് ഞാൻ മാനേജർക്ക് കൈമാറി.

"ശരി എങ്കിൽ, എല്ലാത്തിനും ഒരുപാട് നന്ദി."

"നിങ്ങളുടെ കുറവ് ഞങ്ങൾ എപ്പോഴും അനുഭവിക്കും, മിസ് ഫുരുകുറ! നിങ്ങളുടെ എല്ലാ കഠിനാധ്വാനത്തിനും നന്ദി."

ഞാൻ അവിടെ പതിനെട്ട് വർഷം ജോലി ചെയ്തു, പിന്നീട് അത് അങ്ങനെ തന്നെ അവസാനിച്ചു. എന്റെ സ്ഥാനത്ത്, കഴിഞ്ഞ ആഴ്ച തന്നെ ജോലിയിൽ പ്രവേശിച്ച മ്യാൻമറിൽ നിന്നുള്ള പുതിയ പെൺകുട്ടി ഇതിനകം തന്നെ ക്യാഷ് കൗണ്ടറിൽ ബാർകോഡുകൾ സ്കാൻ ചെയ്യുന്നുണ്ടായിരുന്നു. എന്റെ കൺ കോണിലൂടെ ഞാൻ സുരക്ഷാ ക്യാമറ മോണിറ്ററിലേക്ക് നോക്കി, ഇനി ഒരിക്കലും എന്നെ അതിൽ കാണിക്കില്ലല്ലോ എന്ന് ഓർത്തു.

"മിസ് ഫുരുകുറ, ശരിക്കും, ഇവിടെ ജോലി ചെയ്തതിന് വളരെ നന്ദി!"

മിസ്സിസ് ഇസുമിയും സുഗവാരയും വിലയേറിയതായി തോന്നിക്കുന്ന അവൾക്ക്/അവന് എന്ന് രേഖപ്പെടുത്തിയ ഒരു സെറ്റ് ചോപ്സ്റ്റിക്കുകൾ എനിക്ക് തന്നിട്ട് പറഞ്ഞു : "ഇതൊരു ഒരു വിവാഹ സമ്മാനം കൂടിയാണ്". കൂടാതെ വൈകുന്നേരത്തെ ഷിഫ്റ്റിലെ പെൺകുട്ടികൾ എനിക്ക് ഒരു ടിൻ നിറയെ കുക്കികൾ തന്നു.

ഈ കഴിഞ്ഞ പതിനെട്ട് വർഷത്തിനിടയിൽ, നിരവധി ആളുകൾ പോകുന്നത് ഞാൻ കണ്ടു, അവർ അവശേഷിപ്പിച്ച വിടവ് അല്പ സമയത്തിനുള്ളിൽ തന്നെ നികത്തപ്പെട്ടിരുന്നു. ഞാൻ നിലനിന്ന സ്ഥലവും വേഗത്തിൽ നികത്തപ്പെടും, നാളെ മുതൽ കൺവീനിയെൻസ് സ്റ്റോർ പതിവുപോലെ പ്രവർത്തിക്കും.

എനിക്ക് നന്നായി അറിയാവുന്ന വ്യാപാര ഉപകരണങ്ങളായ

ബാർകോഡ് സ്കാനർ, ഓർഡർ നൽകുന്നതിനുള്ള മെഷീൻ, തറ പോളിഷ് ചെയ്യുന്നതിനുള്ള യന്ത്രം, കൈകൾ അണുവിമുക്തമാക്കുന്നതിനുള്ള അണുനാശിനി, ഞാൻ എപ്പോഴും ബെൽറ്റിൽ കൊളുത്തി കൂടെ കൊണ്ടു നടന്നിരുന്ന ഡസ്റ്റർ, ഇവയൊന്നും ഞാൻ ഇനി ഒരിക്കലും തൊടില്ല.

"എന്നാലും, ഇതൊരു ശുഭകരമായ യാത്രയയപ്പാണ്!" മാനേജർ പറഞ്ഞു.

"അത് ശരിയാണ്!" മിസ്സിസ് ഇസുമിയും സുഗവാരയും തല കുലുക്കി. "ഞങ്ങളെ ഒക്കെ കാണാൻ ഇടയ്ക്ക് നീ വരില്ലേ?"

"അതെ, അതെ, എപ്പോൾ വേണമെങ്കിലും ഒരു ഉപഭോക്താവായി ഇവിടേയ്ക്ക് വരാമല്ലോ. ഷിറാഹയെ കൂടെ കൊണ്ടുവരൂ. ഞങ്ങൾ നിങ്ങളെ ഫ്രാങ്ക്ഫർട്ടറുകളുമായി സ്വീകരിക്കും."

മിസ്സിസ് ഇസുമിയും സുഗവാരയും പുഞ്ചിരിച്ചുകൊണ്ട് എനിക്ക് ആശംസകൾ നേർന്നു.

അവരുടെ തലച്ചോറുകൾ സാധാരണമാണെന്ന് സങ്കൽപ്പിച്ച ഒരു വ്യക്തിയുടെ രൂപം ഞാൻ സ്വീകരിക്കുകയായിരുന്നു. അവരിൽ നിന്ന് അഭിനന്ദനങ്ങൾ കേട്ടപ്പോൾ വിചിത്രമായി തോന്നി, പക്ഷേ ഞാൻ "നന്ദി" എന്ന് മാത്രം പറഞ്ഞു.

വൈകുന്നേരത്തെ ഷിഫ്റ്റിലുള്ള പെൺകുട്ടികളോട് വിട പറഞ്ഞ് ഞാൻ പുറത്തേക്ക് ഇറങ്ങി. അപ്പോഴും നല്ല വെളിച്ചമുണ്ടായിരുന്നു പുറത്ത്, പക്ഷേ കൺവീനിയെൻസ് സ്റ്റോർ ആകാശത്തേക്കാൾ പ്രകാശപൂരിതമായിരുന്നു. തിളങ്ങുന്ന വെളുത്ത അക്വേറിയം പോലെയായിരുന്നു അത്.

ഇനി ഞാൻ ഒരു സ്റ്റോർ വർക്കർ അല്ലാതാകുമ്പോൾ എന്റെ അവസ്ഥ എന്തായിരിക്കുമെന്ന് എനിക്ക് സങ്കൽപ്പിക്കാൻ കഴിഞ്ഞില്ല. ഞാൻ ഒരിക്കൽകൂടി കടയെ വണങ്ങി മെട്രോ സ്റ്റേഷനിലേക്ക് നടക്കാൻ തുടങ്ങി.

* * *

ഞാൻ വീട്ടിലെത്തിയപ്പോൾ ഷിറാഹ അക്ഷമയോടെ എന്നെ കാത്തിരിക്കുന്നത് കണ്ടു.

സാധാരണയായി അടുത്ത ദിവസം ജോലിയെക്കുറിച്ച് എനിക്ക് ആശങ്കയുണ്ടാകുമായിരുന്നു, ഭക്ഷണവും ഉറക്കവും

ഉൾപ്പെടെ എന്റെ ശാരീരിക ആവശ്യങ്ങൾക്കു ശ്രദ്ധ നൽകുകയും ചെയ്തിരുന്നു. എനിക്ക് ജോലിയില്ലാത്തപ്പോഴും എന്റെ ശരീരം കൺവീനിയെൻസ് സ്റ്റോറിന്റെ ഭാഗമായിരുന്നു. അതിൽ നിന്ന് മോചിതയായപ്പോൾ, എനിക്ക് എന്നെത്തന്നെ എന്ത് ചെയ്യണമെന്ന് പോലും അറിയില്ലായിരുന്നു.

ഷിറാഹ അത്യന്തം ആവേശഭരിതനായിരുന്നു, ഓൺലൈൻ സഹായത്തോടെ ജോലിക്ക് ആളെ ആവശ്യമുണ്ട് എന്ന പരസ്യങ്ങൾ പരിശോധിച്ചു കൊണ്ടിരുന്നു. സ്വീകരണ മുറിയിലെ മേശമേൽ ബയോഡാറ്റ ഫോമുകൾ അയാളുടെ ചുറ്റും ചിതറിക്കിടക്കുകയായിരുന്നു.

“ധാരാളം ജോലികൾക്ക് പ്രായപരിധി പറയുന്നുണ്ട്, പക്ഷേ ചിലതിന് അതൊന്നും ആവശ്യപ്പെടുന്നില്ല, നീ അവയൊന്നു നോക്കൂ. ഈ പരസ്യങ്ങൾ നോക്കുന്നത് എനിക്ക് എപ്പോഴും വെറുപ്പായിരുന്നു, പക്ഷേ ജോലിക്ക് പോകേണ്ടത് ഞാനല്ലാത്തതിനാൽ, അത് ശരിക്കും എനിക്ക് വളരെ രസകരമാണ്!”

എനിക്ക് വളരെ വിഷാദം തോന്നി. ഞാൻ ക്ലോക്കിലേക്ക് നോക്കി: വൈകുന്നേരം 7:00 മണി. ഞാൻ ജോലി ചെയ്യാത്തപ്പോഴും എന്റെ ശരീരം എല്ലായ്പ്പോഴും കൺവീനിയെൻസ് സ്റ്റോറുമായി ബന്ധപ്പെട്ടിരുന്നു. ഇപ്പോൾ കടയിലെ കാർട്ടൺ പാനീയങ്ങളുടെ സ്റ്റോക്ക് വീണ്ടും നിറയ്ക്കേണ്ട സമയമായി; ഇപ്പോൾ കടയിൽ രാത്രിയിൽ എത്താറുള്ള ഡെലിവറി എത്തും, രാത്രി ഷിഫ്റ്റിലുള്ളവർ അത് പരിശോധിക്കാൻ തുടങ്ങും; ഇപ്പോൾ കടയുടെ തറ തുടയ്ക്കേണ്ട സമയമായി. ഞാൻ ക്ലോക്കിലേക്ക് നോക്കുമ്പോഴെല്ലാം, കൺവീനിയെൻസ് സ്റ്റോറിൽ എന്താണ് സംഭവിക്കുന്നതെന്ന് ഞാൻ ചിന്തിച്ചുകൊണ്ടിരുന്നു.

ഇപ്പോൾ വൈകുന്നേരത്തെ ഷിഫ്റ്റിലുള്ള സവാഗുച്ചി അടുത്ത ആഴ്ചയിലെ പുതിയ ഉൽപ്പന്നങ്ങൾക്കായി ഒരു പരസ്യ ബോർഡുകൾ ചെയ്യാൻ തുടങ്ങും, അതേസമയം മകിമുറ കപ്പ് നൂഡിൽ ഷെൽഫുകൾ വീണ്ടും നിറയ്ക്കും. പക്ഷേ, ഇപ്പോൾ ഞാൻ ആ സമയപ്രവാഹത്തിൽ നിന്ന് പുറത്തായി എന്ന് ഞാൻ കരുതി.

ഇവിടെ അപ്പാർട്ട്മെന്റിൽ ഷിറാഹയുടെ ശബ്ദം മുതൽ ഫ്രിഡ്ജിന്റെ മൂളൽ വരെ നിരവധി ശബ്ദങ്ങൾ ഉണ്ടായിരുന്നു, എങ്കിലും എന്റെ ചെവികൾ കേട്ടത് ശാന്തത മാത്രമായിരുന്നു. മുൻപ് എന്നിൽ നിറയെ നിറഞ്ഞിരുന്ന കൺവീനിയെൻസ്

സ്റ്റോറിന്റെ ശബ്ദങ്ങൾ ഇപ്പോൾ എന്റെ ശരീരത്തിൽ നിന്ന് ഒഴിഞ്ഞുപോയിരുന്നു. ഞാൻ ആ ലോകത്തുനിന്ന് വേർപെട്ടു പോയിരിക്കുന്നു.

“സ്വാഭാവികമായും, ഒരു കൺവീനിയെൻസ് സ്റ്റോറിലെ നിന്റെ ജോലി എന്നെ പിന്തുണയ്ക്കാൻ പര്യാപ്തമല്ല. നീ അവിടെ ജോലി ചെയ്യുകയും ഞാൻ ജോലി ഇല്ലാതെ ഇരിക്കുകയും ചെയ്യുമ്പോൾ, വിമർശനം നേരിടേണ്ടത് എപ്പോഴും ഞാൻ തന്നെയാകും. സമൂഹം ഇനിയും ശിലായുഗത്തിൽ നിന്നു പുറത്തു വരാനായിട്ടില്ല; അതുകൊണ്ടുതന്നെ അവർ എപ്പോഴും കുറ്റം പുരുഷന്റെ മേൽ മാത്രം ചുമത്തും. പക്ഷേ, നിനക്ക് ഒരു ശരിയായ ജോലി ലഭിച്ചാൽ, അവർ ഇനി ഒരിക്കലും എന്നെ ഇരയാക്കില്ല. മാത്രമല്ല, അത് നിനക്കും ഗുണം ചെയ്യും, ഒരു വെടിക്ക് രണ്ട് പക്ഷികളെ കൊല്ലുന്നതുപോലെ.”

“ഉം, എനിക്കിന്ന് പ്രത്യേകിച്ച് വിശപ്പൊന്നും തോന്നുന്നില്ല, അതുകൊണ്ട് നിങ്ങൾ പോയി എന്തെങ്കിലും കഴിക്കാൻ നോക്കൂ?”

“അതെയോ? ശരി.”

സ്വയം സാധനങ്ങൾ വാങ്ങേണ്ടി വരുമെന്ന് അയാൾ മുറുമുറുത്തു, പക്ഷേ ഞാൻ ഒരു ആയിരം യെൻ നോട്ട് കയ്യിൽ വച്ചു കൊടുത്തപ്പോൾ അയാൾ ശാന്തനായി.

ആ രാത്രി ഞാൻ പതിവുപോലെ ഉറങ്ങാൻ കിടന്നു, പക്ഷേ ഉറങ്ങാൻ കഴിഞ്ഞില്ല, അതുകൊണ്ട് ഞാൻ വീണ്ടും എഴുന്നേറ്റു, ധരിച്ചിരുന്നത് പൈജാമ ആയിരുന്നെങ്കിലും അത് ഇട്ടുകൊണ്ട് തന്നെ ഞാൻ ബാൽക്കണിയിലേക്ക് പോയി നിന്നു.

ഇതുവരെ എനിക്ക് പിറ്റേന്ന് ജോലിക്ക് പോകും മുൻപ് ഞാൻ മതിയായ ഉറക്കം കിട്ടുന്നുണ്ട് എന്ന് ഉറപ്പാക്കേണ്ട ആവശ്യമേ ഉണ്ടായിരുന്നുള്ളൂ. കൺവീനിയെൻസ് സ്റ്റോറിനുവേണ്ടി ശാരീരിക ആരോഗ്യം നിലനിർത്തേണ്ടതുണ്ടെന്ന് ഓർത്താൽ തന്നെ എനിക്ക് ഉടൻ ഉറക്കം വരുമായിരുന്നു. പക്ഷേ ഇപ്പോൾ എനിക്ക് ഉറങ്ങേണ്ടതെന്തിനാണ് എന്നതുപോലും അറിയില്ല.

ഞാൻ എപ്പോഴും എന്റെ വസ്ത്രങ്ങൾ അപ്പാർട്ട്മെന്റിനുള്ളിൽ ഉണക്കുന്നതിനാൽ, ബാൽക്കണിയിൽ അഴുക്കും ജനലുകളിൽ പൂപ്പലും രൂപപ്പെട്ടിരുന്നു. പൈജാമയിൽ അഴുക്കാകും എന്നറിയാമായിരുന്നു എങ്കിലും അതൊന്നും ഗൗനിക്കാതെ ഞാൻ അവിടെ ഇരുന്നു.

ഞാൻ തിരിഞ്ഞുനോക്കിയപ്പോൾ അപ്പാർട്ട്മെന്റിന്റെ ജനാലയിലൂടെ അകത്തുള്ള ക്ലോക്ക് കാണാമായിരുന്നു : പുലർച്ചെ 3:00, അത് രാത്രി ഷിഫ്റ്റിന് ഇടവേള എടുത്തിരുന്ന സമയമായിരുന്നു. ഡാറ്റ്-കുനും മുൻപ് കടകളിൽ ജോലി ചെയ്ത് പരിചയം ഉള്ള കഴിഞ്ഞ ആഴ്ച ജോലിക്ക് കയറിയ ഷിനോസാക്കിയും അവരുടെ ഇടവേള സമയം ശീതീകരിച്ച മുറിയിലെ സാധനങ്ങൾ നിറയ്ക്കാൻ ചിലവിട്ടുമായിരുന്നു.

ഈ സമയത്ത് ഞാൻ ഉണർന്നിട്ട് വളരെ നാളായി.

ഞാൻ എന്റെ ശരീരം പതിയെ തൊട്ടുനോക്കി. സ്റ്റോർ നിയമങ്ങൾ പ്രകാരം എന്റെ നഖങ്ങൾ എപ്പോഴും ചെറുതായി വെട്ടിയിരിക്കും, മുടി ശുചിയായി സൂക്ഷിക്കാൻ ഞാൻ അതീവ ശ്രദ്ധ പുലർത്തും, ഒരിക്കലും മുടിക്ക് നിറം നല്കാൻ ശ്രമിച്ചിട്ടില്ല. മൂന്ന് ദിവസം മുൻപ് കട്ട്ലെറ്റ് വറക്കുമ്പോൾ പൊള്ളിയതിന്റെ ഫലമായി എന്റെ കൈയുടെ പുറത്ത് ഒരു മങ്ങിയ പാട് ഇപ്പോഴും കാണാം.

വേനൽക്കാലം അടുത്തു വരികയാണ്, പക്ഷേ ബാൽക്കണിയിൽ അപ്പോഴും കുറച്ച് തണുപ്പ് ഉണ്ടായിരുന്നു. എന്നിട്ടും എനിക്ക് അകത്തേക്ക് തിരിച്ച് പോകാൻ തോന്നിയില്ല, അതുകൊണ്ട് വെറുതെ നീലാകാശത്തേക്ക് ശൂന്യമായി നോക്കിക്കൊണ്ട് ഞാൻ പുറത്ത് തന്നെ നിന്നു,

* * *

മെത്തയിൽ ചൂടത്ത് തിരിഞ്ഞും മറിഞ്ഞും കിടന്ന അസ്വസ്ഥമായ ഉറക്കത്തിൽ നിന്ന് ഉണർന്നപ്പോൾ ഒരു ചെറിയ വിള്ളൽ വീണ പോലെ എന്റെ കണ്ണുകൾ തുറന്നു.

ഇത് ഏത് സമയമാണെന്നോ, ആഴ്ചയിലെ ഏത് ദിവസമാണെന്നോ പോലും എനിക്ക് ധാരണയില്ലായിരുന്നു. സമയം നോക്കാൻ വേണ്ടി ഞാൻ തലയിണയ്ക്ക് ചുറ്റും മൊബൈൽ ഫോണിനായി പരതി, നോക്കിയപ്പോൾ സമയം രണ്ട് മണി. രാവിലെയാണോ രാത്രിയാണോ എന്ന് പോലും മനസ്സിലാവാതെ, ആശയക്കുഴപ്പത്തോടെ ഞാൻ അലമാരയിൽ നിന്ന് പുറത്തേക്ക് ഇറങ്ങി. തിരശീലകളിലൂടെ വെളിച്ചം വരുന്നത് കണ്ടപ്പോൾ, ഒടുവിൽ അത് ഉച്ചയ്ക്ക് രണ്ട് മണിയാണെന്ന് മനസ്സിലായി.

ഞാൻ തീയതി നോക്കിയപ്പോൾ കൺവീനിയെൻസ് സ്റ്റോറിൽ ജോലി നിർത്തിയിട്ട് ഏകദേശം രണ്ടാഴ്ച കഴിഞ്ഞെന്ന് മനസ്സിലായി. അത് വളരെ പഴയ കാര്യമായി തോന്നിയെങ്കിലും, സമയമൊന്നും നീങ്ങുന്നില്ലെന്ന് എനിക്ക് തോന്നുകയും ചെയ്തു.

ഷിറാഹ വീട്ടിലില്ലായിരുന്നു. ഒരുപക്ഷേ അയാൾ ഭക്ഷണം വാങ്ങാൻ പുറത്ത് പോയതായിരിക്കാം. മടക്കാവുന്ന മേശയ്ക്ക് മുകളിൽ, ഇന്നലെ ഞങ്ങൾ കഴിച്ച കപ്പ് നൂഡിൽസിന്റെ അവശിഷ്ടങ്ങൾ ഉണ്ടായിരുന്നു.

ഞാൻ കടയിൽ നിന്ന് ഇറങ്ങിയതിനുശേഷം, രാവിലെ എപ്പോൾ ഉണരണമെന്ന് പോലും എനിക്കറിയില്ലായിരുന്നു. ഉറക്കം വരുമ്പോഴെല്ലാം ഞാൻ ഉറങ്ങി, എപ്പോൾ ഉണരുമോ അപ്പോൾ ഭക്ഷണം കഴിച്ചു. ഷിറാഹ പറയുന്നതനുസരിച്ച് റെസ്യൂമെ ഫോമുകൾ പൂരിപ്പിക്കുക എന്നതല്ലാതെ മറ്റൊന്നും ഞാൻ ദിവസം മുഴുവൻ ചെയ്തിരുന്നില്ല.

എന്ത് മാനദണ്ഡത്തിന്റെ അടിസ്ഥാനത്തിൽ ജീവിക്കണമെന്ന് എനിക്കറിയില്ലായിരുന്നു. ഇത്രനാളും, അത് ഞാൻ ജോലി ചെയ്യാതിരിക്കുമ്പോൾ പോലും എന്റെ ശരീരം കൺവീനിയെൻസ് സ്റ്റോറിന്റെ ഭാഗമായിരുന്നു. ഉറങ്ങുക, ശരീരം നന്നായി കാത്ത് സൂക്ഷിക്കുക, പോഷകസമൃദ്ധമായ ഭക്ഷണം കഴിക്കുക എന്നിവയെല്ലാം എന്റെ ജോലിയുടെ ഭാഗമായിരുന്നു. ജോലിക്ക് വേണ്ടി ഞാൻ ആരോഗ്യത്തോടെയിരിക്കണമായിരുന്നു.

ഷിറാഹ ഇപ്പോഴും ബാത്ത് ടബ്ബിലാണ് ഉറങ്ങുന്നത്, പകൽ സമയങ്ങളിൽ അയാളുടെ ഭക്ഷണത്തിനും ജോലിക്കായുള്ള പരസ്യങ്ങൾ നോക്കാനും മാത്രമാണ് സ്വീകരണമുറിയിൽ വരുന്നത്. ഞാൻ ജോലി ചെയ്തിരുന്നതിനേക്കാൾ കൂടുതൽ ഊർജ്ജസ്വലതയോടെ അയാൾ ജീവിതം നയിക്കുന്നതായി തോന്നി. ഇപ്പോൾ ഞാൻ പകലും രാത്രിയും അലമാരയ്ക്കുള്ളിലേക്ക് ഇട്ടിരിക്കുന്ന എന്റെ കിടക്കയിൽ ചെലവഴിച്ചു, വിശക്കുമ്പോൾ മാത്രമേ പുറത്തു വരൂ, എന്ന് മാത്രമല്ല മെത്ത മാറ്റിവയ്ക്കാൻ ഒരിക്കലും ഞാൻ മെനക്കെട്ടതുമില്ല.

എനിക്ക് ദാഹം വളരെ കൂടുതലായി തോന്നി. യാന്ത്രികമായി ഞാൻ ടാപ്പ് തുറന്ന് ഒരു ഗ്ലാസ്സ് വെള്ളം ഒറ്റവലിക്ക് കുടിച്ചു തീർത്തു. ഒരു മനുഷ്യ ശരീരത്തിലെ വെള്ളം ഓരോ രണ്ടാഴ്ച കൂടുമ്പോൾ മാറ്റപ്പെടുന്നു എന്ന് മുൻപ് എപ്പോഴോ കേട്ടത് അപ്രതീ

ക്ഷിതമായി എന്റെ ഓർമ്മയിൽ വന്നു. കൺവീനിയെൻസ് സ്റ്റോറിൽ നിന്ന് ഞാൻ എല്ലാ ദിവസവും രാവിലെ വാങ്ങിയിരുന്ന വെള്ളം ഇതിനകം എന്റെ ശരീരത്തിലൂടെ ഒഴുകിപ്പോയിരിക്കും എന്ന് എനിക്ക് തോന്നി. എന്റെ ചർമ്മത്തിലെ ജലാംശവും, കണ്ണുകളുടെ മേൽപാളിയിലെ ഈർപ്പവും ഇപ്പോൾ രൂപപ്പെട്ടിരിക്കുന്നത് മിക്കവാറും ആ സ്റ്റോറിൽ നിന്നുള്ള വെള്ളം കൊണ്ടല്ല.

ഗ്ലാസ് പിടിച്ചിരിക്കുന്ന എന്റെ കൈവിരലുകളിലും കൈകളിലും കറുത്ത രോമങ്ങൾ മുളച്ചു വരുന്നുണ്ടായിരുന്നു. ഇതുവരെ കൺവീനിയെൻസ് സ്റ്റോറിനുവേണ്ടി എന്റെ വ്യക്തിപരമായ രൂപഭാവത്തിൽ ഞാൻ എപ്പോഴും സൂക്ഷ്മത പുലർത്തിയിരുന്നു, പക്ഷേ ഇപ്പോൾ അത് ഒരിക്കലും ഇനി ആവശ്യമില്ലായിരുന്നു, ശരീരത്തിലെ രോമങ്ങൾ നീക്കം ചെയ്യേണ്ട ആവശ്യമില്ലെന്ന് എനിക്ക് തോന്നി. സ്വീകരണ റൂമിലെ കണ്ണാടിയിൽ നോക്കിയപ്പോൾ എനിക്ക് നേരിയ മീശ വന്നത് ഞാൻ കണ്ടു.

മൂന്ന് ദിവസത്തിലൊരിക്കലോ അല്ലെങ്കിൽ അതിൽ കൂടുതലോ ആകുമ്പോൾ, ഷിറാഹ നിർബന്ധിക്കുമ്പോൾ, ഞാൻ മുൻപ് എല്ലാ ദിവസവും ഉപയോഗിച്ചിരുന്ന നാണയം ഉപയോഗിച്ച് പ്രവർത്തിക്കുന്ന പൊതു കുളിമുറിയിൽ മനസ്സില്ലാമനസ്സോടെ പോയി കുളിച്ചു.

ഞാൻ എല്ലാം വിലയിരുത്തിയിരുന്നത് കൺവീനിയെൻസ് സ്റ്റോറിന് ഉചിതമായ കാര്യങ്ങളാണോ എന്ന അടിസ്ഥാനത്തിലായിരുന്നു. പക്ഷേ, ഇപ്പോൾ ആ മാനദണ്ഡം എനിക്ക് നഷ്ടമായി. ഒരു പ്രവൃത്തി യുക്തിസഹമാണോ അല്ലയോ എന്ന് തീരുമാനിക്കാൻ എന്നെ നയിക്കുന്ന ഒന്നും ഇല്ല. ഞാൻ സ്റ്റോർ തൊഴിലാളിയാകുന്നതിന് മുൻപ്, എന്റെ തീരുമാനങ്ങളിൽ ഏതെങ്കിലും തരത്തിലുള്ള യുക്തി പിന്തുടർന്നിരുന്നിരിക്കണം. പക്ഷേ, അപ്പോൾ ഞാൻ പിന്തുടർന്നിരുന്ന എല്ലാ മാർഗ്ഗനിർദ്ദേശങ്ങളും ഞാൻ മറന്നുപോയിരിക്കുന്നു.

പെട്ടെന്ന് ഒരു ഇലക്ട്രോണിക് ഉപകരണത്തിന്റെ വിറയൽ ശബ്ദം കേട്ടു, നോക്കിയപ്പോൾ ഷിറാഹയുടെ മൊബൈൽ ഫോൺ മെത്തയിൽ കിടന്ന് ശബ്ദിക്കുന്നത് ഞാൻ കണ്ടു. അയാൾ പുറത്തുപോയപ്പോൾ അത് അവിടെ വച്ച് മറന്നതായിരിക്കാം. അത് അവിടെകിടന്നു മണിയടിക്കട്ടെ എന്ന് ഞാൻ കരുതി, പക്ഷേ അത് ശബ്ദിച്ചുകൊണ്ടേയിരുന്നു.

എന്തെങ്കിലും അത്യാവശ്യം ആയിരിക്കുമോ എന്ന് ചിന്തിച്ചു കൊണ്ട് ഞാൻ സ്ക്രീനിലേക്ക് നോക്കിയപ്പോൾ "നരകത്തിൽ നിന്നുള്ള ഭാര്യ" എന്നെഴുതിയത് കണ്ടു. എന്തോ ഒരു ബോധോദയം തോന്നിയപ്പോൾ ഞാൻ ഫോണെടുത്തു, മറുവശത്തെ ശബ്ദം അയാളുടെ സഹോദരന്റെ ഭാര്യയുടേത് ആയിരിക്കും എന്ന് എനിക്ക് ഉറപ്പായിരുന്നു.

"എത്ര തവണ ഞാൻ നിന്നോട് പറയണം?" അവൾ അലറി. "നീ എവിടെയാണെന്ന് എനിക്കറിയാം, കൂടാതെ എനിക്ക് തോന്നുമ്പോഴെല്ലാം ഞാൻ നിന്റെ കാര്യത്തിൽ ഇടപെടും!"

"ഉം, ഹലോ. ഇത് ഫുരുകുറയാണ് സംസാരിക്കുന്നത്."

ഫോണിൽ സംസാരിക്കുന്നത് ഞാനാണെന്ന് മനസ്സിലായപ്പോൾ, അവൾ ഉടൻ തന്നെ ശാന്തയായി, "ഓ, ഇത് നീയായിരുന്നോ?"

"ഷിറാഹ ഇപ്പോൾ പുറത്ത് പോയിരിക്കുകയാണ്. അയാൾ എന്തോ ഭക്ഷണം വാങ്ങാൻ പോയിരിക്കാമെന്നാണ് തോന്നുന്നത്. അയാൾ ഉടനെ തന്നെ വരും."

"കുഴപ്പമൊന്നുമില്ല. എന്റെ ഭർത്താവിന്റെ സഹോദരനോട് വായ്പയെക്കുറിച്ച് ഒരു കാര്യം പറയാൻ ഞാൻ ഏൽപ്പിച്ചാൽ നീ പറയുമോ? കഴിഞ്ഞ ആഴ്ച അയാൾ മൂവായിരം യെൻ അടച്ചതിനു ശേഷം പിന്നെ അതെപ്പറ്റി ഒരു അക്ഷരം മിണ്ടിയിട്ടില്ല. എന്താണ് ഇതിന്റെയൊക്കെ അർത്ഥം? മൂവായിരം യെൻ! രണ്ടുപേരുടെ ഉച്ചഭക്ഷണത്തിനുള്ള വക പോലുമില്ല. അവനെന്താ കളിക്കുകയാണോ?"

"ഓ. അഹ്, ക്ഷമിക്കണം." ഞാൻ ക്ഷമാപണത്തോടെ വിക്കി പറഞ്ഞു.

"നോക്കൂ, നീ ഒന്ന് ആലോചിച്ചു നോക്കൂ. എന്റെ കയ്യിൽ അവന്റെ ഒപ്പോട് കൂടിയ കടപ്പത്രമുണ്ട്, വേണ്ടിവന്നാൽ ഞാൻ അവനെ കോടതി കയറ്റും! ദയവായി അത് അവനോട് ഒന്ന് പറയൂ, മനസ്സിലായോ?" അവൾ ദേഷ്യത്തോടെ പറഞ്ഞു.

"തീർച്ചയായും, അയാൾ വീട്ടിൽ വന്നാലുടനെ ഞാൻ അയാളോട് പറയാം."

"നീ അത് മറക്കാതെ പറയൂ! പണത്തിന്റെ കാര്യം വരുമ്പോൾ ആ മനുഷ്യൻ ശരിക്കും അത്യാഗ്രഹിയാണ്, ഞാൻ ഈ പറയുന്നത് സത്യമാണ്."

പശ്ചാത്തലത്തിൽ, ഞാനൊരു കുഞ്ഞിന്റെ കരച്ചിൽ കേട്ടു.

കൺവീനിയെൻസ് സ്റ്റോറിന്റെ നിയമാവലി ഇനി പിന്തുടരാനാകില്ലെന്നു മനസ്സിലായപ്പോൾ, എന്റെ തീരുമാനങ്ങൾ അടിസ്ഥാനമാക്കാൻ മൃഗത്തിന്റെ സഹജബോധം തന്നെ ഒരു മാനദണ്ഡമായി ഉപയോഗിക്കാമെന്ന് എനിക്ക് അപ്രതീക്ഷിതമായി തോന്നി. ഞാൻ മനുഷ്യവംശത്തിൽപ്പെട്ട ഒരു മൃഗമാണ്, അതിനാൽ എന്റെ വംശം അഭിവൃദ്ധിപ്പെടാൻ കുട്ടികളുണ്ടാകുന്നത് തന്നെ എനിക്ക് ഉചിതമായ വഴിയാകാമെന്നു തോന്നുന്നു.

"ഉം, ഞാൻ നിങ്ങളോട് ഒരു കാര്യം ചോദിച്ചോട്ടേ? കുട്ടികൾ ഉണ്ടാകുന്നത് മനുഷ്യരാശിക്ക് നല്ലതാണോ?"

"എന്ത്?"

ഫോണിന്റെ മറുവശത്ത് അവൾ അത്രയും അമ്പരന്നുപോയി എന്ന് തോന്നിയതുകൊണ്ട് ഞാൻ ഉദ്ദേശിച്ചത് എന്താണെന്നു പറയുന്നതാണ് നല്ലതെന്ന് എനിക്ക് തോന്നി.

"എല്ലാത്തിനുമുപരി, നമ്മൾ മൃഗങ്ങളാണ്. അതിനാൽ നമ്മൾ പെരുകുന്നത് നമ്മുടെ ജീവിവർഗ്ഗത്തിന് നല്ലതല്ലേ? ഞാനും ഷിറാഹയുംവേഗത്തിൽഇണചേരൽആരംഭിച്ച്മനുഷ്യരാശിയുടെ അഭിവൃദ്ധിയിൽ ഞങ്ങളുടെ പങ്ക് വഹിക്കുന്നതാണ് ഉചിതമെന്ന് തോന്നുന്നു. ഇതിനെക്കുറിച്ച് നിങ്ങൾക്ക് എന്താണ് പറയാൻ ഉള്ളത്?"

കുറച്ച്നേരത്തേക്ക്അവൾ പൂർണ്ണമായും നിശബ്ദയായിരുന്നു, ഫോൺ കട്ട് ചെയ്തിട്ട് പോയോ എന്ന് പോലും എനിക്ക് തോന്നി, പക്ഷേ പിന്നെ ഞാൻ കേട്ടത് വളരെ നീണ്ടതും കനത്തതുമായ ഒരു നെടുവീർപ്പിന്റെ ശബ്ദമാണ്, ഫോണിന്റെ റിസീവറിലൂടെ അവളുടെ ആ ചൂടുള്ള ശ്വാസം പുറത്തേക്ക് ഒഴുകുന്നത് പോലെ എനിക്ക് തോന്നി.

"എനിക്ക്കുറച്ച്സമയംതരൂ!ഒരുകടയിലെജോലിക്കാരിയും ഒരു ജോലിയുമില്ലാത്ത ഒന്നിനും കൊള്ളാത്ത ഒരുത്തനും ചേർന്ന് എങ്ങനെ കുട്ടികളെ വളർത്താൻ കഴിയുമെന്നാണ് നീ കരുതുന്നത്? ദയവായി അതിനൊന്നും മുതിരരുത്. നിങ്ങൾ നിങ്ങളുടെ ജീനുകൾ നിലനിർത്താതിരിക്കുന്നത് തന്നെ ഞങ്ങൾ എല്ലാവർക്കുംവേണ്ടി ചെയ്യുന്ന ഒരു ഉപകാരമായിരിക്കും. മനുഷ്യവംശത്തിന് നിങ്ങൾക്ക് ചെയ്യാൻ കഴിയുന്ന ഏറ്റവും മികച്ച സംഭാവന അതാണ്."

"ഓ, ശരിക്കും?"

"ആ ചീഞ്ഞ ജീനുകൾ നിങ്ങളുടെ ജീവിതകാലം മുഴുവൻ നിങ്ങളോടൊപ്പം തന്നെ സൂക്ഷിക്കുക, എന്നിട്ട് നിങ്ങൾ മരിക്കുമ്പോൾ ഭൂമിയിൽ അവയുടെ ഒരു തരി പോലും അവശേഷിപ്പിക്കാതെ അവയെ നിങ്ങളോടൊപ്പം സ്വർഗ്ഗത്തിലേക്ക് കൊണ്ടുപോകുക. ഞാനിത് കാര്യമായിട്ട് പറഞ്ഞതാണ്."

"എനിക്ക് മനസ്സിലായി," ഞാൻ സ്വയം തലയാട്ടി പറഞ്ഞു, യുക്തിസഹമായി ചിന്തിക്കാനുള്ള അവളുടെ കഴിവ് എന്നിൽ മതിപ്പുളവാക്കി.

"നിന്നോട് സംസാരിച്ചിട്ട് എനിക്ക് തലചുറ്റുന്നു. മാത്രമല്ല ഇത് വെറുതെ സമയം പാഴാക്കലാണ്, അതുകൊണ്ട് തല്ക്കാലം ഞാൻ നിർത്തുന്നു. ആ പിന്നെ, പണത്തിന്റെ കാര്യത്തെ കുറിച്ച് അവനോട് പറയാൻ മറക്കേണ്ട, എങ്കിൽ ശരി." ഇത്രയും പറഞ്ഞുകൊണ്ട് അവൾ ഫോൺ വെച്ചു.

ശരിക്ക് പറഞ്ഞാൽ ഞാനും ഷിറാഹയും ഇണ ചേരാതിരിക്കുന്നത് മനുഷ്യവംശത്തിന് നല്ലതായിരിക്കും എന്ന് തന്നെയാണ് തോന്നുന്നത്. ഞാൻ ഒരിക്കലും ലൈംഗിക ബന്ധത്തിൽ ഏർപ്പെട്ടിട്ടില്ലാത്തതിനാലും, അതിനെക്കുറിച്ചുള്ള ചിന്ത തന്നെ ഭയാനകമായതിനാലും, ഈ പറഞ്ഞുകേട്ടതിൽ എനിക്ക് വലിയ ആശ്വാസം തോന്നി. എന്റെ ജനിതകഗുണങ്ങൾ ഞാൻ സൂക്ഷ്മമായി എന്റെ ശവക്കുഴിയിലേക്ക് കൊണ്ടുപോകും; അവയെ ഭൂമിയിൽ അശ്രദ്ധയായി വിട്ടുപോകില്ലെന്ന് ഞാൻ ഉറപ്പു വരുത്തും. മരിക്കുമ്പോൾ അവയെ ശരിയായ രീതിയിൽ സംസ്കരിക്കും. ഈ തീരുമാനത്തിൽ ഞാൻ ഉറച്ചിരുന്നെങ്കിലും, അതിനൊപ്പം തന്നെ ഒരു അനിശ്ചിതത്വത്തിലേക്ക് തള്ളപ്പെട്ടതുപോലെയായിരുന്നു. അവസാന ലക്ഷ്യം എനിക്ക് വ്യക്തമായിരുന്നെങ്കിലും, അതുവരെ എങ്ങനെ സമയം ചെലവഴിക്കണം എന്നതായിരുന്നു ചോദ്യം.

വാതിൽ തുറക്കുന്ന ശബ്ദം ഞാൻ കേട്ടു, ഷിറാഹ അകത്തേക്ക് വന്നു. അയാളുടെ കൈയിൽ അടുത്തുള്ള നൂറ്-യെൻ കടയിൽ നിന്നുള്ള ഒരു പ്ലാസ്റ്റിക് ബാഗ് ഉണ്ടായിരുന്നു. എന്റെ ദൈനംദിന ചിട്ടകൾ ആകെ താളം തെറ്റിയതിനാൽ, ഞങ്ങളുടെ ഭക്ഷണത്തിനായി ഞാൻ വളരെ അപൂർവ്വമായി മാത്രമേ പച്ചക്കറികൾ വേവിക്കാറുള്ളൂ. അതിന് പകരമായി, ഷിറാഹ ആ നൂറ്-യെൻ കടയിൽ നിന്ന് ശീതീകരിച്ച ഭക്ഷണങ്ങൾ വാങ്ങിത്തുടങ്ങി.

"ഓ, നീ എഴുന്നേറ്റോ?"

ഞങ്ങൾ രണ്ടുപേരും ഈ ചെറിയ അപ്പാർട്ട്മെന്റിലാണ് താമസിക്കുന്നതെങ്കിലും, ഞങ്ങൾ അവസാനമായി ഒരുമിച്ച് ഉച്ചഭക്ഷണത്തിന് ഇരുന്നിട്ട് കുറച്ച് നാളുകളായി. റൈസ് കുക്കർ എപ്പോഴും ഓൺ ആയിരുന്നു, ഉറക്കമുണരുന്നതും ഭക്ഷണം കഴിക്കുന്നതും വീണ്ടും എന്റെ അലമാരയിലെ കിടക്കയിൽ കയറി ഉറങ്ങുന്നതും മാത്രമായി എന്റെ ജീവിതം ആവർത്തിച്ചു കൊണ്ടിരുന്നു.

ഒരിക്കൽ എങ്ങനെയൊക്കെയോ ഞങ്ങൾ ഒരുമിച്ച് ഉച്ചഭക്ഷണം കഴിച്ചു. ഷിറാഹ ആവിയിൽ വേവിച്ച ചില കൊഴുകട്ടകൾ തണുപ്പ് മാറ്റിയിട്ട് ചിക്കൻ നഗ്ഗറ്റുകളോടൊപ്പം പ്ലേറ്റുകളിലേക്ക് കുനകൂട്ടി വച്ചു. ഒന്നും മിണ്ടാതെ ഞാൻ കുറച്ച് കഴിച്ചു.

ഞാൻ പോഷകാഹാരത്തിനു വേണ്ടിയുള്ളതാണോ കഴിക്കുന്നതെന്നുപോലും എനിക്ക് ഒരു ധാരണയുണ്ടായിരുന്നില്ല. ഞാൻ ചോറും കൊഴുകട്ടകളും ചവച്ചരച്ച് ഒരു കുഴമ്പ് പരുവത്തിലാക്കിയെങ്കിലും, പക്ഷേ അത് വിഴുങ്ങാൻ എനിക്ക് ധൈര്യമില്ലായിരുന്നു.

* * *

ഇന്ന് ഞാൻ എന്റെ ജോലിക്കായുള്ള ആദ്യത്തെ അഭിമുഖത്തിന് പോകുകയായിരുന്നു. അത് വെറും ഒരു താൽക്കാലിക ജോലിക്കാരുടെ ഏജൻസിയിലേക്കുള്ളതായിരുന്നു, പക്ഷേ എന്നെപ്പോലുള്ള ഒരാൾക്ക്—ഒരു കൺവീനിയെൻസ് സ്റ്റോറിൽ മാത്രം ജോലി ചെയ്തിരുന്ന മുപ്പത്തിയാറ് വയസ്സുള്ള ഒരു സ്ത്രീക്ക്—ഒരു അഭിമുഖത്തിന് അവസരം ലഭിച്ചതു തന്നെ ഒരു അത്ഭുതമാണെന്ന് ഷിറാഹ സന്തോഷത്തോടെ പറഞ്ഞു. ഞാൻ കൺവീനിയെൻസ് സ്റ്റോറിൽ നിന്നു രാജിവെച്ചിട്ട് ഏകദേശം ഒരു മാസം കഴിഞ്ഞിരുന്നു.

പത്ത് വർഷങ്ങൾക്ക് മുൻപ് വൃത്തിയാക്കിയതിനു ശേഷം ഒരിക്കൽ പോലും തൊടാത്ത ഒരു ട്രൗസർ സ്യൂട്ടാണ് ഞാൻ ധരിച്ചത്. എന്റെ മുടി പിന്നിലേക്ക് കെട്ടിയിരുന്നു. വളരെക്കാലത്തിനുശേഷം അപ്പാർട്ട്മെന്റിൽ നിന്ന് പുറത്തുപോകുന്നത് ഇതാദ്യമായിരുന്നു. കൺവീനിയെൻസ് സ്റ്റോറിൽ ജോലി ചെയ്യുമ്പോൾ ലാഭിച്ച പണം, അത്രയും കുറവായിരുന്നെങ്കിലും, അത് ഗണ്യമായി കുറഞ്ഞിരുന്നു.

"ശരി, ഫുരുകുറ, എങ്കിൽ നമുക്ക് ഇറങ്ങാം."

അഭിമുഖം നടക്കുന്ന സ്ഥലത്തേക്ക് എന്നെ കൂട്ടിക്കൊണ്ടു പോകാമെന്ന് ഷിറാഹ പറഞ്ഞു, കൂടാതെ അത് കഴിയുന്നതുവരെ പുറത്ത് എന്നെ കാത്തിരിക്കാനും അയാൾ തയ്യാറായി.

ഞങ്ങൾ അപ്പാർട്ട്മെന്റിൽ നിന്നിറങ്ങി പുറത്തെ ചൂടുള്ള, ഈർപ്പമുള്ള വേനൽക്കാറ്റും ഏറ്റ് സ്റ്റേഷനിലേക്ക് നടന്നു. വളരെ ക്കാലത്തിനു ശേഷം ഞാൻ ആദ്യമായിട്ടായിരുന്നു ഒരു ട്രെയിനിൽ കയറുന്നത്.

"നമ്മൾ കുറച്ച് നേരത്തെയാണ്. ഇനിയും ഒരു മണിക്കൂറി ലധികം സമയമുണ്ട്," ഞങ്ങൾ അവിടെ എത്തിയപ്പോൾ ഷിറാഹ പറഞ്ഞു.

"അങ്ങനെയോ?"

"ഞാനൊന്ന് ടോയ്‌ലറ്റിൽ പോയി വരാം. ഇവിടെ എന്നെ കാത്തിരിക്കു," പറഞ്ഞതും അയാൾ നടന്നു നീങ്ങി.

അടുത്ത് ഒരു പൊതു ടോയ്‌ലറ്റ് ഉണ്ടോ എന്ന് ഞാൻ ചിന്തിച്ചു, പക്ഷേ അയാൾ തൊട്ടടുത്തുള്ള ഒരു കൺവീനിയെൻസ് സ്റ്റോറിലേക്ക് കയറുന്നതാണ് കണ്ടത്. എനിക്കും ടോയ്‌ലറ്റിൽ പോകണമായിരുന്നു, ഞാൻ ചിന്തിച്ചുകൊണ്ട് അയാളുടെ പിന്നാലെ ഓടി. ആ ഓട്ടോമാറ്റിക് വാതിൽ തുറന്നപ്പോൾ, പരിചിതമായ മണിനാദങ്ങൾ ഞാൻ കേട്ടു.

"ഇറഷൈമാസേ!" ഞാൻ അകത്തേക്ക് കയറുമ്പോൾ ക്യാഷ് കൗണ്ടറിന് പിന്നിൽ നിന്നിരുന്ന ഒരു പെൺകുട്ടി വിളിച്ചു പറഞ്ഞു.

പണം നൽകാനുള്ളവരുടെ ഒരു ക്യൂ അവിടെ ഉണ്ടായിരുന്നു. ഞാൻ ക്ലോക്കിലേക്ക് നോക്കി, സമയം ഉച്ചയാവാറായിരുന്നു. ഉച്ചഭക്ഷണ സമയത്തെ തിരക്ക് തുടങ്ങിയിരുന്നു.

കൗണ്ടറിന് പിന്നിൽ രണ്ട് യുവതികൾ മാത്രമേ ഉണ്ടായി രുന്നുള്ളൂ, ഒരാൾ പരിശീലനത്തിലാണ് എന്ന് എഴുതിയ ഒരു ബാഡ്ജ് ധരിച്ചിരുന്നു. ഇരുവരും രണ്ട് കൗണ്ടറുകളിലായി നിറുത്താതെ വേഗത്തിൽ സാധനങ്ങൾ സ്കാൻ ചെയ്യുകയായിരുന്നു.

ഇത് പ്രത്യക്ഷത്തിൽ ഒരു ബിസിനെസ്സ് ഇടമായിരുന്നു, കാരണം ഉപഭോക്താക്കളെല്ലാം സ്യൂട്ട് ധരിച്ച പുരുഷന്മാരോ ഓഫീസ് സഹായികളെപ്പോലെ തോന്നിക്കുന്ന യുവതികളോ ആയിരുന്നു.

ആ കടയുടെ ശബ്ദം എന്നിലേക്ക് ഒഴുകാൻ തുടങ്ങി. അതിന്റെ എല്ലാ ശബ്ദങ്ങളും അർത്ഥപൂർണ്ണമായി സ്പന്ദിച്ച്, പ്രകമ്പനങ്ങൾ എന്റെ കോശങ്ങളോട് നേരിട്ട് സംസാരിച്ച്, എന്റെ ചെവികളിൽ സംഗീതം പോലെ അത് ഒഴുകി. ഈ കടയ്ക്ക് എന്താണ് വേണ്ടതെന്ന് എനിക്ക് സഹജമായി അറിയാമായിരുന്നു, ഒന്ന് ചിന്തിക്കേണ്ട ആവശ്യം പോലും ഉണ്ടായിരുന്നില്ല.

എല്ലാ പാസ്തയ്ക്കും 30 യെൻ കിഴിവ് എഴുതിയ പരസ്യത്തോടു കൂടിയ തുറന്ന ശീതീകരിച്ച ഡിസ്പ്ലേ ഷെൽഫുകൾ കണ്ട് ഞാൻ ഞെട്ടിപ്പോയി! പാസ്ത വിഭവങ്ങളെല്ലാം യാക്കിസോബ നൂഡിലും ഒക്കോണോമിയാക്കി പാൻ കേക്കുമായി കൂടിക്കുഴഞ്ഞിരുന്നു, മാത്രമല്ല അവ ഒന്നും തന്നെ വെവ്വേറെ തിരിച്ചറിയാൻ പറ്റുമായിരുന്നില്ല.

അങ്ങനെ ഉണ്ടാവാൻ പാടില്ലാത്തതാണ്, കൊറിയൻ ശൈലിയിലുള്ള കോൾഡ് നൂഡിൽസിന് അടുത്തുള്ള ശ്രദ്ധ ലഭിക്കുന്ന ഒരു സ്ഥലത്തേക്ക് ഞാൻ അവയെ മാറ്റി. ഒരു ഉപഭോക്താവ് എന്നെ സംശയത്തോടെ നോക്കി നിന്നു, പക്ഷേ ഞാൻ മുഖമുയർത്തി “ഇറഷൈമാസേ!” എന്ന് പറഞ്ഞപ്പോൾ ഞാൻ ഒരു കട ജീവനക്കാരിയാണെന്ന് അവൾ കരുതി, ഞാൻ വൃത്തിയായി നിരത്തിയിരുന്ന മസാല കോഡ് റോ പാസ്തയുടെ ഒരു പായ്ക്കറ്റ് എടുത്തു.

ഇപ്പോഴാണ് ശരിയായത്, ഞാൻ എന്നോട് തന്നെ പറഞ്ഞു, ഉടനെ ചോക്ലേറ്റുകളുടെ ഷെൽഫ് ശ്രദ്ധിച്ചു. തിടുക്കത്തിൽ ഞാൻ എന്റെ മൊബൈൽ ഫോൺ പുറത്തെടുത്ത് തീയതി പരിശോധിച്ചു. ഇന്ന് ചൊവ്വാഴ്ചയായിരുന്നു, പുതിയ ഉൽപ്പന്നങ്ങളുടെ ദിനം. ഒരു കടയെ സംബന്ധിച്ചിടത്തോളം ആഴ്ചയിലെ ഏറ്റവും പ്രധാനപ്പെട്ടതായ ഈ ദിവസത്തെപ്പറ്റി കടയിലെ ജീവനക്കാർ എങ്ങനെയാണ് മറക്കുന്നത്?

ഏറ്റവും താഴെയുള്ള ഷെൽഫിൽ പുതിയ ചോക്ലേറ്റുകളുടെ ഒരു നിര മാത്രം കണ്ടപ്പോൾ എന്റെ ശബ്ദം ഉയർന്നുപോയി. ഇത് ഒട്ടും മര്യാദയുള്ള കാര്യമായിരുന്നില്ല! ആറ് മാസം മുൻപ് വൻ വിജയമായിരുന്ന അതേ ചോക്ലേറ്റുകളുടെ, പരിമിതകാലത്തേക്ക് മാത്രമായി പുറത്തിറക്കിയ വൈറ്റ് ചോക്ലേറ്റ് ഫ്ലേവറിനെ ഇങ്ങനെ പ്രദർശിപ്പിക്കേണ്ടതല്ല. ഞാൻ ഉടൻ ഡിസ്പ്ലേ പുനഃക്രമീകരിച്ചു, അത്ര നന്നായി വിൽക്കാത്ത മധുരപലഹാരങ്ങൾ ഒരൊറ്റ

വരിയിലേക്ക് മാറ്റി, പുതിയ ചോക്ലേറ്റ് നിരയുടെ മൂന്ന് വരികൾക്കായി മുകളിലെ ഷെൽഫിൽ സ്ഥലം ശൂന്യമാക്കി. പിന്നെ 'പുതിയ ഉൽപ്പന്നം!' എന്ന ലേബൽ കൂടുതൽ ശ്രദ്ധ പിടിച്ചെടുക്കുന്ന വിധത്തിൽ മാറ്റി.

കൗണ്ടറുകളിലെ സ്ത്രീകളിൽ ഒരാൾ സംശയത്തോടെ എന്നെ നോക്കുന്നുണ്ടായിരുന്നു. ഞാൻ എന്താണ് ചെയ്യുന്നതെന്ന് അവൾക്ക് കാണാൻ കഴിയുന്നുണ്ടായിരുന്നു, പക്ഷേ ക്യൂവിലെ ഉപഭോക്താക്കളുടെ തിരക്ക് കാരണം അവൾക്ക് അവിടെ നിന്ന് അനങ്ങാൻ കഴിയില്ലായിരുന്നു. എന്റെ നെഞ്ചിൽ ഒരു ബാഡ്ജ് കാണിക്കുന്നതുപോലെ ഞാൻ ഒരു ആംഗ്യം കാണിച്ചു, ഉപഭോക്താക്കളെ ശല്യപ്പെടുത്താതെ കൂടുതൽ ഉച്ചത്തിൽ പറയാതിരിക്കാൻ ശ്രദ്ധിച്ചുകൊണ്ട് "ഗുഡ് മോർണിംഗ്!" എന്ന് വിളിച്ചു പറഞ്ഞു.

ആശ്വാസം തോന്നിയതുപോലെ, അവൾ ചെറുതായി കുനിഞ്ഞ് കൗണ്ടറിലെ ജോലിയിലേക്ക് മടങ്ങി. ഞാൻ ധരിച്ചിരുന്നത് ഒരു സ്യൂട്ടായിരുന്നു, അതിനാൽ ഞാൻ ഹെഡ് ഓഫീസിൽ നിന്നാണെന്ന് അവൾ കരുതിയിരിക്കാം. ഇത്ര എളുപ്പത്തിൽ അവിടെ ഒരു വഞ്ചനാ പരമായ മാറ്റം നടന്നത് മോശം സുരക്ഷയെയാണ് കാണിക്കുന്നതെന്ന് ഞാൻ ഓർത്തു. ഇപ്പോൾ ഞാൻ ശരിക്കും ഒരു കള്ളനാണെങ്കിൽ പുറകിലെ മുറിയിലെ സേഫ് തുറക്കുകയോ അല്ലെങ്കിൽ പണപ്പെട്ടിയിൽ നിന്ന് പണം മോഷ്ടിക്കുകയോ ചെയ്താലോ?

അതിനെക്കുറിച്ച് അവൾക്ക് മുന്നറിയിപ്പു നൽകണമെന്ന് മനസ്സിൽ കുറിച്ചുകൊണ്ടിരിക്കുമ്പോഴാണ് ഞാൻ അത് കേട്ടത് "ഹേയ്, നോക്കൂ! ഇപ്പോൾ ഇതിന്റെ ഒരു വെളുത്ത ചോക്ലേറ്റ് പതിപ്പും വന്നിട്ടുണ്ട്". ഞാൻ ചുറ്റും നോക്കി, ഞാൻ പുതിയതായി ക്രമപ്പെടുത്തി വെച്ച ഉൽപ്പന്നങ്ങൾ കൈയിൽ എടുക്കുന്ന രണ്ട് സ്ത്രീകളെ കണ്ടു. "ഇന്ന് രാവിലെ കൂടി ടിവിയിൽ ഇതിന്റെ ഒരു പരസ്യം കണ്ടിരുന്നു. എനിക്ക് ഇപ്പോൾ തന്നെ അത് ഉപയോഗിച്ച് നോക്കണം!"

ഒരു കൺവീനിയെൻസ് സ്റ്റോർ എന്നത് ഉപഭോക്താക്കൾ അവശ്യസാധനങ്ങൾ വാങ്ങാൻ വരുന്ന സ്ഥലം മാത്രമല്ല, അവർക്ക് ആസ്വദിക്കാനും അവർക്ക് ഇഷ്ടപ്പെടുന്ന വസ്തുക്കൾ കണ്ടെത്തുന്നതിൽ ആനന്ദം അനുഭവിക്കാവുന്ന ഒരു ഇടമായിരി

ക്കണം. ഞാൻ സംതൃപ്തിയോടെ തലയാട്ടി, ഡിസ്പ്ളേകൾ പരിശോധിച്ച് കൊണ്ട് കടയിൽ ചുറ്റിനടന്നു.

ഒരു ചൂടുള്ള ദിവസമായിരുന്നു അത്, പക്ഷേ ഫ്രിഡ്ജിൽ മിനറൽ വാട്ടറിന്റെ സ്റ്റോക്ക് കുറവായിരുന്നു. ചൂടുള്ള കാലാവസ്ഥയിൽ എപ്പോഴും നന്നായി വിറ്റു പോകുന്ന ബാർലി ചായയുടെ രണ്ട് ലിറ്ററിന്റെ ഒരു കാർട്ടൺ മാത്രമേ അവിടെ വച്ചിരുന്നുള്ളൂ, അതും അത്ര പെട്ടെന്ന് ശ്രദ്ധയിൽപെടാത്ത വിധം.

എന്താണ് വേണ്ടതെന്നും അത് എങ്ങനെ വേണമെന്നും കട എന്നോട്ടു പറയുന്നത് പോലെ എനിക്ക് തോന്നി. എനിക്ക് അത് നന്നായി മനസ്സിലാകുകയും ചെയ്തു.

ക്യൂവിൽ ഒരു ഇടവേള വന്നപ്പോൾ, കൗണ്ടറിൽ നിന്നിരുന്ന പെൺകുട്ടി എന്റെ അടുത്തേക്ക് ഓടി വന്നു. "കൊള്ളാമല്ലോ, അത് അതിശയകരമായിരിക്കുന്നു. ഇത് മാജിക് പോലെയാണ് തോന്നുന്നത്!" ഞാൻ ഇപ്പോൾ ക്രമീകരിച്ച ചിപ്സ് സാധനങ്ങളുടെ ഡിസ്പ്ളേയിലേക്ക് നോക്കി അവൾ മന്ത്രിച്ചു. "ഞങ്ങളുടെ പാർട്ട്-ടൈം ജോലിക്കാരിൽ ഒരാൾ ഇന്ന് വന്നിട്ടില്ല. ഞാൻ ഈ കാര്യം മാനേജരുമായി സംസാരിക്കാൻ ശ്രമിച്ചിരുന്നു, പക്ഷേ ബന്ധപ്പെടാൻ കഴിഞ്ഞില്ല, കൂടാതെ പുതിയ ഒരു ജോലിക്കാരനെ മാത്രം വെച്ച് ഒറ്റയ്ക്ക് എന്തൊക്കെ ചെയ്യണമെന്ന് അറിയാതെ ഞാൻ കുഴഞ്ഞു പോയി..."

"അതാണോ സംഭവിച്ചത്? പക്ഷേ, ഞാൻ മനസ്സിലാക്കിയിടത്തോളം, നിങ്ങൾ എല്ലാം നന്നായി ചെയ്യുന്നുണ്ട്." ഞാൻ പറഞ്ഞു. "നിങ്ങൾ ഉപഭോക്താക്കളോട് മാന്യമായി പെരുമാറുന്നു, മാത്രമല്ല കൗണ്ടറിലെ കാര്യങ്ങളെല്ലാം കൃത്യമായി ചെയ്യു. ഉച്ചഭക്ഷണ സമയത്തെ തിരക്ക് കഴിഞ്ഞാൽ, നല്ല തണുത്ത പാനീയങ്ങൾ പുറത്തു വയ്ക്കാൻ മറക്കരുത്. ഇപ്പോൾ ചൂട് കൂടുതലായതിനാൽ ഐസ്ക്രീം കാബിനറ്റ് വീണ്ടും ക്രമീകരിച്ചാൽ നന്നായിരിക്കും. ഈ കാലാവസ്ഥയിൽ തണുപ്പുള്ള ഐസ് പോപ്പുകൾ വളരെ നന്നായി വിൽക്കപ്പെടും, അതിനാൽ അതിന്റെ സ്റ്റോക്ക് കുറച്ച് കൂടി വയ്ക്കണം. കൂടാതെ പലചരക്കു ഷെൽഫ് അല്പം പൊടി പിടിച്ചിരിക്കുകയാണ്. അതിലെ എല്ലാം പുറത്തെടുത്ത് നന്നായി വൃത്തിയാക്കുക."

സ്റ്റോർ എങ്ങനെയായിരിക്കണമെന്നും, അതിന് എന്തൊക്കെയാണ് വേണ്ടതെന്നും എന്നോട് പറയുന്ന സ്റ്റോറിന്റെ

ശബ്ദം എനിക്ക് കേൾക്കാതിരിക്കാൻ കഴിഞ്ഞില്ല. അതെല്ലാം എന്നിലേക്ക് ഒഴുകുകയായിരുന്നു. സംസാരിച്ചത് അത്രയും ഞാനായിരുന്നില്ല. അത് സ്റ്റോറിന്റെ ശബ്ദമായിരുന്നു. മുകളിൽ നിന്നുള്ള വെളിപാടുകൾ വെറുതെ കൈമാറുക മാത്രമാണ് ഞാൻ ചെയ്തത്.

"തീർച്ചയായും, ഞാൻ അത് ചെയ്യാം," ആ പെൺകുട്ടി പറഞ്ഞു, അവളുടെ ശബ്ദത്തിൽ പൂർണ്ണമായും വിശ്വസിക്കാവുന്നതായിരുന്നു.

"ഓട്ടോമാറ്റിക്‌വാതിൽവിരലുകളുടെപാടുകളാൽനിറഞ്ഞിരിക്കുകയാണ്. അതെല്ലാം വ്യക്തമായി എടുത്തു കാണിക്കുന്നുണ്ട്, അതുകൊണ്ട് നിങ്ങൾ അതൊക്കെയൊന്ന് വൃത്തിയാക്കുന്നത് നല്ലതായിരിക്കും. കൂടാതെ, നിങ്ങൾക്ക് ധാരാളം സ്ത്രീ ഉപഭോക്താക്കളുണ്ട്, അതിനാൽ നിങ്ങൾ വൈവിധ്യമാർന്ന സെലോഫെയ്ൻ നൂഡിൽ സൂപ്പ് വിഭവങ്ങൾ ഒരുക്കി വയ്ക്കണം. ദയവായി മാനേജരോട് ഇത് ഉറപ്പായി പറയണം. കൂടാതെ—"

സ്റ്റോർ എനിക്ക് പറഞ്ഞു തന്ന ഓരോ കാര്യങ്ങളും ഞാൻ ആ സ്റ്റോർ ജീവനക്കാരിയിലേക്ക് കൈമാറിക്കൊണ്ടിരിക്കുമ്പോഴാണ് ആരോ ഒച്ചയിടുന്നത് കേട്ടത് : "എന്താണ് ഇവിടെ നടക്കുന്നത്?" ഒപ്പം എന്റെ കൈയ്ക്ക് ഒരു പിടി വീഴുകയും ചെയ്തു. അത് ബാത്ത്റൂമിൽ നിന്ന് പുറത്തേക്ക് വന്ന ഷിറാഹ ആയിരുന്നു.

"ക്ഷമിക്കണം, എന്താണ് ഇവിടെ പ്രശ്നമായി തോന്നിയത്?" ഒരു ഉപഭോക്താവോട് പ്രതികരിക്കുന്നതുപോലെ സ്വാഭാവികമായി ഞാൻ പ്രതികരിച്ചു.

"മതി നിർത്തു ഈ പ്രഹസനം!" അയാൾ അലറിവിളിച്ച് എന്നെ കടയിൽ നിന്ന് തെരുവിലേക്ക് വലിച്ചു കൊണ്ടുപോയി. "നിനക്ക് ഭ്രാന്താണോ? ഇത് എന്താണ് ചെയ്യുന്നതെന്ന് നിനക്ക് വല്ല ചിന്തയുമുണ്ടോ?"

"കൺവീനിയെൻസ് സ്റ്റോറിന്റെ വാക്കുകൾ ശ്രദ്ധിക്കുക ആയിരുന്നു." അയാളുടെ മുഖം മൂടിയ നേർത്ത വിളറിയ ചർമ്മം അസഹിഷ്ണുതയോടെ ചുരുങ്ങി, പക്ഷേ ഞാൻ പിന്മാറിയില്ല. "കൺവീനിയെൻസ് സ്റ്റോറിന്റെ ശബ്ദം എന്നിലൂടെ ഒഴുകുന്നത് നിർത്തിയിട്ടില്ല. ഈ ശബ്ദം കേൾക്കാനായിട്ടാണ് ഞാൻ ജനിച്ചത് തന്നെ."

"എന്താ—" അയാൾ ഭയപ്പെട്ടതുപോലെ തോന്നി.

"എനിക്ക് ഇപ്പോൾ മനസ്സിലാകുന്നു," ഞാൻ നിർത്താതെ തുടർന്നു.ഒരുവ്യക്തിഎന്നതിലുപരി,ഞാൻഒരുകൺവീനിയെൻസ് സ്റ്റോർ ജീവനക്കാരിയാണ്. ഞാനൊരു അസാധാരണ വ്യക്തിത്വ മാണ് എന്നാണ് അത് അർത്ഥമാക്കുന്നത് എങ്കിലും, ഒരു ജീവിതം നയിക്കാൻ കഴിയാതെ മരിക്കേണ്ടി വന്നാലും, ആ സത്യത്തിൽ നിന്ന് എനിക്ക് രക്ഷപ്പെടാൻ കഴിയില്ല. എന്റെ ഓരോ കോശങ്ങൾ പോലും കൺവീനിയെൻസ് സ്റ്റോറിനായി തന്നെ നിലനിൽക്കുകയാണ്."

എന്റെ കൈത്തണ്ടയിൽ പിടിച്ചുവലിച്ചുകൊണ്ടിരുന്ന അയാളുടെ മുഖം അപ്പോഴും വലിഞ്ഞു മുറുകിയിരുന്നു, എന്നെ ജോലിക്കായുള്ള അഭിമുഖത്തിന് കൊണ്ടുപോകാനുള്ള ദൃഢ നിശ്ചയം അതിൽ നിന്ന് വ്യക്തമായിരുന്നു. "നിനക്ക് ബുദ്ധിയില്ല. സമൂഹത്തിന്റെ ഗ്രാമീണ മനോഭാവം ഇത്തരമൊരു ജീവിയെ നിലനിൽക്കാൻ ഒരിക്കലും അനുവദിക്കില്ല. അത് നിയമങ്ങൾ ക്കെതിരാണ്! നീ എല്ലാവരാലും പീഡിപ്പിക്കപ്പെടുകയും ഒറ്റപ്പെട്ട ജീവിതം നയിക്കേണ്ടി വരുകയും ചെയ്യും. അതിനേക്കാൾ നല്ലത്, നീ എനിക്ക് പിന്തുണ നൽകാൻ കഴിയുന്ന ഒരു ജോലി ചെയ്യുന്നതാണ്. അങ്ങനെ അത് എല്ലാവർക്കും ആശ്വാസമാകും. അവർ സംതൃപ്തരാകും. നിന്നെ ഓർത്തു അവർ സന്തോഷിക്കുക പോലും ചെയ്യും."

"ഇല്ല, എനിക്ക് നിങ്ങളോടൊപ്പം വരാൻ കഴിയില്ല. ഞാൻ ഒരു മൃഗമാണെന്ന് മാത്രം കരുതു, ഒരു കൺവീനിയെൻസ് സ്റ്റോറിലെ മൃഗമായി മാത്രം. എന്റെ സഹജാവബോധത്തെ വഞ്ചിക്കാൻ എനിക്ക് കഴിയില്ല."

"അവർ ഒരിക്കലും നിന്നെ അത് ചെയ്യാൻ അനുവദിക്കില്ല!"

ഞാൻ നേരെ നിവർന്നു നിൽക്കുകയും, രാവിലെ സ്റ്റോറിൽ ചിട്ടയായി പ്രതിജ്ഞ ഉച്ചരിക്കുമ്പോൾ ചെയ്യുന്നതുപോലെ നേരെ അയാളുടെ മുഖത്തേക്ക് നോക്കിക്കൊണ്ട് പറഞ്ഞു: "വേണ്ട, അവർ അനുവദിക്കുമോ ഇല്ലയോ എന്നതല്ല ഇവിടുത്തെ പ്രശ്നം. ഞാൻ എന്താണ് എന്നതാണ്. ഒരു മനുഷ്യജീവി എന്ന നിലയിൽ, നീ എന്റെ കൂടെ നിൽക്കുന്നത് ഒരുപക്ഷേ സൗകര്യപ്രദമായിരിക്കും, ഷിറാഹ. എന്റെ കുടുംബവും സുഹൃത്തുക്കളും എന്നെ ശല്യപ്പെട്ടു ത്താതിരിക്കാൻ അത് ഉപകാരമായിരിക്കും. പക്ഷേ മൃഗമായ

ഞാൻ, കൺവീനിയെൻസ് സ്റ്റോർ ജീവനക്കാരിയായ ഞാൻ, എങ്ങനെയൊക്കെ നോക്കിയാലും നിനക്ക് ഒരു പ്രയോജനവു മില്ലാത്തവളാണ്.

ഇങ്ങനെ സംസാരിച്ചുകൊണ്ട് ഞാൻ സമയം പാഴാക്കുക യായിരുന്നു. സ്റ്റോറിന്റെ ഭാവിക്ക് വേണ്ടി എനിക്ക് എന്നെത്തന്നെ വീണ്ടെടുക്കേണ്ടി വന്നു. ശീതീകരിച്ച പാനീയങ്ങൾ നിറയ്ക്കു ന്നതിനോ തറ വൃത്തിയാക്കുന്നതിനോ തുടങ്ങിയ കാര്യങ്ങൾ കൂടുതൽ വേഗത്തിലും കൃത്യമായും ചെയ്യുന്നതിന് വേണ്ടി ഞാൻ എന്റെ ശരീരത്തെ ഉടച്ച് വാർക്കേണ്ടി വന്നു, അതായത് സ്റ്റോറിന്റെ ആവശ്യങ്ങൾക്കനുസൃതമായി കൂടുതൽ കൃത്യതയോടെ അനുസരിക്കാൻ.

"അത്തികച്ചും അപഹാസ്യമാണ്. നീ മനുഷ്യയല്ല!" അയാൾ എനിക്ക് നേരെ തുപ്പി.

അല്ലേ, അതാണ് ഞാൻ നിന്നോട് പറയാൻ ശ്രമിച്ചിരുന്നത്! ഞാൻ മനസ്സിൽ ഓർത്തു. ഒടുവിൽ ഞാൻ അയാളുടെ പിടിയിൽ നിന്ന് എന്റെ കൈ വലിച്ചെടുത്ത് നെഞ്ചോട് ചേർത്തു പിടിച്ചു. ഉപഭോക്താക്കൾക്ക് അവരുടെ ബാക്കി ചില്ലറ നൽകാനും ഭക്ഷണ ഓർഡറുകൾ പൊതിയാനും ആ കൈ അത്യന്തം പ്രധാന പ്പെട്ടതായിരുന്നു. ഷിറാഹയുടെ വിയർപ്പിന്റെ ഒട്ടൽ എന്നിൽ വെറുപ്പുളവാക്കി, എത്രയും വേഗം അത് കഴുകിക്കളയണമെന്ന് ഞാൻ ആഗ്രഹിച്ചു. ഇത് ഇങ്ങനെ വിട്ടുവയ്ക്കുന്നത് ഉപഭോക്താ ക്കളോട് കാണിക്കുന്ന മര്യാദകേടാണ്!

"നീ ഇതിന് ഖേദിക്കും. ഞാൻ പറഞ്ഞത് ഓർത്തു വച്ചോ!" ഷിറാഹ ഒറ്റയ്ക്ക് സ്റ്റേഷനിലേക്ക് നടക്കുമ്പോൾ ഉറക്കെ വിളിച്ചു പറഞ്ഞു.

ഞാൻ എന്റെ മൊബൈൽ ബാഗിൽ നിന്ന് പുറത്തെടുത്തു. ആദ്യം എന്നെ അഭിമുഖം നടത്താനിരുന്ന കമ്പനിയെ വിളിച്ച്, ഞാൻ ഒരു കൺവീനിയെൻസ് സ്റ്റോർ തൊഴിലാളിയായതിനാൽ അഭിമുഖത്തിൽ പങ്കെടുക്കാൻ കഴിയില്ലെന്ന് അറിയിക്കേണ്ടതു ണ്ടായിരുന്നു. അതിന് ശേഷം, ജോലി ചെയ്യാൻ പുതിയൊരു സ്റ്റോർ കണ്ടെത്തേണ്ടതും ഉണ്ടായിരുന്നു.

ഞാൻ ഇപ്പോൾ പുറത്തുവന്ന കൺവീനിയെൻസ് സ്റ്റോറിന്റെ ജനലിൽ പ്രതിഫലിച്ച എന്റെ രൂപം കണ്ടു. എന്റെ കൈകളും കാലുകളും—അവ സ്റ്റോറിനായി മാത്രം നിലനിൽക്കുന്നവ

യായിരുന്നു! ആദ്യമായി, ജനലിൽ കാണുന്ന ആ "എനിക്ക്" അർത്ഥമുള്ള ഒരു സത്തയുണ്ടെന്ന് എനിക്ക് ചിന്തിക്കാൻ കഴിഞ്ഞു.

"ഇറഷൈമാസേ!"

ഞാൻ നവജാത ശിശുവായ എന്റെ അനന്തിരവനെ ആദ്യമായി കണ്ട ആശുപത്രിയിലെ ജനാലയെക്കുറിച്ച് ഞാൻ ഓർത്തു. ആ പ്രതിഫലനത്തിലൂടെ എന്റേതിന് സമാനമായ ഒരു തിളക്കമുള്ള ശബ്ദം മുഴങ്ങി. ജനലിന്റെ മറുവശത്ത് പ്രതിധ്വനിക്കുന്ന സംഗീതത്തിന് പ്രതികരിച്ച് എന്റെ ചർമ്മത്തിനുള്ളിലെ എല്ലാ കോശങ്ങളും ഒരുമിച്ച് ഉണരുന്നത് ഞാൻ വ്യക്തമായി അനുഭവിച്ചറിഞ്ഞു.

2018 ജൂൺ 14-ന് *ലിറ്ററി ഹബ്ബിൽ* ആദ്യം
പ്രത്യക്ഷപ്പെട്ട സയാക്ക മുറാത്തയുടെ
ഒരു ലേഖനം.

പ്രിയപ്പെട്ട കൺവീനിയെൻസ് സ്റ്റോർ,

പ്രിനേരെ കാര്യത്തിലേക്ക് കടക്കുന്നതിൽ നിനക്ക് എതിർപ്പുണ്ടാകില്ലെന്ന് ഞാൻ പ്രതീക്ഷിക്കുന്നു. പതിനേഴ് വർഷമായി നമുക്ക് പരസ്പരം അറിയാം, പക്ഷേ ഞാൻ നിനക്ക് ഒരു കത്തെഴുതുന്നത് ഇതാദ്യമാണ്.

നമ്മൾ തമ്മിൽ കണ്ടുമുട്ടുമ്പോൾ എനിക്ക് പതിനെട്ട് വയസ്സായിരുന്നു. നിന്നോടൊപ്പമുള്ള തുടക്കം ശരിക്കും ഭയപ്പെടുത്തുന്നതായിരിക്കും എന്ന് ഞാൻ കരുതി. നീ ഒരുപാട് വളർന്നിരുന്നു, മാത്രമല്ല എന്നെപ്പോലുള്ളവർക്ക് തരാൻ നിനക്ക് സമയമില്ലെന്ന് ഞാൻ കരുതി. നിന്റെയൊപ്പം ഉള്ളപ്പോൾ എനിക്ക് എപ്പോഴും ഒരു പരിഭ്രാന്തി തോന്നിയിരുന്നു, കൂടാതെ നീ കാണിച്ചു തന്നിരുന്ന ഓരോ ചെറിയ ചലനവും ശീലവും എന്റെ ശ്രദ്ധയിൽ വരുമ്പോൾ എല്ലാം കുറിപ്പുകൾ എഴുതാൻ ഞാൻ എന്റെ പോക്കറ്റിൽ ഒരു നോട്ട്ബുക്ക് സൂക്ഷിച്ചിരുന്നു.

നമ്മൾ പ്രണയത്തിലായ നിമിഷം കൃത്യമായി സൂചിപ്പിക്കാൻ നമുക്കാർക്കും കഴിയില്ലെന്ന് ഞാൻ കരുതുന്നു. എങ്കിലും ഒരു ഊഹം പറയേണ്ടി വന്നാൽ, അത് ആദ്യമായി പുലർച്ചെ രണ്ട് മണിക്ക് നമ്മൾ ഒരുമിച്ചുണ്ടായിരുന്ന ആ രാത്രിയാണെന്ന് ഞാൻ പറയും. അന്ന് ആർക്കോ പെട്ടെന്ന് അസുഖം ബാധിച്ചതിനെ തുടർന്ന് എന്നെ വിളിച്ച് അവരുടെ ജോലിയൊന്ന് ഏറ്റെടുക്കാമോ എന്ന് എന്നോട് യാചിച്ചു, അതുകൊണ്ടാണ് ഞാൻ അർദ്ധരാത്രി വരെ നിന്റെ ഉള്ളിൽ തുടരേണ്ടി വന്നത്. അന്നുവരെ, പകൽ സമയങ്ങളിലോ വൈകുന്നേരത്തിലോ മാത്രമേ നിന്നെ ഞാൻ കണ്ടിട്ടുണ്ടായിരുന്നുള്ളൂ, എന്നാൽ ആ വേനൽരാത്രിയുടെ സുഗന്ധം നിറഞ്ഞ കാറ്റ് നിന്നിലേക്ക് ഒഴുകിയെത്തുന്നത് അനുഭവിച്ചപ്പോൾ, ആ ആവേശത്തിൽ ഞാൻ മുഴുകിപ്പോയി.

വീട്ടിലേക്ക് പോകേണ്ട സമയമായപ്പോൾ നിന്നെയൊന്ന് നാണത്തോടെ കാണണമെന്നൊരു തോന്നൽ പെട്ടെന്ന് എനിക്കുണ്ടായി, അതുകൊണ്ട് ഞാൻ ചോദിച്ചു, "ഒരു കൺവീനിയെൻസ്

സ്റ്റോറിന് മനുഷ്യനുമൊത്ത് ശാരീരികബന്ധം ഉണ്ടാവുമെന്ന് നീ കരുതുന്നുണ്ടോ?" അത് നിന്നെ നാണിപ്പിക്കുകയും ഒട്ടും ആശ്വാസകരമല്ലാത്ത അവസ്ഥയിലേക്ക് കൊണ്ടുപോകുകയും ചെയ്യും എന്ന് കരുതി. എന്നാൽ, നീ അത്യന്തം ഗൗരവത്തോടെ, മുഖത്ത് മറ്റൊരു വികാരവുമില്ലാതെ മറുപടി നൽകി : "എന്താണ് പറയുന്നത്? നമ്മൾ ഇതിനകം ഇത് തന്നെയല്ലേ ചെയ്യുന്നത്? നീ എല്ലാ ദിവസവും എന്നിൽ പ്രവേശിക്കുന്നില്ലേ?" ആ ക്ഷണമാണ്, നമ്മൾ പ്രണയിനികളായിത്തീർന്നതെന്ന് ഞാൻ വിശ്വസിക്കുന്നു."

അതിനുശേഷം ഞാൻ ജോലിക്കു വേണ്ടി ആയിരുന്നില്ല പോയിരുന്നത്–ഞാൻ എന്റെ പ്രണയത്തെ കാണാനായിരുന്നു പോയിരുന്നത്, ആ ഒരു സന്ദർഭത്തിനായാണ് അണിഞ്ഞൊരുങ്ങിയിരുന്നത്. എന്നാൽ നീയോ നിന്റെ മാഗസിൻ സ്റ്റാൻഡുകളും കടയിലെ തിളങ്ങുന്ന കണ്ണാടികളും കൊണ്ട് അല്പം അവിശ്രാന്തമായ അഭിമാനത്തോടെയാണ് എന്നെ വരവേറ്റത്.

ഇതേ യുക്തി ഉപയോഗിച്ച് നിങ്ങൾ എല്ലാവരുമായും ലൈംഗിക ബന്ധത്തിൽ ഏർപ്പെടുന്നുണ്ടെന്ന് എനിക്ക് തോന്നി, അവർ രാത്രി ഷിഫ്റ്റിലെ ഗീസർ മുതൽ നിങ്ങളുടെ മാനേജർമാരും നൂറുകണക്കിന് ഉപഭോക്താക്കളുമായ ദമ്പതികൾ വരെ, പക്ഷേ ഞാൻ ഇത് നിങ്ങളോട് പറഞ്ഞപ്പോൾ, നിങ്ങൾ മടികൂടാതെ മറുപടി പറഞ്ഞു, "എന്ത്? പക്ഷേ ഞാൻ എപ്പോഴെങ്കിലും ഇത് നിങ്ങളോടൊപ്പം മാത്രമേ ചെയ്തിട്ടുള്ളൂ!" അതുകൊണ്ട് നിങ്ങൾക്ക് വ്യത്യസ്തമായ എന്തെങ്കിലും ഉണ്ടായിരിക്കണമെന്ന് ഞാൻ കരുതുന്നു.

ആ യുക്തി വെച്ച് നോക്കിയാൽ, രാത്രി ഷിഫ്റ്റിൽ ജോലി ചെയ്യുന്ന വൃദ്ധൻ മുതൽ നിങ്ങളുടെ മാനേജർ ദമ്പതികൾ വരെ, നൂറുകണക്കിന് ഉപഭോക്താക്കളുമായി നിങ്ങൾ എല്ലാവരുമായും ലൈംഗിക ബന്ധത്തിൽ ഏർപ്പെടുമെന്ന് ഞാൻ കരുതി, പക്ഷേ ഞാൻ നിങ്ങളോട് ഇത് ചോദിച്ചപ്പോൾ, നിങ്ങൾ ഒരു മടിയും കൂടാതെ മറുപടി പറഞ്ഞു, "എന്ത്? പക്ഷേ ഞാൻ അത് നിങ്ങളുമായി മാത്രമേ ചെയ്തിട്ടുള്ളൂ!" അപ്പോൾ നിങ്ങൾക്ക് വ്യത്യസ്തമായ എന്തെങ്കിലും ഉണ്ടായിരിക്കുമെന്ന് ഞാൻ കരുതുന്നു.

നമ്മൾ കണ്ടുമുട്ടി ഏകദേശം മൂന്ന് വർഷത്തിന് ശേഷമായിരി

ക്കണം, നീ ഒരു മാസത്തിനുള്ളിൽ മരിക്കുമെന്ന് എന്നോട് പറഞ്ഞത്. ഞാൻ ഞെട്ടിപ്പോയി, എനിക്ക് സംസാരിക്കാൻ പോലും കഴിഞ്ഞില്ല. ഒരു കൺവീനിയെൻസ് സ്റ്റോർ വെറും മൂന്ന് വർഷം മാത്രമേ ജീവിക്കൂ എന്ന് ഞാൻ ഒരിക്കലും കരുതിയിരുന്നില്ല.

പക്ഷേ നീ ശരിക്കും മരിച്ചു. നിന്റെ മരണത്തിന് രണ്ട് ദിവസം മുൻപ്, നിന്റെ ഉള്ളിലുണ്ടായിരുന്ന എല്ലാ സാധനങ്ങൾക്കും പകുതി വിലയായിരുന്നു, ആളുകൾ അതെല്ലാം വാങ്ങാൻ കൂട്ടമായി വന്നു. ഞാൻ അവരെ നോക്കി നിന്നപ്പോൾ, എന്റെയുള്ളിൽ നിന്നെ ഇനി ഒരിക്കലും എനിക്ക് കാണാൻ കഴിയില്ല എന്ന ചിന്ത മാത്രമായിരുന്നു.

പിന്നീട് മാനേജർമാർ ഒരു പതിനഞ്ച് മിനിറ്റ് സൈക്കിൾ യാത്രയുടെ ദൂരത്തിൽ നീ പുനർജ്ജനിക്കാൻ പോകുകയാണെന്ന് എന്നോട് പറഞ്ഞപ്പോൾ ഞാൻ അമ്പരന്നുപോയി. ഞാൻ ആദ്യമായിട്ടാണ്ഒരുകൺവീനിയെൻസ്സ്റ്റോറുമായിപ്രണയത്തിലാകുന്നത്, അതിനാൽ നീ വീണ്ടും വീണ്ടും മരിക്കുകയും പുനർജ്ജനിക്കുകയും ചെയ്യുന്നത് നിന്റെ സ്വഭാവമാണെന്ന് എനിക്കറിയില്ലായിരുന്നു.

പുനർജ്ജനിച്ച നീയുമായി ഞാൻ വീണ്ടും പ്രണയത്തിലായി. ഒരു ഫാമിലി റെസ്റ്റോറന്റുമായി എനിക്കുണ്ടായിരുന്ന ബന്ധവും, നിന്റെ ആവർത്തിച്ചുള്ള മരണവുമൊക്കെയായി നമ്മൾക്കിടയിൽ ഒരുപാട് ഉയർച്ച താഴ്ചകൾ ഉണ്ടായി. പക്ഷേ നീ മൂന്നാമതും മരിച്ചപ്പോഴും ഞാൻ അതിനോട് പൊരുത്തപ്പെട്ടു. വേർപിരിയുകയും വീണ്ടും ഒന്നിക്കുകയും ചെയ്ത പതിനേഴ് വർഷങ്ങൾക്ക് ശേഷവും, നമ്മൾ ഇപ്പോഴും ഒരുമിച്ചാണ്.

"നിന്നിൽ എനിക്കിഷ്ടപ്പെട്ട കാര്യങ്ങൾ എഴുതാൻ നൂറ് പേജുകൾ പോലും മതിയാകില്ല."

ആളുകൾ ചോദിക്കാറുണ്ട്, "നിങ്ങൾ എന്തിനാണ് ഒരു കൺവീനിയെൻസ് സ്റ്റോറുമായി പ്രണയത്തിൽ ഏർപ്പെടുന്നത് എന്ന്? അത് മനുഷ്യനല്ല എന്നത് നിങ്ങൾക്ക് പ്രശ്നമല്ലേ?" എന്നും "ഇത്രയും കാലമായിട്ടും നിങ്ങൾക്ക് മടുത്തില്ലേ?" എന്നും, "ഇത് ഒരിക്കലും ഒരു യഥാർത്ഥ പ്രണയമല്ല. നിങ്ങളുടെ അടുത്ത നോവലിനുള്ള വിഷയം കണ്ടെത്താൻ വേണ്ടിയാണ് നിങ്ങൾ ഇങ്ങനെ ചെയ്യുന്നത്" എന്നുമൊക്കെ.

എനിക്കിതൊക്കെ ശീലമായതുകൊണ്ട് ഞാൻ അത് അത്ര കാര്യമാക്കാറില്ല, പക്ഷേ അടുത്തിടെ ഒരു ഡേറ്റിങ്ങിനിടെ ഞാൻ തമാശയായി ഇതിനെക്കുറിച്ച് പറഞ്ഞപ്പോൾ, നീ അൽപ്പം സങ്കടപ്പെട്ടതായി തോന്നി. "എന്നോട് ക്ഷമിക്കണം, ഞാൻ നിന്നോട് ഇത് പറയാൻ പാടില്ലായിരുന്നു. അങ്ങനെയൊക്കെ പറഞ്ഞവരെ ഞാൻ കൊല്ലണമായിരുന്നോ?" എന്ന് ഞാൻ പകുതി തമാശയോടെ ചോദിച്ചു. "അയ്യോ, നീ അത് ചെയ്യരുത്," എന്ന് നീ തികച്ചും ഗൗരവത്തോടെ മറുപടി പറഞ്ഞു. "മരണപ്പെട്ടാൽ എന്നെപ്പോലെ അവർക്ക് തിരിച്ചു വരാൻ കഴിയില്ല."

ഇപ്പോൾ ഞാൻ അതിനെക്കുറിച്ച് ഓർക്കുമ്പോൾ, നീ വികാരങ്ങൾ പ്രകടിപ്പിക്കുന്നത് വളരെ അപൂർവ്വമാണ്. ഞാൻ ഒരു തമാശ പറഞ്ഞാലും നീ ചിരിക്കാറില്ല, ഞാൻ പെട്ടെന്ന് നിന്നോട് അടുത്തിടപഴകിയാലും നീ ശാന്തനായിരിക്കും, ഒരിക്കലും നാണം കൊണ്ട് ചുവന്നു തുടുക്കാറില്ല. പക്ഷേ എനിക്ക് നിന്നോട് എന്തുകൊണ്ടാണ് ഇഷ്ടം തോന്നിയതെന്ന് ഞാൻ തുറന്നുപറഞ്ഞില്ലെങ്കിലും നിനക്ക് അതറിയാമായിരുന്നു എന്ന് ഞാൻ വിശ്വസിച്ചു. എന്നിട്ടും കഴിഞ്ഞ ദിവസം, നമ്മൾ ഒൻപതാം തവണയും വേർപിരിയുന്നതിനെക്കുറിച്ച് സംസാരിച്ച് ഒരുപാട് നേരം തർക്കിച്ചപ്പോൾ, നീ പെട്ടെന്ന് ഉറക്കെ പറഞ്ഞു, "നീ എന്തിനാണ് എന്നോടൊപ്പം ഇറങ്ങിവരുന്നതെന്ന് എനിക്കിപ്പോഴും അറിയില്ല."

അത് എന്നെ ശരിക്കും ഞെട്ടിച്ചു. അതുകൊണ്ടാണ് അത് മനസ്സിലാക്കാൻ വേണ്ടി ഞാൻ ഇപ്പോൾ ഇത് നിനക്ക് എഴുതുന്നത്.

നിന്നിൽ എനിക്ക് ഒരുപാട് ഇഷ്ടമുള്ള കാര്യങ്ങളുണ്ട്, നൂറു പേജുകളിൽ എഴുതിയാലും അത് തീരില്ല, അതുകൊണ്ട് ഞാൻ ഒരു കാരണം മാത്രം ചുരുക്കി പറയാം

നിന്നെ സ്നേഹിക്കുന്നതിന്റെ പ്രധാന കാരണം നീ എന്നെ മനുഷ്യയാക്കി എന്നതാണ്.

എല്ലാവരും നീ മനുഷ്യനല്ല എന്ന് പറയുന്നു, പക്ഷേ നിന്നെ കാണുന്നതുവരെ മനുഷ്യനല്ലാത്തത് ഞാനായിരുന്നു. കുറഞ്ഞ പക്ഷം ഞാനൊരു മനുഷ്യനെന്ന നിലയിൽ നന്നായി പ്രവർത്തിക്കാൻ കഴിയുന്ന ഒരാളായിരുന്നില്ല. പക്ഷേ, നിന്നോടൊപ്പം ഉണ്ടായിരുന്നതുകൊണ്ട് അതിന് മാറ്റം വന്നു.

നീ എനിക്ക് രാവും പകലും, രാവിലെയും വൈകുന്നേരവും അടങ്ങുന്ന സമയത്തിന്റെ ഒഴുക്ക് നൽകി, കൂടാതെ യഥാർത്ഥ ലോകത്തിലൂടെ നടക്കാൻ അത്ഭുതകരമായ ഷൂസും സമ്മാനിച്ചു. എന്നെ സംബന്ധിച്ചിടത്തോളം നീ ഒരു മാന്ത്രികനായിരുന്നു. നീ ഇല്ലായിരുന്നെങ്കിൽ, ഒരുപക്ഷേ രാവിലെ എന്ന് പറയുന്ന ഒരു സമയം ഉണ്ടെന്ന് പോലും അറിയാതെ ഞാൻ എന്റെ ജീവിതം ജീവിച്ചേനെ.

എന്റെ ജീവിതത്തിലെ ഒരേയൊരു അചഞ്ചലമായ 'സാധാരണക്കാരൻ' നീയായിരുന്നു, അതിനാൽ ഒരു മനുഷ്യനെന്ന നിലയിലുള്ള എന്റെ എല്ലാ വികാരങ്ങളും നിന്റേതാണ്.

പക്ഷേ ഞാൻ ഇപ്പോൾ കുറച്ച് വലിയ കാര്യങ്ങളാണ് പറയുന്നത്, അല്ലേ? ഒരുപക്ഷേ നമ്മൾ എന്നെന്നേക്കുമായി വേർപിരിഞ്ഞേക്കാം. പ്രണയം എന്നെ മനുഷ്യൻ എന്ന് വിളിക്കുന്ന ആ വിചിത്ര ജീവിയാക്കി മാറ്റി, പക്ഷേ നീ ഒരു കൺവീനിയെൻസ് സ്റ്റോറായി മാത്രം നിലനിൽക്കും. ഒരുപക്ഷേ എന്റെ ഭക്തി നിനക്ക് ഒരു ഭാരമായി മാറിയിരിക്കാം.

നിന്നെ നഷ്ടപ്പെടുക എന്നത് എന്തായിരിക്കും അർത്ഥമാക്കുന്നത് എന്ന് ഞാൻ അത്ഭുതപ്പെടുന്നു. നീയില്ലാതെ, ഞാൻ ഒരുപക്ഷേ വീണ്ടും എങ്ങനെ മനുഷ്യയാകണമെന്ന് മറന്നുപോയേക്കാം. നിന്നെ അത്രയധികം ആശ്രയിക്കുന്നത് ഒരുതരം ഭയമാണ്.

പക്ഷേ നമുക്ക് കുറച്ചുകാലം കൂടി ഒരുമിച്ച് നിൽക്കാം. നിനക്ക് ചില കുറവുകളുണ്ടെന്ന് എനിക്കറിയാം : ചിലയിടങ്ങളിൽ നിനക്ക് തേയ്മാനം സംഭവിച്ചിട്ടുണ്ട്; നിന്റെ വാതിലിലെ മണി മുഴങ്ങുന്നത് ഒരു പരിധി കഴിഞ്ഞാൽ എനിക്ക് അലോസരമാണ്; നീ ഒരു കെട്ടിടമായതുകൊണ്ട് എവിടെയും പോകാൻ കഴിയില്ല എന്നത് നമ്മുടെ പ്രണയം എല്ലായ്പ്പോഴും ഒരേ സ്ഥലത്താണ്; നീ സ്വയം പാചകം ചെയ്തതാണെന്ന് അഭിമാനിക്കുന്ന ഭക്ഷണം മുഴുവൻ രാസവസ്തുക്കളാണ്; ഒരു കോഫി മെഷീൻ പെട്ടെന്ന് കൊണ്ടുവന്ന് "നോക്കൂ! നോക്കൂ! ഒരു പുതിയ കളിപ്പാട്ടം!" എന്ന് പറഞ്ഞ് നീ എനിക്ക് കൂടുതൽ പണി തരുന്നു. കൂടാതെ, രാത്രി ഷിഫ്റ്റിലെ വയസ്സനും മാനേജർമാരും നിന്റെ ഉള്ളിൽ പ്രവേശിച്ച് അവരുടെ ഇഷ്ടം പോലെ ചുറ്റിക്കറങ്ങുന്നു—ഇത് എങ്ങനെ അവിശ്വാസം അല്ലാതാകും? പക്ഷേ, നിന്റെ ഈ കുറവുകൾ

പോലും എനിക്ക് ആകർഷകമായി തോന്നുന്നു, അതുകൊണ്ട് നിന്നോടുള്ള എന്റെ സ്നേഹം ഒരു തരം രോഗമായിരിക്കണം. സത്യം പറഞ്ഞാൽ, ഈ രോഗം മാറും വരെ എന്റെ കൂടെ നിൽക്കേണ്ടത് നിന്റെ കടമയാണെന്ന് ഞാൻ കരുതുന്നു.

നാളെ രാവിലെ നമ്മൾ വീണ്ടും ഒരു ഡേറ്റിന് പോകുന്നു. ഈയിടെയായി ഞാൻ ഒരേ ഒഴുക്കിനൊപ്പം നീങ്ങിക്കൊണ്ടിരിക്കുകയും പഴയ ഒരു ജീൻസ് മാത്രം എപ്പോഴും ധരിക്കുകയും ചെയ്യുന്നു, പക്ഷേ നാളെ ഞാൻ ഒരു പുതിയ ഡ്രസ്സ് ധരിക്കും. നീയും എനിക്കുവേണ്ടി ഒരുങ്ങി വരണം എന്ന് ഞാൻ ആഗ്രഹിക്കുന്നു. നിന്റെ പുറകിലുള്ള ഫ്രിഡ്ജിനുള്ളിൽ പോലും നീ നല്ല വൃത്തിയായിരിക്കണം, കേട്ടോ?

ഇപ്പോൾ ആലോചിക്കുമ്പോൾ, നമ്മൾ ഒരിക്കലും ചുംബിച്ചിട്ടില്ല. നാളെ നമ്മുടെ ആദ്യ ചുംബനത്തിനുള്ള ദിവസമാക്കാം.

എന്ന്,
സയാക്ക മുറാത്ത

അഞ്ജു സജിത്ത്

1984-ൽ പാലക്കാട് ജില്ലയിൽ ജനനം. മലയാളത്തിൽ ബിരുദവും ബിഎഡ്-ഉം മാസ്റ്റർ ഓഫ് സോഷ്യൽ വർക്ക് ബിരുദവും നേടി, ലെറ്റേഴ്സ് ബേ എന്ന ലിറ്ററെറി കൺസൽട്ടൻസിയുടെ മേധാവി. ഇന്ത്യൻ സ്കൂൾ ഫുജൈറ, യുഎഇ-യിൽ മലയാളം അധ്യാപിക യായും സ്കൂൾ കൗൺസിലറായും 7 വർഷം സേവനമനുഷ്ഠിച്ചിട്ടുണ്ട്.

മഞ്ജുൾ പബ്ലിക്കേഷനിൽ മലയാള വിഭാഗത്തിന്റെ റീജിയണൽ ഹെഡ്ഡായി ജോലി ചെയ്യുന്നു.

ഇന്ത്യ ബുക്ക് ഓഫ് റെക്കോർഡ്സ്, മലയാള പുരസ്കാരം, കലാഭവൻ മണി പുരസ്കാരം, ഒ വി വിജയൻ സമ്മാനം എന്നീ പുരസ്കാരങ്ങൾ ലഭിച്ചിട്ടുണ്ട്.

പ്രധാന കൃതികൾ : *പദ്മ സംഭവ, അസിംവാരണമി, വെൺ തരിശ്ശു നിലങ്ങൾ (ഇന്ത്യ ബുക്ക് ഓഫ് റെക്കോർഡ്സ്), പെയിന്റ് ബ്രഷ് നമ്പർ 000, പ്രണിധി, എഴിലരസി, ചേയോൻ.*

കൃതികൾ പലതും ഇംഗ്ലീഷ്, ഹിന്ദി, തമിഴ്, കന്നഡ എന്നീ ഭാഷകളിലേക്ക് വിവർത്തനം ചെയ്യപ്പെട്ടു.

writeranjusajith@gmail.com